तत्कालीन सामाजिक परिस्थितींशी झगडून, आपल्या विचारांशी ठाम राहून यशाचे शिखर गाठलेल्या या नोबेल पुरस्कारप्राप्त ३४ स्त्रियांच्या कर्तृत्वाचा आढावा एकाच पुस्तकातून घेणे, ही कठीण गोष्ट आहे. मात्र मीरा सिरसमकरांनी तत्कालीन सामाजिक, राजकीय संदर्भासकट या सर्व जणींचे कार्य शब्दबद्ध केले आहे.

**सकाळ पुणे, ८-२-२००९**

नोबेल महिलांना पूर्वायुष्यात प्रतिकूल परिस्थितीत जीवघेणा संघर्ष करून, बहिष्कृत आयुष्य कंठून आपले संशोधनकार्य तडीस न्यावे लागले, तसेच पुरुषसत्ताक समाजरचनेशी लढा द्यावा लागला, याची माहिती थक्क करणारी आहे. 'नोबेल' महिलांची छायाचित्रे, सुबक छपाई, सुखद मुखपृष्ठ आणि सुयोग्य मांडणी ही ठळक वैशिष्ट्ये भावतात.

**दैनिक ऐक्य, १ फेब्रुवारी २००९**

नोबेल पुरस्कारप्राप्त ३४ महिलांचा संपूर्ण जीवनपट आपल्यापर्यंत सोप्या, अभ्यासपूर्ण विवेचनातून लेखिकेने कुशलतेने मांडला आहे.
विषयवार मांडणी, त्यांचे जीवन, कर्मावरील भक्ती आणि मानव कल्याणासाठीचे अथक शोधप्रयत्न या साऱ्यांचे लेखिकेने प्रामाणिक असे मुद्देसूद विश्लेषण केले आहे. उत्कृष्ट भाषाशैली, अभ्यासपूर्ण विवेचन यामुळे मीरा सिरसमकर यांचा हे पुस्तक प्रेरणाग्रंथ झालाय.

**देशदूत, १८ जानेवारी २००९**

महिलांना मिळालेले नोबेल पुरस्कार हा धागा पकडून मीरा सिरसमकर यांची ३४ कर्तृत्ववान महिलांची ओळख पुस्तकाद्वारा करून देण्याची संकल्पना दाद देण्याजोगी आहे. माहिती मिळवण्यासाठी लेखिकेने केलेले परिश्रमही पुस्तक वाचताना लक्षात येतात. पुस्तकातील काही व्यक्तिचित्रे वाचताना ती लगेच हृदयाला भिडत नाहीत; मात्र विज्ञानाशी संबंधित महिलांवर लिहिताना जी भाषा वापरली आहे, ती छान जमली आहे.

**लोकसत्ता चतुरंग, शनिवार २८-२-२००९**

'नोबेल ललना'मधील शांतता पुरस्कारित महिलांच्या कार्यकर्तृत्वाची ही झलक आपल्याकडील अनेक कार्यकर्त्यांना बळ देणारी ठरेल, यात शंका नाही. इतरही क्षेत्रांतील महिलांनी जसे की साहित्य, वैद्यकीय क्षेत्र, पदार्थविज्ञान, रसायनशास्त्र यात बहुमोल संशोधन केले आहे. त्या सर्वांची माहिती वाचताना कर्तृत्वाला स्त्रीत्वामुळे मर्यादा पडत नाही, हे लक्षात येते. मीरा सिरसमकर यांनी या पुस्तकाची निर्मिती करून मराठी संदर्भग्रंथात मोलाची भर घातली आहे.

**सामना, २५ जानेवारी**

# नोबेल ललना

भाग १

(सन १९०१ - २०००)

मीरा सिरसमकर

मेहता पब्लिशिंग हाऊस

Please contact us at **Mehta Publishing House,** Pune 411030.
✆ +91 020-24476924 / 24460313 / Mob. No. 9545000513
Email : production@mehtapublishinghouse.com
Website : www.mehtapublishinghouse.com

- *या पुस्तकातील लेखकाची मते, घटना, वर्णने ही त्या लेखकाची असून त्याच्याशी प्रकाशक सहमत असतीलच असे नाही.*

**NOBEL LALANA - PART 1 (YEAR 1901-2000)** by MEERA SIRSAMKAR
**नोबेल ललना - भाग १ (सन १९०१-२०००) : मीरा सिरसमकर** / व्यक्तिचरित्रे



Email : author@mehtapublishinghouse.com

प्रकाशक : सुनील अनिल मेहता, मेहता पब्लिशिंग हाऊस,
१९४१, सदाशिव पेठ, माडीवाले कॉलनी, पुणे – ४११०३०.

मुद्रक : ट्रिनिटी अ‍ॅकॅडमी फॉर कॉर्पोरेट ट्रेनिंग लिमिटेड

मुखपृष्ठ : फाल्गुन ग्राफिक्स

प्रकाशनकाल : नोव्हेंबर, २००८ / मे, २००९ / एप्रिल, २०१० /
नवी सुधारित आवृत्ती : जानेवारी, २०१३ /
पुनर्मुद्रण : जून, २०१७

किंमत : ₹ १९५

P Book ISBN 9788190757423
E Book ISBN 9788177669657
E Books available on : amazonkindle Apple Books Google Play Books

---

*माझी मावशी*
*स्वातंत्र्यसैनिक वीर महिला*
*कै. गीताबाई चारठाणकर*
*हिच्या स्मृतीस अर्पण...*

# ऋणनिर्देश

जगातील सर्वोच्च समजला जाणारा नोबेल पुरस्कार मिळविणाऱ्या सर्व क्षेत्रांतील एकूण चौतीस स्त्रियांवरील 'नोबेल ललना' ही माझी मालिका 'स्त्री'/किर्लोस्कर मासिकात सप्टेंबर, २००६ ते जानेवारी, २००८ या काळात प्रसिद्ध झाली. यात दर महिन्याला तीन नोबेल पुरस्कार विजेत्या स्त्रियांची माहिती दिली जात असे. या सर्वच स्त्रियांची मराठी वाचकांना माहिती व्हावी हा त्यामागचा उद्देश होता. सर्वसाधारणपणे मेरी क्यूरी, आयरिन क्यूरी, पर्ल बक, मदर तेरेसा अशा हाताच्या बोटावर मोजण्याइतक्याच नोबेल विजेत्या स्त्रियांची माहिती लोकांना असते. त्यामुळे या यादीतील सर्वच स्त्रियांचे कर्तृत्व लोकांसमोर मांडावे, असा माझा प्रयत्न होता. प्रत्येक स्त्रीचे कार्य अफाट आहे. मी त्यांचे काम त्या त्या काळच्या सामाजिक, राजकीय संदर्भासकट शब्दबद्ध करण्याचा प्रयत्न केला. या मालिकेला वाचकांचा चांगला प्रतिसाद मिळाला. 'स्त्री'/किर्लोस्कर मासिकाचे संचालक व संपादक श्री. विजय लेले आणि व्यवस्थापिका भाग्यश्री लेले यांच्या प्रोत्साहनामुळे हे घडून आले, त्यांचे आभार मानते.

सर्व थरांतील वाचकांनी आणि विशेष आनंदाची बाब म्हणजे तरुण पुरुषांनी 'नोबेल ललना' हे पुस्तकरूपात प्रसिद्ध व्हावे अशी इच्छा व्यक्त केली; त्या सर्वांची आणि मला लेखनासाठी नेहमीच प्रोत्साहन देणारी माझी आई, बहिणी, सासू-सासरे, मैत्रिणी, नातेवाईक आणि सुहृद यांचीही मी ऋणी आहे. त्याचप्रमाणे हे पुस्तक त्वरेने प्रकाशित करणारे मेहता पब्लिशिंग हाऊसचे श्री. सुनील मेहता व त्यांचा कर्मचारीवर्ग यांचेही मी आभार मानते.

पुस्तकात सर्व नोबेल विजेत्या स्त्रियांचा मी एकेरी उल्लेख केला आहे. कारण त्यांच्या व्यक्तिमत्त्वाचा अभ्यास करताना माझे त्यांच्याशी बहीण, आई, मावशी किंवा मैत्रिणीसारखे नाते जुळले अन् आपसूकच त्यांचा एकेरी उल्लेख येत गेला.

नोबेल ललनाचे लेखन करत असताना मराठीत फारशी पुस्तके उपलब्ध नसल्यामुळे परदेशातील संदर्भ ग्रंथ वापरावे लागले. या कामी अमेरिकेत मेरिलॅन्ड

विद्यापीठात एम.एस. करत असलेला माझा मुलगा चि. अमितची खूप मदत झाली. मी सांगेन ती दुर्मीळ पुस्तके त्याने उपलब्ध करून दिली. त्याच्याशी चॅटिंग करताना जवळजवळ वर्षभर 'नोबेल' (आणि उपसंपादकपदी असल्यामुळे स्त्री-किर्लोस्कर अंकातील बाकीचे विषय.) हाच आमच्या चर्चेचा विषय असे. माझ्या अमेरिकेच्या दौऱ्याच्या वेळीही तिथली अनेक पुस्तके वाचता आली.

बॉम्बे व्हेटर्नरी कॉलेजमधून प्राध्यापकपदावरून (पॅथॉलॉजी) निवृत्त झालेले माझे बाबा डॉ. बी. व्ही. जालनापूरकर (पीएच. डी. एफ. आर. व्ही.सी.एस., स्वीडन) यांनी वडील व शिक्षक या दोन्ही नात्यांतून मला मार्गदर्शन केले. विशेषत: वैद्यकीय क्षेत्रातील स्त्रियांवरचे लिखाण करताना मी त्यांची अक्षरश: शिकवणीच लावली होती. मोठमोठ्या शास्त्रीय पुस्तकांतील माहिती सोपी होऊन सामोरी आली ती त्यांच्यामुळेच! माझी शास्त्र शाखेतील पदवीही या कामी उपयोगात आली.

आयआयटी, पवई येथून इंजिनियरिंगचे शिक्षण घेतलेले आणि नंतर मॅनेजमेंटची पदव्युत्तर पदवी मिळविणारे माझे पती श्री. प्रदीप यांचीही बहुमोल मदत मिळाली. अचूकता, नेमकेपणा आणि सुसूत्रता या वैज्ञानिक लिखाणासाठी लागणाऱ्या आवश्यक बाबींचे त्यांच्याकडून मार्गदर्शन मिळाले. मुख्य म्हणजे लेखनकार्यासाठी अत्यंत आवश्यक असणारी बाब म्हणजे 'स्पेस'– ती त्यांनी दिल्यामुळे अनेक पुस्तके, संदर्भ ग्रंथ आणि इंटरनेटवरील माहिती यांच्या गोतावळ्यात मी व्यग्र राहू शकले.

पुस्तकाचे यश वाचकांच्या हाती सोपवले आहे. खरे म्हणजे या पुस्तकामुळे किमान काही जणींना / जणांना कृतीशीलतेची प्रेरणा मिळाली, तर तेच या पुस्तकाचे यश असेल!

**– मीरा सिरसमकर**

# चौथ्या आवृत्तीच्या निमित्ताने

'नोबेल ललना' या पुस्तकाची चौथी आवृत्ती प्रकाशित होताना मला खूप समाधान वाटते आहे. या पुस्तकाला वाचकांचा चांगला प्रतिसाद लाभला. अनेक वाचकांनी टेलिफोनवरून, पत्रांद्वारे, ई-मेलद्वारे आणि 'एसएमएस'च्या माध्यमातून आपल्या प्रतिक्रिया कळवल्या. त्या सर्वांची मी मनापासून आभारी आहे. याच पुस्तकावर आधारित 'नोबेल विजेत्या स्त्रिया' या माझ्या दृक्-श्राव्य कार्यक्रमालाही संपूर्ण महाराष्ट्रात चांगला प्रतिसाद मिळत आहे. त्यामुळे नोबेल विजेत्या स्त्रियांच्या कार्याची माहिती सर्वसमाजापुढे मांडण्याचे माझे उद्दिष्ट सफल होत आहे, याचाही मला आनंद वाटतो.

पुस्तकाची पहिली आवृत्ती नोव्हेंबर २००८ साली प्रकाशित झाली. त्यात तोपर्यंत नोबेल पारितोषिक मिळविणाऱ्या ३५ स्त्रियांच्या चरित्रांचा समावेश होता. यानंतर मे, २००९ साली दुसरी, तर एप्रिल, २०१० साली तिसरी आवृत्ती प्रकाशित झाली. दरम्यानच्या काळात आणखी आठ स्त्रियांना विविध विभागांमधील नोबेल पारितोषिके मिळाली. या स्त्रियांच्या चरित्रांचा समावेशही पुस्तकात असावा, या दृष्टीने प्रकाशक श्री. सुनील मेहता यांनी एक उत्तम कल्पना मांडली.

वाचकांच्या सोयीसाठी 'नोबेल ललना' पुस्तकाचे दोन भाग करावेत. पहिल्या भागात १९०१ ते २००० या शतकातील नोबेल पुरस्कार मिळविणाऱ्या स्त्रियांचा समावेश करावा आणि दुसऱ्या भागात २००१ ते पुढील वर्षांमध्ये नोबेल पारितोषिक मिळविणाऱ्या स्त्रियांच्या चरित्रांचा समावेश करावा. भावी काळामध्ये आणखी स्त्रियांना जसजसे 'नोबेल' मिळत जाईल, त्यानुसार 'नोबेल ललना' भाग २ अद्ययावत होत जाईल.

प्रकाशन व्यवसायात अग्रणी असलेल्या श्री. सुनील मेहता यांची ही कल्पना मला अर्थातच अत्यंत आवडली. त्यानुसार पुस्तकाच्या चौथ्या आवृत्तीच्या निमित्ताने 'नोबेल ललना'चे दोन भाग प्रकाशित होत आहेत. पहिल्या भागात नोबेल पुरस्कारांचे जनक सर अल्फ्रेड नोबेल यांचे चरित्र, नोबेल पुरस्कारांच्या योजनेची सविस्तर

माहिती आणि २००० सालापर्यंत नोबेल मिळविणाऱ्या स्त्रियांची चरित्रे यांचा समावेश आहे, तर दुसऱ्या भागात २००१ सालापासूनच्या नोबेल विजेत्या स्त्रियांच्या चरित्रांचा समावेश आहे.

वाचक 'नोबेल ललना' या पुस्तकाच्या या दोन्ही भागांचे चांगले स्वागत करतील, अशी अपेक्षा आहे. भविष्यात नोबेल विजेत्या स्त्रियांची संख्या वाढली, तर लेखिका आणि प्रकाशक या दोघांनाही आपल्या पुस्तकात त्यांच्या चरित्रांचा समावेश करण्यास नक्कीच आनंद वाटेल.

**– मीरा सिरसमकर**

# स्वप्रकाशरूपा

हलक्या पावलांनी त्या महाविद्यालयातील वर्गात प्रवेश करत, जिवाचा कान करून प्राध्यापकांची व्याख्याने ऐकत. कधी फर्निचरच्या आडून तर कधी विद्यार्थ्यांच्या गर्दीत शेवटच्या बेंचवर दडून! त्यांना शिष्यवृत्तीच मंजूर होत नसे. कारण त्या काळच्या समाजाने (अगदी पाश्चात्य देशातही) 'स्त्रिया, गणित आणि विज्ञान' या त्रैराशिकाचे उत्तर 'जुळत नाही' असेच गृहीत धरलेले. मग संशोधनाचे काम करता यावे म्हणून त्या कशीबशी प्रयोगशाळा साहाय्यक किवा व्याख्यातापदाची नोकरी मिळवत. ती नाहीच मिळाली तर नाईलाजाने बाहेरील कोणतीही दुय्यम दर्जाची, कित्येक वेळा त्यांच्या प्रत्यक्ष संशोधनाच्या कामाशी जराही संबंधित नसलेली नोकरी त्या करत. दिवसा अर्थार्जन, प्रापंचिक जबाबदाऱ्या, इतर अनेक कामे आणि रात्री खूप उशिरापर्यंत अभ्यास अशा भरगच्च दिनरात्रीक्रमानंतर पुन्हा दुसऱ्या दिवशीच्या कामाची आखणी करताना त्यांना जराही थकवा येत नसे. निसर्गाविषयीचे अफाट कुतूहल आणि विज्ञानाची अतीव ओढ यातून त्यांच्यात निर्माण झालेला उर्जेचा स्रोत कितीतरी विस्मयजनक आणि कल्याणकारी शोधांना उजागर करत गेला. उच्च शिक्षणासाठी किलकिलत्या दारातून विद्यापीठांमध्ये प्रवेश मिळविलेल्या आणि मग कठोर परिश्रमांनी मिळालेल्या संधीचे सोने करणाऱ्या त्या 'रत्नकीळ फाकती प्रभावती....'

आपण अनुभवांच्या चैतन्य क्षणांना लेखणीत पकडून कागदावर उतरवू शकतो हे समजल्यावर त्या पूर्वरचित साहित्याचा शोध घेत. संपर्काची साधने कमीच आणि स्त्रीत्वाची मर्यादा हा त्यातील पुन्हा एक ऋण घटक. स्त्रियांच्या शिक्षणाला नुकतीच कुठे सुरुवात झालेल्या त्या काळात 'स्त्रिया, वाचन, लेखन' या त्रैराशिकाचे उत्तरही नकारार्थीच गृहीत धरलेले आणि यांना तर आपल्या ठायी असलेल्या प्रतिभेचा शोध लागलेला सृजन, प्रत्यक्ष जीवन, मृत्यू आणि विश्वाचा विराट पसारा यांच्या रहस्याविषयीची ओढ लागलेल्या त्या, मग कुटुंबीयांच्या नजरा चुकवून वाचत. एकांतात चिंतन करत. त्यांच्याही लेखणीतून मग शब्दधनाचे संचित उतरे. निर्मितीच्या

वेणांमधून बाहेर पडलेल्या आपल्या कलाकृतींना त्या गुपचूप दडवून ठेवत; पण कालांतराने प्रतिसादाचा वेध घेऊ पाहणाऱ्या या कलाकृती त्यांना बेचैन करत. मग हे लिखित संचित त्या दैनिकांकडे, मासिकांकडे गुप्तपणे पोहोचवत. कधी टोपणनाव घेऊन तर कधी पुरुषांचे नाव घेऊन – कसदार कथा, कविता, कादंबऱ्यांची हस्तलिखिते घेऊन प्रकाशकाचा शोध घेत. स्वीकारले तर चांगलेच पण नाकारले तर उलट त्यांच्यात उसळून येणाऱ्या ऊर्मीतून पुन्हा उत्तम निर्मिती होई. कधी विपरीत सामाजिक परिस्थिती तर कधी हलाखीची कौटुंबिक स्थिती यांमुळे यातल्या काही तर शालेय शिक्षणही धडपणे पूर्ण न करू शकलेल्या, पण व्यासंगाने विदुषीपदी पोहोचलेल्या त्या प्रतिभावती...

समाजाच्या ऱ्हासाला 'अशांतता' हा एक महत्त्वाचा घटक कारणीभूत असतो हे जाणून जीवनभर अखंड शांतीच्या दिशेने प्रयत्न करणाऱ्या त्या, राष्ट्राराष्ट्रांत होणाऱ्या युद्धांवर अभ्यासपूर्ण तोडगे काढत. हिंसाचार, रक्तपात, दहशतवादी कारवाया यांचा धैर्याने सामना करत. अहिंसावादाचे समर्थन करणाऱ्या त्यांच्या योजना म्हणजे वास्तवाच्या पातळीवर अंमलबजावणी करता येण्यासारखे सुलभ आणि सोपे उपाय असत. त्यांच्या योजना म्हणजे केवळ पढिक पंडिताचा आव आणणाऱ्या सूचनांच्या जंत्रीचा दस्तऐवज नसे. दिवसाचे चोवीस तास त्या प्रत्यक्ष स्वत: लोकहितासाठी झटत. सामान्यातल्या सामान्य लोकांमध्ये जाऊन मिसळत. त्यांच्या अडचणी दूर करण्यासाठी जनसंघटन करत. मोठमोठ्या नेत्यांशी भेटून चर्चा करत. प्रत्यक्ष युद्धभूमीवर जाऊन शांततेचे महत्त्व पटवणे असो अथवा अन्यायग्रस्तांचे अश्रू पुसण्यासाठी अगदी बकाल वस्तीत जाऊन केलेला निवास असो, अपार कष्ट करताना त्या कधीच थकत नसत आणि कितीही अपयश आले, तरी निराश होत नसत. कारण मानवाच्या शांततामय सहजीवनावरच वसुंधरेचे अस्तित्व अवलंबून असते, हे सत्य त्यांनी जाणलेले होते. परिसर आहे म्हणून मी आहे आणि माझा अस्तित्वपरीघ परिसराशी समकक्ष आहे, याची यथार्थ जाणीव झालेल्या त्या, लक्षावधी पीडित वंचितांच्या काळोखमय जीवनात आशेचे दीप लावणाऱ्या त्या स्फुरदीप्ती....

आपल्या अंतर्मनात लागलेल्या प्रकाशाच्या शोधाने उजळणाऱ्या या पस्तीस स्वप्रकाशरूपा. प्रत्येकीचे कार्यक्षेत्र वेगळे. प्रत्येकीचे कर्तृत्व वेगळे; परंतु कर्म हीच तृप्ती हा समाधानाचा मंत्र जपल्यामुळे आंतरिक शांती, आत्मविश्वास आणि आनंद त्यांतील प्रत्येकीलाच लाभलेला. जगातील सर्वोच्च समजला जाणारा नोबेल पुरस्कार त्यांना मिळाला खरा; पण त्यांनी पाहिलेल्या स्वप्नांकडे आणि ध्येयाकडे वाटचाल करणारा त्यांचा प्रवास कोणत्याही पुरस्काराच्या क्षितिजापार होता.

'अँड दे हू बेटर्ड लाइफ ऑन द अर्थ...' नोबेल विजेत्या व्यक्तीला मिळणाऱ्या

पदकावर ही सुवर्णाक्षरे कोरलेली असतात. डायनामाइटचे संशोधक सर आल्फ्रेड नोबेल यांच्या मृत्युपत्रातील इच्छेनुसार अशाच व्यक्तींना पुरस्कार दिला जातो, की जे आपल्या कार्यकर्तृत्वाने पृथ्वीवरील इतरांचे जीवन प्रकाशमान करतील. रसायनशास्त्र, भौतिकशास्त्र, वैद्यकीय, साहित्य, शांतता आणि अर्थशास्त्र या विषयांमध्ये १९०१ सालापासून सन २०००पर्यंत एकूण ७०० व्यक्ती आणि १६ संस्थांना हा पुरस्कार दिला गेला. या एकूणात स्त्रियांची संख्या केवळ ३० म्हणजे जेमतेम ४.२९ टक्के इतकीच आहे.

**"Streams will not curb their pride,**
**the just man not to entomb.**
**No lightning go aside,**
**to give his virtues room.**
**Nor is the wind less rough,**
**which blows a good man's barge."**

'सज्जनाला समाधी मिळू नये म्हणून जलप्रपात आपला गर्व बाजूला ठेवत नाही किंवा आकाशातून पडणारी वीज त्याच्या सद्‌गुणास वाव मिळावा म्हणून त्याच्या मार्गातून सरकत नाही आणि नावेतून सज्जन चालला असला, तर वादळी वारा नाव उलटू नये म्हणून शांतही होत नाही.' थोर ब्रिटिश कवी 'मॅथ्यू ॲर्नोल्ड'च्या या ओळी. संकटे, अडचणी आणि प्रतिकूल परिस्थिती कोणताच भेदभाव जाणत नाहीत. अडथळे आणि आघातांना कुठला आलाय पक्षपात? सज्जन, दुर्जन, ज्येष्ठ, कनिष्ठ, गरीब, श्रीमंत सर्वांच्याच ललाटी संकटांच्या लाटा येतात. मग या तर स्त्रियाच. पुरुषप्रधान समाजात आपली कार्यक्षमता सिद्ध करताना त्यांना अडचणी येणारच. परंतु नैसर्गिक आणि मानवनिर्मित अशा दुहेरी संकटांच्या लाटांना थोपवण्याचे सामर्थ्य त्यांच्यात होते. कामावरील निष्ठा, निरलसपणा आणि चिकाटी या त्यांच्या गुणांमुळे वर्ण, वंश, लिंगभेदांचे अडथळे विलयास जात. "आय नो देअर इज ए डिसक्रिमिनेशन. आय फील व्हेरी सॉरी फॉर देम..." 'आरआयए'चा महत्त्वपूर्ण शोध लावणारी अमेरिकेची ज्यूधर्मीय संशोधिका डॉ. रोझालिन जेव्हा असे म्हणते, तेव्हा आपले काम जिद्दीने पूर्ण करण्यानेच भेदाची संकटे क्षुद्र वाटू लागतात हे पटते.

साधारणपणे १८५० ते १९५० या शतकात जन्म झालेल्या या नोबेल विजेत्या स्त्रिया. युरोपातील अनेक देशांमध्ये १९२० ते ३०च्या दशकापर्यंत मुलींसाठी शालांत शिक्षण हीच अंतिम मर्यादा असे. जर मुलींना उच्च शिक्षणासाठी विद्यापीठात प्रवेश द्यायचा असेल, तर प्रवेश परीक्षेसाठी वेगळी तयारी करावी लागे. मग त्यांच्यासाठी गृहशिक्षकाची व्यवस्था होई; पण तेही त्यांच्या कुटुंबीयांची मर्जी असेल तरच!

वैद्यकीय क्षेत्रात 'नर्व्ह ग्रोथ फॅक्टर'चा महत्त्वपूर्ण शोध लावणाऱ्या इटलीच्या रिटालेवीला उच्च शिक्षण घेण्यास तिच्या वडिलांनी विरोध केला होता. अखेर तिच्या आईने त्यांची कशीबशी समजूत घातल्यानंतर तिला तिच्या वयाच्या विसाव्या वर्षी उच्च शिक्षणाची संधी मिळाली. त्यावेळी अमेरिकेतही फारशी वेगळी स्थिती नव्हती. स्त्रियांना विद्यापीठात प्रवेश मिळे; पण शिष्यवृत्तीच मंजूर होत नसे. 'आरआयए'ची संशोधिका डॉ. रोझालिन यॅलो, कर्करोगावर औषध शोधणारी डॉ. इलियन गर्टुड यांनी विद्यापीठाची फी भरण्यासाठी बाहेर अगदी दुय्यम दर्जाच्या नोकऱ्या केल्या. जनुक स्थानांतरणाचा शोध लावणाऱ्या बार्बरा मॅक्लिंटॉकला रिसर्च स्कॉलरशीप मिळत नव्हती म्हणून कित्येक वर्षे साहाय्यक प्राध्यापिकेची नोकरी करावी लागली. अणूतील प्रोटॉनच्या जादुई संख्येचा शोध लावणाऱ्या भौतिकशास्त्रज्ञ डॉ. मारिया गोपर्ट मायरला कित्येक वर्षे अमेरिकेतील सुप्रसिद्ध विद्यापीठात विनावेतन काम करावे लागले. ग्लायकॉलिसिसचे संशोधन करणाऱ्या डॉ. गर्टी कोरीला तर नोबेल पारितोषिक मिळाल्यावर प्राध्यापिकेची नोकरी मिळाली. आर्थिक अडचणी, वर्णभेद, वंशभेद, लिंगभेदाचा त्रास होऊनही त्यांच्या संशोधन कार्यावर त्याचा परिणाम झाला नाही. खरे तर त्यांच्या कामानेच त्यांना पद, पैसा, प्रतिष्ठा या लौकिक परिवलयातून बाहेर ठेवले होते. उच्च ध्येयाप्रती एकाग्रतेने केलेला प्रवास अडथळ्यांच्या कुंपणात गुंतून पडत नाही आणि व्यावहारिक प्रलोभनांचा संगही पत्करत नाही.

**"Work like you don't need money**
**Dance like nobody is watching**
**Love like you've never been hurt**
**Live like Earth is Heaven."**

मार्क ट्वेनच्या या सुप्रसिद्ध उक्तीप्रमाणे स्वक्षमतांचा केलेला नैसर्गिक आविष्कार आत्यंतिक समाधान मिळवून देतो.

"एखाद्या लहान मुलाला परिकथा वाचताना जसा आनंद होतो, तसे प्रयोगशाळेत काम करताना मला वाटते. विज्ञानासारखी दुसरी सुंदर गोष्ट कोणती असेल?" असे म्हणणारी मेरी क्यूरी आणि "स्वप्नातही मला ड्रासोफिला मेलॅनोगॅस्टर हा कीटक रुंजी घालून आपली गुपिते उलगडण्यासाठी उद्युक्त करतो." असे म्हणणाऱ्या क्रिस्टिन नसलीन व्होलार्ड यांच्या उद्‌गारांवरून, कामावरील निष्ठेतच निरागस आनंदाचे निधान दडलेले असते हे पटते.

साहित्यात नोबेल पुरस्कार मिळविणाऱ्या एकूण अकरा लेखिकांपैकी खूपच थोड्या लेखिकांना उच्च शिक्षणाची संधी मिळाली. इटलीची नोबेल विजेती लेखिका

ग्रॅझिया डेलेडा हिला प्राथमिक शालेय शिक्षणावरच समाधान मानावे लागले. तर सिग्रिड अंडसेट या डेन्मार्कच्या लेखिकेला वडिलांच्या निधनानंतर अर्थार्जनासाठी नोकरी करावी लागल्यामुळे महाविद्यालयीन शिक्षण घेता आले नाही. डॉरिस लेसिंग या ब्रिटिश लेखिकेनेही केवळ प्राथमिक शालेय शिक्षण घेतले आहे. अर्थात उपजत प्रतिभाशक्ती लाभलेल्या या लेखिकांनी जीवनभर व्यासंग केला. प्रखर जीवनानुभवातून उतरलेल्या त्यांच्या दर्जेदार साहित्यकृतींतून त्यांचे सामर्थ्य सिद्ध झाले, हा मुद्दा लक्षात घेण्यासारखा आहे.

विसाव्या शतकाच्या सुरुवातीस अनेक पाश्चात्य देशांमध्ये स्त्री-पुरुष विषमता अस्तित्वात होती. इतकेच काय अमेरिकेसारख्या देशात स्त्रियांना मतदानाचा हक्कही नव्हता. मतदानाचा अधिकार प्राप्त व्हावा म्हणून तेथील स्त्रियांना वेगळा लढा द्यावा लागला. जेन ॲडम्स आणि एमिली ग्रीन बाल्च यांनी अमेरिकेत स्थापन केलेली 'WILPF' (विमेन्स इंटरनॅशनल लीग फॉर पीस ॲन्ड फ्रीडम) ही स्त्रीमुक्ती चळवळीची पहिली अधिकृत संघटना समजली जाते. या दोघींनीही स्त्रीमुक्ती चळवळीच्या बरोबरीने समाजातील गरिबी, बेरोजगारी, कामगारांवरील अन्याय, युद्धकालीन समस्या यांसाठीही लढे दिले.

त्या तुलनेने भारतात स्वातंत्र्यप्राप्तीनंतर स्त्री-पुरुषांना समान मताधिकार मिळाले. महात्मा फुले, सावित्रीबाई फुले, महर्षी कर्वे यांच्या प्रयत्नांमुळे शिक्षणाची दारे तर स्त्रियांसाठी केव्हाच खुली झाली होती. स्त्रियांच्या क्षमतेवर, सामर्थ्यावर अजून विश्वास निर्माण व्हायचा असला, तरी त्यांना प्रोत्साहन देण्याचे कार्य समाजाकडून होत होते; परंतु पाश्चात्य देशातील स्त्रियांसारखे नोबेल पारितोषिक मिळविण्याइतके भरीव कार्य येथे घडले नाही हा सल मनात राहतो. नाटक, सिनेमासारख्या ग्लॅमरस क्षेत्रात मात्र येथील स्त्रियांची वेगाने प्रगती कशी होत गेली, याचे उत्तर सापडत नाही.

इंग्लंड, अमेरिका, जर्मनी, इटली, फ्रान्स या देशांमध्ये पहिल्या व दुसऱ्या महायुद्धानंतर समाजातील स्त्री व पुरुष या दोन्ही घटकांना राष्ट्र उभारणीसाठी वेगळे प्रयत्न करावे लागले. तेथे संशोधन क्षेत्रात काम करणाऱ्या स्त्रियांच्या दृष्टीने ही इष्टापत्ती ठरली. युद्धकाळात रिकाम्या झालेल्या पुरुष संशोधकांच्या जागी त्यांची नेमणूक झाल्यावर त्या प्रज्ञावान स्त्रियांनी निरलसपणे काम करून आपली क्षमता सिद्ध केली.

नोबेल विजेत्या सर्व स्त्रियांचा जीवनपट पाहिला असता असे लक्षात येते, की कोणत्याही स्त्रीने आपल्या स्त्रीत्वाचा फाजील फायदा उपटला नाही. किंबहुना काही वेगळे हक्क, वेगळे आरक्षण त्यांना नकोच होते. कुटुंबसंस्थेचा त्यांनी स्वीकार केला होता. स्त्रीत्वाच्या मर्यादा त्या जाणत होत्या; परंतु सहनशीलता, सचोटी, सेवाभाव आणि समर्पण या स्त्रीमध्ये उपजत असलेल्या धनगुणांनी त्यांनी उणेपणाच्या

मर्यादा पार केल्या. उलट कन्या, माता, भगिनी, पत्नी, सहचरी या नातेसंबंधांची त्यांनी घातलेली वीण त्यांच्या अफाट आणि रचनात्मक कार्यात उबदार उर्जास्रोत बनली.

मेरी क्यूरी, आयरिन क्यूरी, गर्टी कोरी, ग्रॅझिया डेलेडा यांच्यासारखे काही अपवाद वगळता (त्यांना कर्करोगासारख्या दुर्धर व्याधीने मृत्यू आला.) जवळपास सर्व नोबेल विजेत्या स्त्रियांना दीर्घायुष्य लाभले. वयाची पंचाहत्तरी तर अनेकींनी पार केली. एमिली ग्रीन बाल्च वयाची उणीपुरी चौऱ्याण्णव वर्षे जगली. डॉ. रिटा लेव्ही मॉन्टॅलसिनी ही त्यातील सर्वांत ज्येष्ठ (आजमितीला वय १०२) नोबेल विजेती तरुण संशोधिका म्हणावी लागेल. निरंतर कार्यमग्नता हे त्यांच्या दीर्घायुष्याचे गुपित असावे.

'जेव्हा तुम्ही उदात्त हेतूने प्रेरित होऊन एखादा मोठा प्रकल्प हाती घेता, तेव्हा तुमचे विचार बंधनातून मुक्त होतात, तुमचं मन साऱ्या मर्यादा पार करून अलौकिक उंची गाठतं, तुमच्या विवेकबुद्धीचा सर्व दिशांनी विस्तार होतो आणि मग तुम्हाला एक नवं, अनोखं, अद्‌भुत विश्व गवसतं. तुमच्यात सचेतन झालेल्या सुप्त शक्ती, प्रज्ञा आणि प्रतिभांमुळे तुम्हाला तुमचा नव्याने शोध लागतो.' पतंजलीने हजारो वर्षांपूर्वी 'योगसूत्र' ग्रंथात लिहिलेल्या या सूत्राप्रमाणे या स्त्रियांना त्यांच्या महान प्रकल्पातील कृतीशीलतेतून 'स्व'चा शोध लागला आणि त्यांच्या स्वप्रकाशरूपाने त्यांचे आणि इतरांचे आयुष्य उजळले.

◆◆◆

# अनुक्रमणिका

नोबेल ललना - भाग १ नंतरचा
नोबेल ललना - भाग २ प्रसिद्ध झाला आहे.

*दानशूर शास्त्रज्ञ*

# सर आल्फ्रेड नोबेल
## (Sir Alfred Nobel)

**'माझ्या सर्व संपत्तीचा विनियोग खालीलप्रमाणे करावा –**

**मी आत्तापर्यंत कमावलेली सर्व संपत्ती माझ्या विश्वस्तांतर्फे कायमस्वरूपी निधीच्या स्वरूपात ठेवावी. त्यावर मिळणाऱ्या वार्षिक व्याजाची रक्कम दरवर्षी नोबेल पुरस्काराच्या स्वरूपात लोकांना दिली जावी. नोबेल पुरस्कारासाठी मानवतावादी दृष्टिकोनातून काम करणाऱ्या लोकांचा व संस्थांचा विचार केला जाईल. संपत्तीवर मिळणारे व्याज एकूण पाच समान भागात विभागले जाईल. एक भाग भौतिकशास्त्रात संशोधन करणाऱ्या व्यक्तीस, दुसरा भाग रसायनशास्त्रात महत्त्वाचे शोध लावणाऱ्या व्यक्तीस, तिसरा भाग वैद्यकीय क्षेत्रात किंवा शरीरविज्ञान शाखेत शोध लावणाऱ्या व्यक्तीस, चौथा भाग असाधारण साहित्यकृतीतून आदर्शवाद जोपासणाऱ्या साहित्यिकास, तर पाचवा भाग देशादेशांमध्ये सामंजस्य निर्माण करून, शस्त्रास्त्रनिर्मितीला पायबंद घालून शांतता अस्तित्वात आणण्याचे प्रयत्न करणाऱ्या व्यक्तीस किंवा संस्थेस दिला जाईल.'**

'भौतिक व रसायनशास्त्रातील बक्षिसे स्वीडिश ॲकॅडमी ऑफ सायन्स, तर शरीरविज्ञान व वैद्यकीय शाखेतील बक्षिसे कॅरोलीन इन्स्टिट्यूट ऑफ स्टॉकहोम, तर साहित्य क्षेत्रातील बक्षीस स्वीडिश ॲकॅडमी ऑफ लिटरेचर यांच्याकडून आणि शांततेसाठीचे बक्षीस पार्लमेंट ऑफ नॉर्वेतर्फे नेमलेल्या पाच व्यक्तींच्या समितीकडून निवडले व दिले जाईल. बक्षिसे देताना व्यक्ती किंवा संस्थेचे राष्ट्रीयत्व न बघता प्राधान्याने गुणवत्ता बघितली जावी, अशी माझी इच्छा आहे.'

पॅरिस येथील स्वीडिश नॉर्वेजियन क्लब येथे २७ नोव्हेंबर, १८९५ रोजी सुप्रसिद्ध शास्त्रज्ञ सर आल्फ्रेड नोबेल यांनी लिहून ठेवलेले हे मृत्युपत्र.

स्वीडनमधील स्टॉकहोम येथे २१ ऑक्टोबर, १८३३ रोजी जन्मलेल्या या थोर शास्त्रज्ञाने आपल्या आयुष्यातील कमावलेल्या सर्व संपत्तीचा नोबेल पुरस्काराच्या स्वरूपात यथायोग्य विनिमय केला.

सर आल्फ्रेड नोबेल यांचे चरित्र संशोधकांना, विद्वज्जनांना तसेच सर्वसामान्यांनाही प्रेरक ठरेल. रसायनशास्त्रज्ञ, अभियंता, शस्त्रास्त्रनिर्मितीचा जनक, डायनामाइटसारख्या स्फोटकांचा संशोधक असे बहुआयामी व्यक्तिमत्त्व असलेल्या सर नोबेलनी 'नेमेसिस' नावाची एक शोकांतिकाही नाटकाच्या स्वरूपात लिहिली होती.

एकोणिसाव्या शतकाच्या उत्तरार्धात युरोपमध्ये भौतिकशास्त्र, रसायनशास्त्र व जीवशास्त्र यांच्यासारख्या मूलभूत विज्ञान शाखेतील नवनवीन शोधांमुळे जुन्या प्रस्थापित मूल्यांना धक्का बसत होता. आधुनिक शोधांमुळे यंत्रनिर्मिती होत होती. दैनंदिन जीवनात विज्ञानाचा वापर वाढत होता. पाश्चर, डार्विन, बर्नार्ड यांच्यासारखे थोर शास्त्रज्ञ विज्ञानाला प्रतिष्ठा मिळवून देत होते. सर्व युरोपभर वेगवेगळ्या विद्यापीठांतून अनेक बुद्धिमान तरुण नवसंशोधन करून संशोधन कार्यात भर टाकत होते. जाचक रूढी, कर्मठपणा, अंधश्रद्धांचा भराभर ऱ्हास होत होता. ललित कलांची धुंदी व धर्मावरील पगडा यांतून युरोपियन समाजातील तरुण वर्ग बाहेर पडू लागला होता. नवनिर्मितीच्या आणि परिवर्तनाच्या या वातावरणात युरोपियन समाजाला एक वेगळा, आधुनिक, विजिगीषू, आशावादी आणि नवोन्मेषाचा दृष्टिकोन लाभत होता.

याच कालावधीत सुमारे १८६४च्या सुमारास रसायनशास्त्रज्ञ आल्फ्रेड नोबेल यांनी नायट्रोग्लिसरीन आणि केसलगुर या दोन पदार्थांवर रासायनिक प्रक्रिया करून 'डायनामाइट' हे स्फोटक तयार करण्याचे नवे तंत्र शोधले. त्याचप्रमाणे नायट्रोग्लिसरीनमध्ये गन कॉटन घालून जेलीग्नाईट नावाचे एक शक्तिशाली स्फोटक बनवले. पुढे १८७६च्या सुमारास पोटॅशियम नायट्रेट आणि लाकडाचा लगदा वापरून अनेक प्रकारची स्फोटके तयार केली. परंतु दुर्दैवाने काही लोकांकडून या स्फोटकांचा युद्धाच्या वेळी गैरवापर होऊ लागला. त्याचप्रमाणे ही स्फोटके तयार करण्याच्या कारखान्यात योग्य सुरक्षा यंत्रणा नसल्यामुळे अनेक वेळा स्फोट होत असत. अशा स्फोटांमुळे कितीतरी कामगारांचा भीषण मृत्यू होत असे. आल्फ्रेड नोबेल यांचे बंधू 'एमिल' यांचेही अशा स्फोटकनिर्मितीदरम्यान कारखान्यातच निधन झाले.

या अपघातानंतर युरोपमधील काही लोक नोबेल यांना 'मृत्यूचा व्यापारी' म्हणून संबोधू लागले. डायनामाइट आणि विविध प्रकारच्या स्फोटकांच्या शोधामुळे नोबेल यांचा आर्थिक फायदा झाला आणि अनेक जणांना मृत्यूच्या वेदीवर चढावे

लागले अशी उघडउघड टीका त्यांच्यावर होऊ लागली. या टीकेनंतर ते खूप व्यथित झाले.

खरं तर कठीण कातळ, खडक फोडून रस्तेनिर्मिती करणे, मोठमोठ्या डोंगरांमध्ये बोगदे निर्माण करून वाहतुकीचा मार्ग आखणे, बांधकामाच्या वेळी मोठमोठ्या दगडांचा अडसर दूर करणे, खाणकामाच्या वेळी भुयारी मार्ग निर्माण करणे, पृथ्वीच्या पोटात दडलेल्या खनिजांचा आणि दुर्मीळ मूलद्रव्यांचा शोध घेणे, अनेक रासायनिक प्रक्रियांच्या वेळी घटक पदार्थ म्हणून वापर करणे अशा कितीतरी लहानमोठ्या बाबतीत स्फोटकांचा वापर अत्यावश्यक असतो. परंतु वैज्ञानिक शोधांचा गैरवापर करणारी मूठभर माणसे या महत्त्वपूर्ण गोष्टींकडे दुर्लक्ष करून समाजाला त्या शोधांच्या आधारेच विध्वंसाकडे नेत असतात.

युद्धकाळात माणसे मारण्यासाठी शस्त्रास्त्र म्हणून या स्फोटकांचा वापर जेव्हा अति प्रमाणात वाढला, तेव्हा सहृदयी सर नोबेलचा भ्रमनिरास झाला. शास्त्रांच्या प्रगतीमुळे व त्यामुळे उपलब्ध होणाऱ्या शोधांमुळे मानवी जीवन अधिक सुकर व सुखकर व्हावे, अशी खऱ्याखुऱ्या शास्त्रज्ञांची इच्छा असते. भौतिक जगातील शास्त्रज्ञ म्हणजे वास्तविक कळकळीने अध्यात्माचा अभ्यास करणारी माणसे असतात. त्यामुळे आपल्या वैज्ञानिक शोधाचा वापर विघातकतेसाठी होत असल्याचे पाहून उत्कर्षदायी व प्रगतिशील समाजाचे स्वप्न पाहणाऱ्या सर आल्फ्रेड नोबेलना आयुष्याच्या उत्तरार्धात निराश वाटू लागले. आपण आयुष्यभर कमावलेल्या संपत्तीचा आपल्या मृत्यूनंतर योग्य विनिमय व्हावा असा विचार त्यांच्या मनात घोळू लागला.

जगभरातल्या शास्त्रज्ञ, विचारवंत, संशोधकांनी काहीतरी सकारात्मक, भरीव कार्य करावे; ज्यायोगे नवनवे शोध लागतील. निसर्गातील गूढे उकलतील आणि त्यांच्या साहाय्याने अखिल विश्वातील मानवजातीचा विकास होईल. त्याचप्रमाणे साहित्यातून आणि शांततेच्या मार्गावरून मानवतावाद वाढीस लागेल, अशा संकल्पनेतून त्यांच्या मनात नोबेल पुरस्काराची योजना आकार घेऊ लागली आणि २७ नोव्हेंबर, १८९५ रोजी त्यांनी ही योजना आपल्या मृत्युपत्राद्वारे सर्वांसमोर मांडली.

सॅनरेमो (इटली) येथे त्यांचा १० डिसेंबर, १८९६ रोजी मृत्यू झाला. जवळपास एकतीस दशलक्ष स्वीडिश क्रोनर एवढी रक्कम त्यांनी नोबेल पुरस्कार फाउंडेशनला दिली होती.

विज्ञानातून आधुनिकता, साहित्यातून भावसृजनात्मकता व संस्कृती संवर्धन आणि शांततेच्या प्रसारातून स्थैर्य यांच्यामुळेच अखिल विश्वातील मानवाचा प्रवास सुखकारक होणार आहे हे जाणून त्यांनी नोबेल पारितोषिके देण्यासाठी भौतिकशास्त्र, रसायनशास्त्र, शरीरविज्ञान/वैद्यकीय, साहित्य आणि शांतता या पाच शाखांची निवड केली.

वैज्ञानिक संशोधनातून विधायकता निर्माण व्हावी, साहित्यातून आदर्शवाद जोपासला जावा आणि शांततेच्या कार्यातून जगभर समता, बंधुभाव आणि सामंजस्य निर्माण व्हावे, असे त्यांनी स्पष्टपणे आपल्या मृत्युपत्रातच लिहून ठेवलेले आहे. त्यामुळे नोबेल पुरस्कार देत असताना व्यक्तीच्या धर्माचा, राष्ट्राचा विचार न करता गुणवत्तेचाच विचार केला जातो. नोबेल पुरस्कार हे जगातले सर्वोच्च पारितोषिक समजले जाते हे त्याचेच द्योतक आहे.

प्रत्येक शाखेतील जास्तीतजास्त तीन व्यक्तींना हे बक्षीस दिले जाते. एकापेक्षा जास्त व्यक्ती असतील, तर बक्षिसांची रक्कम विभागून दिली जाते.

बक्षीसपात्र व्यक्तीला सुवर्णपदक, पदविका आणि १० दशलक्ष स्वीडिश क्रोनर (१ दशलक्ष युरो / १.३ दशलक्ष डॉलर) इतकी रक्कम दिली जाते. संशोधकांना कार्य करत असताना पैशांची अडचण भासू नये म्हणून बक्षिसांच्या रोख रकमेची अशी सोय करून ठेवली आहे.

नोबेल पुरस्काराच्या नामांकनाची आणि निवडीची पद्धत प्रदीर्घ आणि अवघड आहे. हे बक्षीस प्रतिष्ठेचे आणि अत्यंत महत्त्वाचे समजले जाते, त्याचे हे एक महत्त्वाचे कारण आहे.

नोबेल फाउंडेशनकडून पुरस्काराच्या नामांकनासाठी तीन हजार प्रतिष्ठित आंतरराष्ट्रीय मान्यताप्राप्त व्यक्ती किंवा संस्थांना निमंत्रणे दिली जातात.

**नॉर्वेजियन इन्स्टिट्यूट – शांततेसाठीचा नोबेल पुरस्कार येथे दिला जातो.**

३१ जानेवारीपर्यंत ही नामांकने भरून द्यायची असतात. स्वनामांकनपत्रांना मान्यता नसल्यामुळे ती रद्दच केली जातात. आलेल्या नामांकनांतून दोनशे जणांची प्राथमिक यादी केली जाते. ही यादी त्या त्या शाखांमधील तज्ज्ञांकडे पाठवली जाते. त्यातून पंधरा जणांची निवड केली जाते. या पंधरा जणांमधून मग बक्षीसपात्र व्यक्तींची निवड होते. प्रत्येक शाखेसाठी सर्वसाधारणपणे अशी पद्धत वापरली जाते. बक्षीसपात्र व्यक्तींची नावे ऑक्टोबर महिन्यात जाहीर केली जातात.

**कॉन्सर्ट हॉल, स्टॉकहोम – इतर विभागासाठीचे नोबेल पुरस्कार येथे दिले जातात.**

भौतिकशास्त्र, रसायनशास्त्र या विभागातील बक्षिसे 'रॉयल स्वीडिश ॲकॅडमी ऑफ सायन्स'कडून, तर वैद्यकीय विभागातील 'बक्षिसे कॅरोलिन इन्स्टिट्यूट ऑफ स्टॉकहोम'कडून, साहित्य विभागाचे बक्षीस 'स्वीडिश ॲकॅडमी'कडून, तर शांततेचे बक्षीस 'पार्लमेंट ऑफ नॉर्वे'तर्फे निवडल्या गेलेल्या पाच लोकांच्या समितीकडून ठरविले जाते.

अर्थशास्त्रासाठीचा नोबेल पुरस्कार१९६९पासून दिला जाऊ लागला. सर नोबेलच्या मृत्युपत्रात याचा समावेश नव्हता. दरवर्षी १० डिसेंबरला (सर आल्फ्रेड नोबेल यांच्या पुण्यतिथीच्या दिवशी) नोबेल पुरस्कार देण्याचा मोठा समारंभ आयोजित केला जातो.

शांततेसाठी दिल्या जाणाऱ्या बक्षिसाचा समारंभ१९४६पर्यंत नॉर्वेजियन इन्स्टिट्यूटमध्ये आणि त्यानंतर ऑला (Aula - University of Oslo) येथे१९९०पर्यंत आणि त्यानंतर ऑस्लो सिटी हॉलमध्ये केला जात आहे. बाकीच्या शाखांचा बक्षीस समारंभ स्टॉकहोम कॉन्सर्ट हॉल (स्टॉकहोम, स्वीडन) येथे आयोजित करण्यात येतो.

## नोबेल पुरस्काराची वैशिष्ट्ये

**१.** डिसेंबर, २०००पर्यंत एकूण ७०० व्यक्ती आणि १६ संस्थांना नोबेल पुरस्कार दिले गेले. (एकूण बक्षिसे ७२०).

**२.** नोबेल पुरस्कार मरणोत्तर दिला जात नाही.

**३.** निवडीची पद्धत सर्वसाधारणपणे सर्व शाखांमध्ये समान असली, तरी

काही बाबतींमध्ये थोडा फरक आहे. साहित्याचा नोबेल पुरस्कार साधारणत: दरवर्षी एका व्यक्तीला दिला जातो तर बाकीच्या शाखांच्या बक्षिसांमध्ये काही वेळा एकापेक्षा जास्त नावे असतात.

**४.** गणित विभागासाठी नोबेल पुरस्कार दिला जात नाही. याची काही कारणे सांगितली जातात.

**अ.** ज्या शाखांमधील शास्त्रांचा प्रत्यक्ष व्यवहारात उपयोग होतो, अशा शास्त्रशाखांचाच सर नोबेलनी विचार केला. 'गणित' या विषयाला तार्किक किंवा अमूर्त विषय मानले जाते. 'थेट व्यावहारिक उपयुक्तता' या सदराखाली तो विषय येत नाही म्हणून त्या विषयाचा विचार केला गेला नाही.

**ब.** नोबेल पुरस्कार योजनेच्या आधीपासूनच स्कँडेनेव्हियन राष्ट्रांची प्रतिष्ठेचे गणिताचे बक्षीस देणारी संस्था अस्तित्वात होती. स्वीडनमध्ये 'गोस्टा मितांग लेफ्लर' या थोर गणितज्ज्ञाने 'अ‍ॅक्टा मॅथेमेशिया' हे आंतरराष्ट्रीय दर्जाचे जर्नल काढले होते. त्यांच्या आग्रहामुळे स्टॉकहोमचे राजे किंग ऑस्कर-II यांच्या हस्ते सर्व युरोपमधील गणित-तज्ज्ञांना दरवर्षी प्रोत्साहनात्मक बक्षिसे दिली जात असत.

**क.** स्वीडिश रॉयल अ‍ॅकॅडमीतर्फे 'द क्रॅफुर्ड अ‍ॅवॉर्ड इन मॅथेमॅटिक्स' हे नोबेलच्या दर्जाचेच बक्षीस दिले जाते.

**ड.** सर नोबेलनी गणित विभागासाठी बक्षिसे देण्यास नकार दिला. कारण त्यांच्या पत्नीने त्यावेळचे सुप्रसिद्ध गणितज्ज्ञ 'गोस्टा मितांग लेफ्लर' यांच्याशी प्रेमसंबंध प्रस्थापित केले होते असाही एक प्रवाद आहे. परंतु यात कितपत तथ्य आहे ते सांगता येत नाही. कारण सर आल्फ्रेड नोबेल अविवाहित होते.

**५.** जॉर्ज बर्नार्ड शॉ यांना १९२५ साली साहित्याचा नोबेल पुरस्कार मिळाला. त्याचप्रमाणे १९३८ साली ऑस्करचे चित्रपट कथालेखनाचे बक्षीस मिळाले. ऑस्कर आणि नोबेल अशी दोन भिन्न क्षेत्रांतील सर्वोच्च प्रतिष्ठेची बक्षिसे मिळवणारे ते आत्तापर्यंत एकमेव म्हणून त्यांचा गौरवाने उल्लेख केला जातो.

**६.** नोबेल पुरस्कार मिळविणाऱ्या व्यक्तींमध्ये इंग्लंडचे सर विल्यम्स लॉरेन्स ब्रॅग (वय २५) ही आत्तापर्यंतची सर्वांत तरुण व्यक्ती आहे. त्यांना १९१५ साली भौतिकशास्त्राचा नोबेल पुरस्कार मिळाला.

**७.** दोन वेळा नोबेल पुरस्कार मिळविणाऱ्या एकूण चार व्यक्ती आहेत.

**अ.** मेरी क्यूरी
भौतिकशास्त्र - किरणोत्सारिता (१९०३)
रसायनशास्त्र - शुद्ध रेडियम (१९११)

**ब.** लिनस पॉलिंग
रसायनशास्त्र - हायब्रिडाईज्ड ऑरबिटल थिअरी (१९५४)
शांतता - न्युक्लियर टेस्ट बॅन ट्रिटी अॅक्टिव्हिझम (१९६२)

**क.** जॉन बॅरडीन
भौतिकशास्त्र - इन्व्हेन्शन ऑफ ट्रान्झिस्टर (१९५६)
भौतिकशास्त्र - थिअरी ऑफ सुपर कंडक्टिव्हिटी (१९७२)

**ड.** फ्रेडरिक सॅंगेर
रसायनशास्त्र - स्ट्रक्चर ऑफ इन्शुलीन (१९५८)
रसायनशास्त्र - व्हायरस न्युक्लिओटाईड सिक्वेन्सिंग (१९८०)

८. नोबेल पुरस्कार मिळवणारे भारतीय

**अ.** रवींद्रनाथ टागोर - साहित्य (१९१३)
**ब.** सर चंद्रशेखर वेंकट रामन - भौतिकशास्त्र (१९३०)
**क.** हरगोविंद खुराणा - वैद्यकीय (१९६८)
**ड.** मदर तेरेसा - शांतता (१९७९)
**इ.** सुब्रह्मण्यम चंद्रशेखर - भौतिकशास्त्र (१९८३)
**प.** अमर्त्य सेन - अर्थशास्त्र (१९९८)
**फ.** वेंकटरमण रामकृष्णन- रसायनशास्त्र (२००९)

१९४८ सालचा शांततेचा नोबेल पुरस्कार म. गांधींना देण्यात येणार होता. पण तत्पूर्वी ३० जानेवारी, १९४८ला त्यांचे निधन झाले. नोबेल पुरस्कार मरणोत्तर दिला जात नसल्यामुळे तो त्यांना दिला गेला नाही. परंतु त्या वर्षी त्यांच्या सन्मानार्थ तो इतर कोणालाही दिला गेला नाही.

## नोबेल विजेत्या स्त्रिया

नोबेल पुरस्कार मिळविणाऱ्या एकूण ७०० व्यक्तींपैकी २९ महिला आहेत. त्यांना एकूण ३० बक्षिसे (सन २०११पर्यंत) मिळाली.

मादाम मेरी क्यूरी ही त्यातली सर्वप्रथम बक्षिसविजेती महिला तर आहेच शिवाय दोन नोबेल पुरस्कार मिळविणाऱ्या चार व्यक्तींपैकी एकमेव स्त्री आहे.

गेल्या शतकभरातील स्त्रियांना मिळालेल्या नोबेल पुरस्कारांचा आढावा घेतला तर अनेक मनोरंजक व माहितीपूर्ण गोष्टी समोर येतात.

मागच्या दोन दशकांत नोबेल पुरस्कार मिळविणाऱ्या स्त्रियांची संख्या काही प्रमाणात वाढलेली दिसत असली, तरी मूलभूत विज्ञानातील भौतिकशास्त्र व रसायनशास्त्र या विभागातील नोबेल पुरस्कार कोणत्याही महिलेला मिळालेला

दिसत नाही. मागील दोन दशकांत वैद्यकीय, साहित्य आणि शांतता या विभागासाठीची बक्षिसे मात्र थोड्या प्रमाणात वाढली आहेत. अर्थशास्त्र विभागातील बक्षीस मात्र आत्तापर्यंत कोणत्याही महिलेला मिळालेले नाही. अर्थात या विभागासाठीचे बक्षीस १९६९ सालापासून सुरू झाले आहे.

| **विभाग** | **कालावधी (१९०१ – २०००)** | | |
|---|---|---|---|
| | **एकूण** | **स्त्रिया** | **स्त्रिया (टक्के)** |
| रसायनशास्त्र | १३५ | ३ | २.२२ |
| भौतिकशास्त्र | १६२ | २ | १.२३ |
| शरीरविज्ञान / वैद्यकीय | १७२ | ६ | ३.४९ |
| साहित्य | ९७ | ९ | ९.२८ |
| शांतता (संस्था वगळून) | ८८ | १० | ११.३६ |
| अर्थशास्त्र | ४६ | ० | ०.०० |
| **एकूण** | **७०० (६९६)** | **३० (२९)** | **४.२९** |

विसाव्या शतकातील सुरुवातीच्या काळात अनेक प्रगत देशातील स्त्रियांना ही बक्षिसे मिळाली. ऑस्ट्रिया, स्वीडन, नॉर्वे, अमेरिका, इटली, पोलंड, जर्मनी, आयर्लंडमधील स्त्रियांनी हा बहुमान मिळविला. परंतु त्यानंतर शतकाच्या अखेरीस आफ्रिका, म्यानमार, ग्वाटेमाला, चिली, भारत, यांसारख्या विकसनशील देशातील महिलाही या यादीत समाविष्ट झाल्या आहेत.

## नोबेल पुरस्कार मिळविणाऱ्या स्त्रिया

- **भौतिकशास्त्र**
  - मेरी क्यूरी – १९०३ (पोलंड)
  - मारिया गोपर्ट मायर – १९६३ (जर्मनी, आता पोलंडचा भाग)

**भौतिक / रसायन**

- **रसायनशास्त्र**
    - मेरी क्यूरी – १९११ (पोलंड, फ्रान्स)
    - आयरिन जोलिएट क्यूरी – १९३५ (फ्रान्स)
    - डोरोथी क्रोफुट हॉजकीन – १९६४ (ब्रिटन)

- **शरीरविज्ञान/वैद्यकीय**
    - गर्टी कोरी – १९४७ (ऑस्ट्रिया)
    - रोझालिन सुसमॅन यॅलो – १९७७ (अमेरिका)
    - बार्बरा मॅक्लिटॉक – १९८३ (अमेरिका)
    - रिटा लेव्ही मॉटॅलसिनी – १९८६ (इटली)
    - गर्टुड इलियन – १९८८ (अमेरिका)
    - क्रिस्टिन नसलीन व्होलार्ड – १९९५ (जर्मनी)

**वैद्यकीय**

- **साहित्य**
    - सेलमा लॅगरलॉफ – १९०९ (स्वीडन)
    - ग्रॅझिया डेलेडा – १९२६ (इटली)
    - सिग्रिड अंडसेट – १९२८ (नॉर्वे)
    - पर्ल बक – १९३८ (अमेरिका)
    - गॅब्रिएला मिस्त्राल – १९४५ (चिली)
    - नेली सॅक्स – १९६६ (जर्मनी)
    - नॅडिन गॉर्डिमेर – १९९१ (साऊथ आफ्रिका)
    - टॉनी मॉरिसन – १९९३ (अमेरिका)
    - विस्लावा झिंबॉरस्का – १९९६ (पोलंड)

**साहित्य**

- **शांतता :**
    - बार्था व्हॉन सुत्नेर – १९०५ (ऑस्ट्रिया)
    - जेन ॲडम्स – १९३१ (अमेरिका)
    - एमिली ग्रीन बाल्च – १९४६ (अमेरिका)
    - बेटी विल्यम्स – १९७६ (आयर्लंड)
    - मेयरिड कॉरिगन – १९७६ (आयर्लंड)
    - मदर तेरेसा – १९७९ (मॅसाडोनिया, भारत)

**शांतता**

- अल्वा मिरडॅल – १९८२ (स्वीडन)
- आँग सॅन स्यू की – १९९१ (म्यानमार)
- रिगोबर्टा मेंच तुम – १९९२ (ग्वाटेमाला)
- जॉडी विल्यम्स – १९९७ (अमेरिका)

अनेक राष्ट्रांतल्या, विविध धर्मांच्या, विविध वर्गांतून आलेल्या या स्त्रिया! 'नोबेल' या जगातल्या सर्वोत्तम पुरस्काराच्या शिखरापर्यंत त्या कशा पोहोचल्या? प्रखर बुद्धिमत्ता, निष्ठापूर्वक ज्ञानोपासना, परिश्रम करण्याची तयारी, जनसेवेची तळमळ आणि विनयशील वृत्ती हे तर या सर्व स्त्रियांमधील समान धागे. पण पुरुषांच्या बरोबरीने बौद्धिक जग पेलणाऱ्या या स्त्रियांना स्त्री-पुरुष विषमतेचा सामना करावा लागला का? राष्ट्रीय-आंतरराष्ट्रीय यशाच्या धनिणी होत असताना कौटुंबिक जबाबदारीचा व कर्तव्यांचा तुलनेने छोट्या चढणीचा डोंगर त्यांनी कसा पार केला? का सामर्थ्यशाली कौटुंबिक पाया लाभल्यामुळेच त्यांना नभाएवढी उंची गाठता आली? भावनिकदृष्ट्या त्या कशा होत्या? समृद्ध, परिपूर्ण, संतुलित का फक्त यशाचाच विचार करणाऱ्या एककल्ली? जीवनातील सुख-दुःखांना, अडचणींना, संकटांना त्या कशा सामोऱ्या गेल्या?

स्त्रियांचे कार्यक्षेत्र कोणते? 'चूल का मूल?' यांचे वाद आपण संकुचित वृत्तीच्या निष्क्रिय लोकांनी घालावेत. कर्तबगार स्त्रियांपुढे असे प्रश्न कधीच उपस्थित होत नाहीत. जीवनभर परिश्रम करून अमर्यादित यश मिळविणाऱ्या या स्त्रियांच्या आयुष्याकडे पाहिले की जाणवते की, स्त्रीत्वाला त्यांनी मर्यादा न मानता 'सामर्थ्य' मानले. 'गुणिषु न च लिंगं न च वयः।' या संस्कृत वचनाप्रमाणे त्यांचे कर्तृत्व भेदातीत व वयातीत आहे. नोबेल पुरस्कार विजेत्या या सर्व स्त्रियांचा जीवनपट पाहणे व अभ्यासणे रोचक व प्रेरणात्मक ठरेल.

*मुकुटमणी*

# मेरी पिएर क्यूरी

## (Marie Pierre Curie)

देश – पोलंड, फ्रान्स
जन्म – ७ नोव्हेंबर, १८६७, मृत्यू – ४ जुलै, १९३४
**नोबेल पुरस्कार – भौतिकशास्त्र (१९०३), रसायनशास्त्र (१९११)**

**'निरामय असे जीवन आपल्या कुणाच्याच वाट्याला आले नाही, पण त्याबद्दल फिकीर कशाला बाळगायची? आपण चिकाटी धरूया आणि मुख्य म्हणजे आत्मविश्वास बाळगूया. आपण मनाशी अशी खूणगाठ बांधावी, की काहीतरी चांगल्या कार्यासाठी आपल्याला शक्ती लाभली आहे आणि काही झाले तरी ते कार्य आपणास साधलेच पाहिजे.'- मादाम मेरी क्यूरी.**

नोबेल पुरस्कार मिळविणारी पहिली महिला, दोन भिन्न विषयांत (भौतिकशास्त्र-१९०३, रसायनशास्त्र- १९११) नोबेल पुरस्कार मिळविणारी पहिली व आत्तापर्यंतची एकमेव महिला. डॉक्टरेट मिळविणारी पहिली फ्रेंच महिला (१९०३), अमेरिकेतील ८-१० प्रमुख विश्वविद्यालयांची 'डॉक्टरेट' ही सन्माननीय पदवी लाभलेली महिला, अनेक आंतरराष्ट्रीय संशोधन केंद्रांची सदस्या, संचालिका.... ही यादी कितीतरी वाढत जाईल! सन्मान व पदकांनाच जिच्यामुळे भूषण प्राप्त झाले, अशा ख्यातीची मादाम मेरी क्यूरी!!

चिकाटी, आत्मविश्वास आणि अलौकिक कार्य करण्यासाठी लागणारी शक्ती या तिच्या ठायी असलेल्या गुणत्रयींच्या आधारे यशोकीर्तीच्या अनेक लखलखत्या

मानबिंदूंनी तिचा जीवनपट तेजस्वी बनला. केवळ स्त्रियांना नव्हे तर साऱ्या मानव जातीलाच गौरवास्पद वाटावे, असे तिच्या संशोधन कार्याचे महत्त्व आज शतकानंतरही टिकून आहे.

पोलंड देशात 'वॉर्सा' येथे ७ नोव्हेंबर, १८६७ रोजी जन्म झालेली मेरी क्यूरी म्हणजे 'स्क्लोडोव्हस्की' दांपत्याचे शेंडेफळ. पाच अपत्ये असणारे स्क्लोडोव्हस्की दांपत्य सुविद्य व सुसंस्कृत होते. मुलींच्या शाळेत शिक्षिकेची नोकरी करत असताना त्याच संस्थेत प्राध्यापिका होऊन पुढे संचालिका झालेली मेरीची आई, तसेच अनेक भाषा जाणणारे आणि शास्त्र विषयांचे अध्ययन व अध्यापन करणारे तिचे वडील, दोघेही अत्यंत विद्वान व व्यासंगी होते. शिवाय ते कर्तव्यदक्ष, संस्कारशील आणि प्रेमळही होते. त्यांच्या सहवासात पाचही अपत्यांमध्ये परस्पर स्नेहभाव वृद्धिंगत झाला होता. परंतु दुर्दैवाने वयाच्या दहाव्या वर्षीच मेरीला भगिनीवियोग आणि त्यानंतर मातृ-वियोगाचा धक्का सहन करावा लागला. 'स्क्लोडोव्हस्की' कुटुंबीयांवर पुढील पाच-सहा वर्षांत अनेक संकटे आली. पत्नी व मुलीच्या आजारपणात मेरीच्या वडिलांचे बरेच पैसे खर्च झाले होतेच, शिवाय आता त्यांच्या नोकरीतही पदावनती आणि वेतन कपातीची एक नवीन समस्या उभी राहिली. आईविना अनाथ असलेल्या त्या साऱ्या भावंडांना जबाबदारीची जाण लवकरच आली. त्यात मेरी तर अत्यंत कुशाग्र व बुद्धिमान. तिचे शालेय शिक्षण संपत आले होते. कर्तव्यांच्या जाणिवांनी आणि जबाबदारीच्या भावनेने आपल्या कुटुंबीयांचा आर्थिक भार उचलावा, असे विचार तिच्या मनात येऊ लागले.

यौवनाच्या उंबरठ्यापलीकडील नवजीवनाचे दालन तिने जणू एका पावलातच ओलांडले! अनेक दुःखद घटनांमुळे तिचा धर्मकल्पना, उपासना यांवरचा विश्वास उडाला होता, तरी तारुण्यात पदार्पण करताना काहीतरी भव्यदिव्य कार्य करावे याचा ध्यास मात्र तिला नक्कीच लागला होता.

अर्थार्जनासाठी तसेच मोठ्या बहिणीच्या उच्च शिक्षणाच्या सोयीसाठी तिने गृहशिक्षिकेची नोकरी पत्करली होती. इच्छा असूनही महाविद्यालयीन शिक्षणापासून तिला काही काळ वंचित राहावे लागले. तरी तिचे वाचन-लिखाण-चिंतन त्या कालावधीत चालूच होते. जन्मजात प्रज्ञा, अतितीव्र स्मरणशक्ती आणि जिज्ञासा या तिच्या सुप्त शक्ती ऐन तारुण्यात बहरून आल्या होत्या!

ऑगस्टस, कॉम्टे यांचे लिखाण, सामाजिक उत्क्रांतीचे ग्रंथ, डोस्टोव्हस्की आणि गॉल्पेरॉव यांच्या पुस्तकांच्या वाचनाचे उल्लेख तिच्या डायरीत आढळतात. जर्मन, पोलिश भाषेतील काव्यचरणे, फाउन्टेनच्या कथांची चित्रे, रेनाँच्या 'जीझस'मधील उतारे, सली, प्रूधाँ यांच्या साहित्यातील उताऱ्यांची पद्यमय भाषांतरे अन् त्याचबरोबर प्रीतीच्या तारुण्यसुलभ भावना व्यक्त करणाऱ्या स्वरचित कविता... काय नव्हते

तिच्या डायरीत? त्यातले बहुविध, अभिरुचीपूर्ण, दर्जेदार, सर्वस्पर्शी वाचन-लिखाणाचे सारे संदर्भ, तिचे व्यक्तिमत्त्व सर्वांगाने बहरत होते हेच दर्शवितात! अनेक तत्त्वचिंतकांच्या लिखाणातून आणि वाचनातून तिला सामाजिक कार्याची दीक्षा मिळत होती. बुद्धिवादी वडिलांच्या सान्निध्यात वास्तववादी आणि विज्ञानवादी होत असतानाच ती मनाच्या एका कोपऱ्यात संवेदनशील, हळुवार आणि सौंदर्यवादी दृष्टिकोनही जपत होती. या साऱ्या अद्‌भुत संस्कारांमधून तिची जीवनावर नितांत श्रद्धा जडत गेली.

शिक्षणासाठी लागणारा पुरेसा पैसा जमा झाल्यानंतर तीही तिच्या बहिणीच्या आग्रहानुसार पॅरिसला उच्च शिक्षणासाठी जाण्यास तयार झाली. पॅरिसमधील सोबोर्न विश्वविद्यालयात ३ नोव्हेंबर, १८९१ रोजी जेव्हा तिने प्रवेश घेतला, तेव्हा स्क्लोडोव्हस्की कुटुंबीयांतील साऱ्यांना समाधान वाटले. आर्थिक अडचणींमुळे पात्रता असूनही ती इतके दिवस उच्च शिक्षणापासून वंचित राहिली होती.

खरं तर कमीतकमी खर्चात घरभाडे, जेवणखर्च, कॉलेजची फी, पुस्तकांचा खर्च, इतर घरखर्च या साऱ्या गोष्टी बसविणे म्हणजे एक मोठे दिव्यच होते. अर्थात तिची राहणी अत्यंत साधी होती. तारुण्यातील छानछोकी तिला परवडणारी नव्हती अन् त्याची तिला फारशी खंतही वाटत नसे. एक लोखंडी कॉट, सतरंजी, टेबल-खुर्ची, एक स्टोव्ह, एक दिवा आणि स्वयंपाकाची मोजकी भांडी एवढाच काय तो तिचा संसार. दिवसभर कॉलेज, प्रयोगशाळा, वाचनालय, घरी आल्यावर स्वयंपाक, इतर कामे, त्यानंतर पुन्हा मध्यरात्रीपर्यंत अध्ययन असा तिचा दिनक्रम असे. एखाद्या ऋषिकन्येला शोभेल अशी तिची ज्ञाननिष्ठा आणि उच्च ध्येयासक्ती होती. त्यामुळे आर्थिक अडचणींचा आणि इतर हालअपेष्टांचा अडसर तिला कधी जाणवलाच नाही. चार वर्षांच्या खडतर तपश्चर्येनंतर ती पदवी परीक्षेत प्रथम क्रमांकाने उत्तीर्ण झाली.

आता तिला पुढील शिक्षणाचे वेध लागले. पण पुन्हा तोच पैशांचा प्रश्न! मात्र या वेळी तिची बुद्धिमत्ता, चिकाटी आणि परिश्रमशीलता पाहून वॉर्सामधील एका संस्थेने तिला 'अलेक्झँड्रोविच' नावाची तब्बल सहाशे रुबल्सची शिष्यवृत्ती दिली. या वेळीही तिने उच्च गुण मिळवून पदवी संपादन केली.

निसर्गाच्या अज्ञात प्रदेशात शिरून गूढ गोष्टींचे ज्ञान प्राप्त करून घेणे, गहन-कूट प्रश्न सोडविणे, सृष्टीतील घडामोडींच्या मागचे वैज्ञानिक सत्य जाणून घेणे ही संशोधक वृत्तीची सारी लक्षणे तिच्यात भरपूर होती. आता पोलादाच्या विद्युत आकर्षण सामर्थ्याबद्दलचे संशोधन कार्य तिने अंगावर घेतले. हे काम करत असताना हुशार व विद्वान प्राध्यापक 'पिएर क्यूरी' यांच्याशी तिचा परिचय झाला. मेरीच्या बुद्धिमत्तेच्या तेजाने, ध्येयासक्तीने आणि अलौकिक प्रतिभेने ते मोहित

झाले. 'पिएर' स्वत: बुद्धिवादी आणि उच्च दर्जाचे शास्त्रज्ञ तर होतेच, तसेच ते संवेदनशील, भावप्रवण आणि कविमनाचेही होते. मेरीवरील त्यांच्या उत्कट प्रेमाची परिणती त्या दोघांच्या विवाहात झाली. १८९५ साली त्यांचा विवाह झाला.

पिएर क्यूरीसारखा सिद्धहस्त संशोधकच मार्गदर्शक व पती म्हणून लाभल्याने तिची, संशोधन कार्य व वैवाहिक जीवन या दोन्ही स्तरांवर यशस्वी वाटचाल सुरू झाली.

'रॉंटजेन' या शास्त्रज्ञाने 'क्ष' किरणांचा शोध नुकताच लावला होता आणि 'बेक्वेरेल' या शास्त्रज्ञाचे युरेनिअम या मूलद्रव्यातून बाहेर पडणाऱ्या विलक्षण किरणांवर संशोधन चालू होते. मूलद्रव्यांतून बाहेर पडणाऱ्या प्रारणांचे कुतूहल वाटू लागल्यामुळे मेरीने आपल्या डॉक्टरी प्रबंधासाठी 'युरेनिअम' हा विषय निवडला.

'युरेनिअम' या दुर्मीळ मूलद्रव्याचे रासायनिक पृथक्करण करून त्यातून बाहेर पडणाऱ्या किरणांचा तिने सूक्ष्म रीतीने अभ्यास केला. नंतर 'थोरियम' या मूलद्रव्यातूनही अशाच प्रकारचे किरण बाहेर पडतात हे तिच्या लक्षात आले. पदार्थाच्या या गुणधर्माला तिने किरणोत्सारिता (Radioactivity) असे नाव दिले.

युरेनिअमपेक्षा चौपट शक्तिशाली स्वयंप्रकाशी किरण बाहेर पडणारी काही मूलद्रव्ये अस्तित्वात असल्याचा शोध तिला 'पिचब्लेन्ड' या खनिज मूलद्रव्याचे रासायनिक पृथक्करण करताना लागला. एवढेच नव्हे तर तिला पिचब्लेन्डमध्ये एकाऐवजी दोन किरणोत्सारी मूलद्रव्यांचे अस्तित्व आढळले. पैकी एका मूलद्रव्याला तिने पोलोनियम हे नाव देऊन स्वदेशाबद्दलची कृतज्ञता दर्शविली. त्या खनिजातून 'रेडियम' हे दुसरे मूलद्रव्य अलग करण्यासाठी मात्र क्यूरी पती-पत्नींना कमालीच्या हालअपेष्टांना तोंड द्यावे लागले. पुरेशा साधनसामग्रीच्या अभावी एका छोट्याशा खोपट्यात रेडियमची सिद्धी करताना त्यांना अत्यंत शारीरिक आणि मानसिक त्रास

**मेरीची सुरुवातीची एका शाळेतील प्रयोगशाळा**

झाला. अर्थात अखेर २६ डिसेंबर, १९०२ रोजी खनिजातून रेडियम विलग करण्यात त्यांना यश मिळाले, तेव्हा साऱ्या कष्टांचा विसर पडून त्यांना अत्यानंद झाला.

या संशोधनाच्या गौरवार्थ त्यांना १९०३चे भौतिकशास्त्राचे नोबेल पारितोषिक मिळाले. रेडियम किरण, रेडियम धातू, त्यांच्या रासायनिक क्रिया इ. रेडियमसंबंधी विषयांवर प्रयोग व संशोधन करून त्यांनी एकूण ३२ शोधनिबंध सादर केले.

**मेरी क्यूरी, पती पिएर (डावीकडे), मुलगी आयरिन व सासरे डॉ. क्यूरी यांच्या समवेत (१९०३)**

संशोधनाच्या कार्यात क्यूरी पती-पत्नी अहोरात्र बुडून गेले होते. दोघांची ज्ञाननिष्ठा, काम करण्याची पद्धत, शास्त्राप्रती प्रेम हे सारख्याच तोलामोलाचे होते. सर्व ठीक चालले होते, पण विधिलिखित काही वेगळेच होते. १९ एप्रिल, १९०६ रोजी पिएर क्यूरी यांचे अचानक अपघातात निधन झाले. पतीनिधनाचा धक्का साऱ्याच स्त्रियांना क्लेशदायी असतो. मेरी-पिएरचे नाते तर सामान्य पती-पत्नींपेक्षा कितीतरी वेगळ्या प्रकारचे होते. सुख-दु:खात अद्वैत बनलेले गुरू, संशोधन कार्यात बुद्धिमान मार्गदर्शक अन् भावजीवनात मनाचे आर्त जाणणारे प्रेमळ मित्र – जीवनाच्या प्रत्येक टप्प्यात, प्रत्येक दिनी, प्रत्येक क्षणी पतीशी तद्रूप झालेल्या मेरीला एकाकीपणाचे दु:ख केवढे असह्य झाले असेल? परंतु 'काही झाले तरी शास्त्रसेवेचे व्रत अखंड सुरू राहिलेच पाहिजे.' या पतीवचनाला स्मरून मेरीने स्वत:ला पुन्हा संशोधन कार्यात झोकून दिले.

तिचे स्वत:चे शिक्षण झालेल्या सोबोर्न विश्वविद्यालयात तिची प्राध्यापिका म्हणून नेमणूक झाली. तिथे रसायनशास्त्र विभागात काम करताना तिने सुमारे हजार पृष्ठांचा रेडियमविषयीचा ग्रंथ प्रकाशित केला. पाच-सहा वर्षांत रसायनशास्त्र विभागात अनेक प्रकारचे संशोधन केले. त्यामुळे १९११मध्ये तिला रसायनशास्त्र विभागाचे नोबेल पारितोषिक मिळाले. दोन नोबेल पुरस्कार मिळवणारी ती एकमेव महिला आहे.

तिच्या संशोधनाचा बोलबाला आता साऱ्या जगात होऊ लागला. रेडियमच्या गुणधर्माचा उपयोग आता प्रत्यक्षात होऊ लागला. खऱ्या, खोट्या हिऱ्यांची पारख करणे, कॅन्सरसारखे दुर्धर रोग बरे करणे, इतर पदार्थांमध्ये उष्णता व विद्युतशक्तीचे वहन करणे अशा प्रकारची अनेक कार्ये रेडियममुळे होऊ लागली.

पहिल्या महायुद्धाच्या वेळी (१९१४) मेरीने आपल्या नोबेल पारितोषिकाची रक्कम सरकारला मदत म्हणून देऊ तर केलीच शिवाय ती युद्धग्रस्तांना मदत करणाऱ्या वैद्यकीय पथकातही दाखल झाली. 'क्ष' किरण यंत्र बसविलेली आपली गाडी घेऊन ती प्रत्यक्ष युद्धभूमीवर जात असे. रेडियमपासून निघणाऱ्या 'रेडॉन' या वायूचा उपयोग करून जखमींवर उपचार करण्याची पद्धत तिने शोधली होती. युद्धग्रस्तांना मदत करण्यासाठी वैद्यकशास्त्र, शरीरशास्त्र इत्यादींबरोबरच तिने मोटार चालवणे व दुरुस्त करणेही शिकून घेतले होते.

तिने संशोधन कार्य प्रयोगशाळेत बंदिस्त न ठेवता प्रत्यक्ष व्यवहारात आणल्यामुळे तिचा जगभर गौरव झाला. नंतर 'युद्ध काळातील रेडियमशास्त्र' हा ग्रंथही तिने लिहिला. मूलभूत विज्ञानाच्या प्रसारासाठी वॉर्सा व पॅरिस येथे तिने 'क्यूरी इन्स्टिट्यूटची' स्थापना केली. पोलंड ही तिची जन्मभूमी. तिथे तिच्या कार्याचा खूप गौरव झाला.

तेथील सर्वोच्च मानाचा 'डोलेगा कोट ऑफ आर्म्स' तिला मिळाला. पोलंड सरकारने तिच्या सन्मानार्थ वीस हजार इलोटीची बँकनोट काढली. फ्रेंच सरकारनेही ५०० फ्रँकच्या नोटेवर 'क्यूरी' दांपत्याचा फोटो छापला. तिची जन्मभूमी आणि कर्मभूमी या दोन्ही ठिकाणी तिला खूप मानसन्मान तर मिळालाच, शिवाय इतर देशांनीही तिला अनेक सन्माननीय पदे दिली. अमेरिकेतील ८-१० सुप्रसिद्ध विद्यापीठांची डॉक्टरेट पदवी तिला मिळाली. १९२१मध्ये अमेरिकेने तिला सन्मानाने बोलावून अत्यंत दुर्मीळ आणि मौल्यवान असे १ ग्रॅम रेडियम दिले. अर्थात तिने ते रेडियम पुन्हा संशोधनासाठी पॅरीसमधील प्रयोगशाळेला दिले. एका मूलद्रव्याला (अणुक्रमांक ९६) तिच्या गौरवार्थ

**मेरीला मिळालेला मानाचा 'डोलेगा कोट ऑफ आर्म्स'**

'क्यूरीयम' हे नाव देण्यात आले.

अचल ध्येयनिष्ठा, संशोधन कार्यातील चिकाटी अन् जनसेवेची तळमळ यांमुळे मेरी क्यूरीला श्रेष्ठांच्या आंतरराष्ट्रीय यादीत मानाचे स्थान तर मिळालेच, परंतु कन्या, भगिनी, पत्नी व माता म्हणून आपल्या जबाबदाऱ्यांचे तिने तितक्याच उत्साहाने स्वागत केले. उलट त्या जबाबदाऱ्यांना तिने सात्विक व निरागस आनंदाचे साधन मानले होते.

**मेरीच्या सन्मानार्थ पोलंड सरकारने काढलेली बँकनोट**

**कौटुंबिक नाती, संशोधन कार्य, जनसेवा हे तिच्या जीवन-पटातील मुख्य धागे. त्यांची परस्पर-छेदक किंवा समांतर रचना न करता तिने त्यांचे एकात्म आंतरबंधांचे सुंदर गोफ विणले. वेगवेगळ्या रंगांच्या, वेगवेगळ्या पोतांच्या या सुबक व सुसूत्र विणींनी तिचे जीवन घनगर्द व भरदार झाले. तिच्या या दाट विणीच्या जीवनशेल्यात समस्यांच्या अन् संकटांच्या छिद्रांना सुताइतकाही वाव नव्हता!**

*शांततेची आद्य नायिका*

# बॅरोनेस बार्था व्हॉन सुत्नेर

**(Bertha Felicitas Sophie Freifrau Von Suttner)**

देश – ऑस्ट्रिया
जन्म – ९ जून, १८४३, मृत्यू – २१ जून, १९१४
**नोबेल पुरस्कार – शांतता (१९०५)**

**स्त्रियांमधील शांततेचे पहिले नोबेल पारितोषिक मिळविणारी ऑस्ट्रियाची बार्था व्हॉन सुत्नेर. अत्यंत खानदानी, उच्चभ्रू घराण्यात तिचा जन्म झाला. वडील फिल्ड मार्शल. त्यामुळे घरात सैनिकी शिस्तीचा बडगा!**

एकोणिसाव्या शतकाच्या उत्तरार्धातील तो युरोपमधील काळ. युरोपमधील काही राष्ट्रांचा वसाहतवाद वाढीस लागलेला. त्यांच्या अनिर्बंध महत्त्वाकांक्षेपायी आशियातले आणि इतर खंडातले कितीतरी देश त्यांचे अंकित होते. खरं तर इतक्या दुरून या सर्व देशांचा राज्यकारभार चालविणे त्यांना जडच जात होते. त्यात छोट्या-छोट्या युरोपियन राष्ट्रांमधील झगडे, अंतर्गत बंडाळ्या, आधुनिक विज्ञानातील लागत असलेल्या नवनवीन शोधांमुळे तरुण वर्गाच्या बदलत जाणाऱ्या जीवनविषयक संकल्पना, दोन पिढ्यांमध्ये पडत जाणारी भरपूर तफावत, त्यामुळे निर्माण होणारा आंतरविरोध या सर्वांचा सामना करताना युरोपियन राष्ट्रे मेटाकुटीस येत होती. अनेक लहान-मोठ्या युद्धांमुळे तेथील वातावरण नेहमी अस्वस्थ, अशांत असे. एकीकडे आधुनिक सुखसोयींच्या उपलब्धतेमुळे लोकांचे जीवनमान उंचावलेले, तर दुसरीकडे लढाया आणि चकमकींमुळे सतत अस्थिरतेकडे झुकलेले!

पण हुकूमशाहीच्या आणि एकाधिकारशाहीच्या जुलमी राजवटीच्या आधिपत्याखाली

असलेल्या त्या सामाजिक वातावरणात स्थैर्य आणण्याचे धाडस कोण दाखविणार, आणि शांततेच्या प्रयत्नांसाठी नायकत्व तरी कोण पत्करणार? म्हणूनच पुरुषसत्ताक व पुरुषप्रधान संस्कृतीच्या त्या कालावधीत जेव्हा 'बार्था व्हॉन सुत्नेर' सारखी स्त्री शांतता प्रस्थापित व्हावी म्हणून ऑस्ट्रियन युद्धविरोधी संघाची स्थापना करते; तेव्हा 'शांततेची क्रांतिकारी आद्य नायिका' ही तिची ओळख सार्थ ठरते.

सन १८४३च्या सुमारास युरोपमध्ये सनातनी वातावरण असले तरी मागासलेपणा नव्हता. तेथे मुलींना त्या काळी योग्य शिक्षणाची संधी मिळत असे. परंतु बार्थाच्या घरचे वातावरण मात्र खूप कडक होते. कारण तिचे वडील सैनिकी क्षेत्रातले होते. शिक्षण संपल्यानंतर१८७३च्या सुमारास व्यवसायाने इंजिनियर असणाऱ्या आणि लेखनकलेची आवड जोपासणाऱ्या तसेच सामाजिक कार्याची कळकळ असणाऱ्या 'बॅरोन ऑर्थर गुंडाकर व्हॉन सुत्नेर' यांच्याशी तिचे प्रेमसंबंध जुळले. परंतु अतिशय उच्च खानदानी परंपरा असलेल्या बार्था हिच्या घरातून त्यांच्या विवाहाला परवानगी मिळाली नाही. पुढे १८७६च्या सुमारास सर आल्फ्रेड नोबेलची सेक्रेटरी व गव्हर्नेस म्हणून तिची पॅरिस येथे नियुक्ती झाली. परंतु थोड्याच दिवसात ती व्हिएन्ना येथे परतली व ऑर्थर यांच्याशी तिने गुप्तपणे विवाह केला. कदाचित मुक्ती व क्रांतीशी तिची इथेच नाळ जुळली असावी.

अर्थात तिच्या बंडखोरीत बेजबाबदारपणा नव्हता. मुक्ती म्हणजे स्वैरपणा नव्हे अन् क्रांती म्हणजे तारुण्यातला उन्मत्त उठाव नव्हे, याची तिला चांगली जाणीव होती. म्हणूनच आपल्या विवाहसमयी तिने उचललेले हे छोटेसे क्रांतिदर्शी पाऊल स्वयेच विश्वशांतीचा राजमार्ग आखत गेले. या पथावर वाटचाल करत असताना तिच्या सोबतीला होता समाजाविषयीचा आत्यंतिक जिव्हाळा आणि उरात होती इतरांना शांततेचे महत्त्व पटवून देण्याची धडाडी! शांतता प्रस्थापित करण्याचे प्रयत्न करताना तिला अनेक पातळींवर झगडावे लागले हा केवढा विरोधाभास! परंतु स्वत:च्या काम करण्याच्या क्षमतेवर आणि मानवतेवर तिचा अपार विश्वास असल्यामुळे ती आपल्या प्रयत्नांमध्ये कधीच कमी पडली नाही.

बार्थाच्या व्याख्यानाची जाहिरात

सन १८८९-९०च्या सुमारास तिने 'Die waffen hieder!' (Lay down

**बार्थाची 'डाय वॅफेन हायडेर' ही कादंबरी**

your arms!) ही युद्धबंदीवर आधारित कादंबरी लिहली. इतकेच नव्हे तर पुढे१८९२-९९च्या कालावधीत याच नावाचे मासिक चालवून त्याचे संपादकपद सांभाळले. या पुस्तकाने व मासिकानेच तिला आंतरराष्ट्रीय ख्याती मिळवून दिली.

१८९० सालापासून ऑस्ट्रियामध्ये तिने अनेक संस्था स्थापन केल्या. त्याद्वारे शांतता मोहिमा राबवणे, वेगवेगळ्या भागात जाऊन लोकांचे प्रबोधन करणे, त्यांना शस्त्रास्त्रांचा त्याग करावयास भाग पाडणे, युद्धविरोधी वातावरण तयार करणे या बाबतीत ती मार्गदर्शन करत असे. सर आल्फ्रेड नोबेलसारखे संशोधक, धनिक लोक आणि काही प्रमाणात सरकारी अनुदाने यांच्या आर्थिक मदतीच्या जोरावर तिच्या चळवळी चालत असत.

तिची शांतता मोहीम व लिखाण यांच्यावर एच.टी. बकल, हर्बर्ट स्पेन्सर आणि चार्ल्स डार्विन यांच्या लिखाणाचा प्रभाव होता.

खरं तर १९०१पासूनच शांततेच्या नोबेल पुरस्कारासाठी तिच्या नावाचा विचार नॉर्वेजियन कमिटीमध्ये होत होता. परंतु दरवर्षी या ना त्या कारणाने तिचे नाव मागे पडत गेले आणि अखेर १९०५मध्ये तिला नोबेल पुरस्कार मिळाला. अर्थात या दरम्यान आणि नंतरही तिची शांतता मोहीम अखंडपणे चालूच होती.

सन १९०४मध्ये तिने अमेरिकेचा शैक्षणिक दौरा केला. त्या वेळचे अमेरिकेचे अध्यक्ष रूझवेल्ट यांनी तिला व्हाइट हाउसचे सन्माननीय निमंत्रण दिले होते. तेथेही तिने आपल्या शांतता मोहिमेचा प्रचार केला.

**सर आल्फ्रेड नोबेल यांच्याशी तिचे मित्रत्वाचे नाते होते. तिच्या आग्रहामुळेच नोबेल यांनी आपल्या बक्षीस योजनेत शांतता विभागाचा समावेश केला. कलहांकित संपन्नता म्हणजे काटेरी फळ. समृद्धीचा निर्वेधपणे आस्वाद घेताना त्या काट्यांचा अडसर येणारच. अशांततेचे अंकुश काढून ताणविरहित व कलहरहित समाजाची रचना करण्याचे स्वप्न रंगविण्याच्या आणि ते प्रत्यक्षात आणण्याच्या तिच्या प्रयत्नात विचारांचे द्रष्टेपण दिसून येते. सुमारे शतकभरापूर्वी तिने धरलेला शांततेचा आग्रह आजच्या काळातही किती आवश्यक आहे हे पटते.**

*नीलची निर्मिका*

# सेलमा लॅगरलॉफ

**(Selma Ottilia Lovisa Lagerlof)**

देश – स्वीडन

जन्म – २० नोव्हेंबर, १८५८, मृत्यू – १६ मार्च, १९४०

**नोबेल पुरस्कार – साहित्य (१९०९)**

**सेलमा लॅगरलॉफ, साहित्यातील नोबेल पुरस्कार मिळविणारी पहिली स्वीडिश नागरिक आणि पहिली महिला.**

स्वीडनमधील ऑस्ट्रा एमट्रीविक वॅर्मलँड येथे सेलमाचा जन्म झाला. लहानपणापासून कविता करण्याचा छंद जोपासलेला. घरातील वातावरण पोषक, साहित्यगुणांना वाव देणारे परंतु मध्यमवर्गीय कुटुंब. त्यामुळे नोकरी करण्यासाठी लागणारे शिक्षण घ्यायची आवश्यकता होती. त्यामुळे आपल्या आवडीचे शिक्षण क्षेत्र निवडून तिने १८८१च्या सुमारास स्टॉकहोम येथील शिक्षकांच्या प्रशिक्षण महाविद्यालयात प्रवेश घेतला. हा अभ्यासक्रम यशस्वीरीत्या पूर्ण केल्यानंतर १८८५मध्ये लँडस्क्रोना येथे मुलींच्या शाळेत शिक्षिका म्हणून तिची नेमणूक झाली.

मुलींच्या शाळेत काम करीत असताना तिच्या उपजत प्रतिभेला पुन्हा पंख फुटले. शिक्षिकेचा व्यवसाय सांभाळून कितीतरी कथा व कविता लिहून झाल्या. परंतु त्या सर्व साहित्याला प्रसिद्धी मिळाली नव्हती. त्या कुठे छापून आल्या नव्हत्या.

एकदा मात्र एका स्वीडिश साप्ताहिकातील वाङ्मय स्पर्धेत तिने भाग घेतला आणि तिला त्या वेळी प्रथम क्रमांक मिळाला. तेव्हापासून तिच्या साहित्याकडे लोकांचे लक्ष गेले.

वाङ्मय स्पर्धेतील पुरस्कारामुळे तिला प्रोत्साहन मिळाले. तिने १८९१मध्ये 'गॉस्टा बर्लिंग्ज सॅगा' ही सुप्रसिद्ध, आंतरराष्ट्रीय ख्यातीची कादंबरी लिहिली. या बाबतीत गमतीदार गोष्ट अशी घडली की, ज्या वर्षी या कादंबरीचे प्रकाशन झाले, त्या वर्षी इतर देशांतीलच काय पण स्वीडनमधील लोकांचेही त्या साहित्यकृतीकडे फारसे लक्ष गेले नव्हते. परंतु पुढे त्या कादंबरीचे जेव्हा डॅनिश भाषेत भाषांतर झाले, तेव्हा सर्व देशांतील लोकांचे त्या कादंबरीकडे लक्ष वेधले गेले.

वास्तवता आणि अद्‌भुतरम्यता यांचे अलौकिक मिश्रण असलेली 'गॉस्टा बर्लिंग्ज सॅगा' ही तिची पहिली कादंबरी त्यानंतर प्रचंड लोकप्रिय झाली. 'पीटर बॉक्सॅल' यांच्या अतिमहत्त्वाच्या १००१ जागतिक पुस्तकांच्या यादीत या कादंबरीचा समावेश आहे. (1001 books to read before you die, year - 2006) स्वीडनमधील वर्मलँड या प्रांतातील निसर्गसुंदर वातावरणात ही कथा घडते. कादंबरीतील सर्व पात्रे उच्चवर्गीय आणि सुसंस्कृत आहेत. वर्मलँडमधील नदीकाठचा गाव, तेथील हिवाळ्यातील बर्फाळ वातावरण, तिथली चिमुकली घरे, तेथील माणसांचे परस्परसंबंध आणि आजूबाजूला घडत जाणाऱ्या घटनांचे हळुवार, तपशीलवार भावदर्शन या साऱ्या घटकांमुळे कादंबरी काव्यात्मक झाली आहे. त्या काळच्या स्वीडनमधील साहित्यातील 'Neo-romanticism' (नव अद्‌भुततावाद) त्यात तंतोतंत उतरला आहे. 'Finally the vicar was in the pulpit' (अखेर चर्चमधला पाद्री चर्चमधील व्यासपीठावर आला.) हे कादंबरीच्या सुरुवातीला असलेले तिचे वाक्य स्वीडिश साहित्यात सुप्रसिद्ध झाले. या कादंबरीने तिला आंतरराष्ट्रीय यशाचा सन्मान मिळवून दिला. पुढे १९२४ साली या कादंबरीवरच एक स्वीडिश मूकपट बनविण्यात आला. सुप्रसिद्ध सिनेतारका ग्रेटा गार्बो हिने त्यात काम केले होते. या कादंबरीची जर्मन, फ्रेंच, इंग्लिश, इटालियन इ. अनेक भाषांमध्ये भाषांतरे झाली आहेत.

**सेलमा तिच्या घरासमोर (डावीकडून दुसरी)**

भारावलेला आदर्शवाद, पराकोटीची कल्पनाशक्ती आणि आध्यात्मिकतेचा स्पर्श ही तिच्या लेखनाची वैशिष्ट्ये. अनेक विषयांवर लिहिलेल्या तिच्या साहित्यकृतींतून ही वैशिष्ट्ये अबाधित राहिली. त्यामुळे तिचे प्रत्येक पुस्तक कीर्ती मिळवत गेले. पूर्ण स्वीडन देशात तिच्या साहित्याची चर्चा होऊ लागली. तिच्या लेखनाला प्रोत्साहन मिळावे आणि पूर्ण वेळ या कामासाठी वाहून घेता यावे म्हणून, 'स्वीडिश ॲकॅडमी' आणि स्वीडनमधील काही धनिक कुटुंबीयांनी तिला शिक्षिकेच्या पेशातून मुक्त होण्यास सांगितले आणि तिला भरपूर आर्थिक मदत देऊ केली. १८९५ साली तिने शिक्षिकेची नोकरी सोडली. त्यानंतर युरोपातील अनेक देशांत ती फिरली.

**'द वंडरफुल ॲडव्हेंचर्स ऑफ नील्स' हे सेलमाचे जगप्रसिद्ध पुस्तक. (१९०६)**

इटलीत प्रवास करून आल्यानंतर तिने 'Antikris mirakler' हे पुस्तक लिहिले. १८९७च्या सुमारास लिहिलेले हे पुस्तकही खूप गाजले. १९०१-१९०२मध्ये देशांतर केलेल्या स्वीडिश शेतकऱ्याच्या जीवनावर आधारित 'जेरुसलेम' (The holy city) हे पुस्तक लिहिले.

पुढे तिची ऑसिनलिगा लँकर, हर अर्नेस पेनिनगर आणि क्रिस्टस लेगजेंडर ही पुस्तकेही लोकांना खूप आवडली. आपल्या लख्ख प्रतिभाशक्तीच्या आधारे 'सेलमा लॅगरलॉफ' हिने अनेक उच्च दर्जाच्या साहित्यकृतींची निर्मिती केली. हे खरे असले, तरी त्या काळच्या स्वीडनमधील आधुनिक, पोषक वातावरणामुळे तिच्या प्रतिभेला विस्तारण्यास मुक्त आसमंत मिळाला, हेही महत्त्वाचे आहे. उच्च अभिरुची, रसिकता, कलासक्तता, साहित्य, नाट्य, गायन, नृत्य अशा विविध अनुरंजनाच्या क्षेत्रांत अभिजातता आणि सौंदर्य जोपासण्याची वृत्ती, दाद देण्याचा अंगभूत दिलखुलासपणा ही पाश्चिमात्य संस्कृतीची वैशिष्ट्ये. अशा संस्कृतीत सद्‌गुणांचे संवर्धन सहज होत असल्यामुळे समाजमन सदाहरित तर राहतेच; शिवाय गुणी अभिजनांना आपल्या कलाविष्काराचा उच्चतम दर्जाही गाठता येतो. विशेषत: युरोपमधील काही देशांत विसाव्या शतकाच्या

सुरुवातीचा काळ गुणीजनांच्या गुणाभिसरणास अत्यंत अनुकूल होता. विज्ञान, साहित्य, वैद्यक, तंत्रज्ञान... साऱ्याच क्षेत्रांमध्ये स्त्रियांचा सहभाग वाढत होता. नुसता सहभागच नव्हे तर त्या त्या क्षेत्रांमध्ये त्या मातब्बरीही मिळवत होत्या. आपल्या कर्तबगारीचे वर्तुळ कौटुंबिक परीघाच्या बाहेर वाढवत नेणाऱ्या स्त्रियांचे तर खास कौतुक होत असे. 'रॉयल स्वीडिश ॲकॅडमी'ने 'सेलमा लॅगरलॉफ' हिला शिक्षिकेची नोकरी सोडावयास लावून पूर्ण वेळ वाङ्मयीन सेवा करण्यासाठी आर्थिक पाठिंबा दिला यावरून त्याची साक्ष पटते.

'नॅशनल टीचर्स असोसिएशनने' १९०२च्या सुमारास तिच्यावर पब्लिक स्कूलमधील मुलांसाठी पुस्तक लिहिण्याचा एक मोठा प्रकल्प सोपविला. त्यातूनच १९०६-१९०७च्या सुमारास 'नील्स हॉल गर्सन्स अरंडबरा रेसा जिनोम सेवेरीज' या मुलांच्या जगप्रसिद्ध पुस्तकाचा जन्म झाला. 'The wonderful adventures of Nils' असे त्या पुस्तकाचे इंग्रजी भाषेत भाषांतर झाले आणि पूर्ण जगभर त्या पुस्तकाची ख्याती झाली.

या पुस्तकासाठी तिने तब्बल तीन वर्षे निसर्ग, प्राणी, पक्षी, जंगल, उद्याने यांचा अभ्यास केला. स्वीडनमधील अनेक प्रांतांत ती गावोगावी खूप फिरली. तेथील लोकांकडून अनेक लोककथा, दंतकथा तिने गोळा केल्या. या सर्व गोष्टी अत्यंत सुंदर रीतीने, मनोवेधक शैलीत गुंफून तिने 'नील्स हॉल गर्सन्स अरंडबरा रेसा जिनोम सेवेरीज' या मुलांच्या हृद्य पुस्तकाची निर्मिती केली. खाणे, पिणे, झोपणे, हुंदडणे आणि सतत खोड्या करणे एवढाच उद्योग असलेल्या नील

**सेलमाचा पुतळा**

नावाच्या मुलाचे हे कथानक आहे. आपल्या शेतातील मुक्या प्राण्यांना येता-जाता छळणे हा त्याचा आणखी एक उद्योग. या मुलाला स्वीडनमधील प्राण्यांचा रक्षक मानला गेलेला 'टॉम्टे' एका रात्री भेटतो. तो त्याचे रूपांतर एका अतिशय लहानखुऱ्या मुलात करतो आणि त्या मुलाला घेऊन मग तो स्वीडनमधील निरनिराळ्या प्रांतांत जातो. प्राणी-पक्ष्यांच्या, नदी-समुद्रांच्या, डोंगर-दऱ्यांच्या वातावरणातील नील आणि टॉम्टेची ही अद्‌भुतरम्य सफर आपल्यालाही त्या रम्य, स्वप्नील वातावरणात घेऊन जाते. या पुस्तकाने साहित्य क्षेत्रातील सारे रेकॉर्ड्‌स तोडले. त्या पुस्तकावरील मुखपृष्ठाचे चित्र वीस स्वीडिश क्रोनाच्या नोटेवरील मागील बाजूस छापलेले आहे.

**सेलमा लॅगरलॉफचे घर (मॅरबॅका)**

यानंतर १९०९ साली तिला साहित्याचा नोबेल पुरस्कार मिळाला. पुढे १९१४मध्ये ती नोबेल पुरस्कार कमिटीची सदस्य बनली. पहिल्या महायुद्धाच्या वेळी तिने आपले पदक मदतीप्रीत्यर्थ फिनलंड सरकारला देऊ केले. अर्थातच फिनलंड सरकारने ते नाकारले आणि इतर अनेक मार्गांनी युद्धग्रस्तांसाठी पैसे गोळा केले.

पुढे तिने 'द रिंग ऑफ लॉवेन्सकोल्ड'च्या तीन (Triology) भागांची निर्मिती केली. हे तिन्ही भाग खूप गाजले. नंतर १९२२-१९३२च्या दशकांत 'मॅरबॅका' या शीर्षकाखाली आपल्या भूतकालीन आठवणींवर आधारित अनेक छोटी-छोटी पुस्तकेही तिने लिहिली.

आयुष्याच्या उत्तरार्धात ती सुन (Sunne) येथे राहिली. तिचे राहते घर 'मॅरबॅका' हे आता म्युझियमच्या स्वरूपात जतन केलेले आहे.

**स्वीडिश नागरिकांचे भरपूर प्रेम तर तिला लाभलेच आणि त्यांनी तिच्या हयातीत आणि नंतरही तिचा गौरव केला.**

*मितभाषिणी*

# ग्रॅझिया डेलेडा

## (Grazia Deledda)

देश – इटली

जन्म – २५ सप्टेंबर, १८७१, मृत्यू – १५ ऑगस्ट, १९३६

**नोबेल पुरस्कार – साहित्य (१९२६)**

**''सॅर्डिनियात माझा जन्म झाला. माझ्या कुटुंबातील लोक अत्यंत हुशार, आक्रमक आणि कलासक्त आहेत. माझ्या कुटुंबाला समाजात सन्मान आणि प्रतिष्ठा आहे. आमच्या घरी स्वतःचे खाजगी वाचनालय आहे. तरी सुद्धा जेव्हा वयाच्या तेराव्या वर्षी मी लिहिण्यास सुरुवात केली, तेव्हा माझ्या कुटुंबीयांनी त्याला विरोधच केला. एका तत्त्वज्ञाने म्हटलेच आहे, तुमचा मुलगा कविता लिहीत असेल, तर त्याला डोंगराच्या मार्गावर सोडून या. तरीही तो लिहू लागला, तर त्याला शिक्षा करा. पण तिसऱ्या वेळी मात्र त्याला सोडून द्या. कारण आता तो कवी झालेला असेल!''**

नोबेल पारितोषिक विजेती 'ग्रॅझिया डेलेडा'चे हे छोटेखानी भाषण! तिच्या हृदयातून उमटलेले हे बोल तिच्या संयत आणि संतुलित व्यक्तिमत्त्वाचे दर्शन घडवतात. पार्ट्यांचा झगमगाट, भाषणबाजी, सोशल गॅदरिंग्ज, सभा संमेलने यांच्यापासून सदैव चार हात दूर राहणारी मितभाषी, शांत 'ग्रॅझिया डेलेडा'. नोबेल पारितोषिक मिळविणारी इटलीतील सर्वांत पहिली महिला!

इटलीतील सॅर्डिनिया या डोंगराळ भागातील 'न्युओरो' येथे २५ सप्टेंबर, १८७१ साली मध्यमवर्गीय कुटुंबात तिचा जन्म झाला. वडील जिओव्हॅनी अॅन्टोनिओ

डेलेडा हे पुस्तकप्रेमी आणि कवी होते. दैनिक वृत्तपत्रे प्रसिद्ध करण्याचा त्यांचा स्वत:चा छापखाना होता. अर्थात हे सारे त्यांचे छंदोद्योग होते. मुळात व्यवसायाने ते शेतकरी होते. त्यांच्याकडे असलेली मोठी शेतजमीन ते अत्यंत परिश्रमाने फुलती ठेवत असत. त्यातून त्यांना भरपूर उत्पन्नही मिळत असे. त्यांचा स्वभाव अत्यंत अगत्यशील आणि मनमिळाऊ असल्यामुळे त्यांच्याकडे माणसांचा सतत राबता असे. त्यांचा मित्रपरिवारही मोठा अन् घरातील कुटुंबसदस्यांची संख्याही जास्त, त्यामुळे ग्रॅझियाची आई सतत गृहकृत्यांत गर्क असे. साहित्याकडे कल असणारी ग्रॅझिया जास्तीतजास्त वडिलांच्याच सहवासात राहत असे. त्यांच्या गावात धार्मिक संस्था असल्यामुळे आसपासच्या गावांतील लोक त्यांच्याकडे अनेकवेळा मुक्कामाला येत असत. त्यामुळे ग्रॅझिया मोठी होत असताना विविध प्रकारच्या लोकांच्या संपर्कात आली. मानवी वर्तन, त्याच्या स्वभावाच्या तऱ्हा, विशिष्ट परिस्थितीत त्याने दिलेला प्रतिसाद यांचे अगदी जवळून दर्शन तिला या लोकांच्या सहवासात घेता आले. वाङ्मयीन प्रतिभा तर तिच्यात जन्मजात होतीच, पण सभोवतालच्या परिस्थितीमुळे त्या प्रतिभेचा परिपोष झाला. सॅर्डिनिया प्रांतातील लोकांचे, निसर्गाचे, संस्कृतीचे, चालीरीतींचे, जीवनधारणांचे प्रतिबिंब तिच्या साहित्यकृतींत पडलेले दिसते.

ग्रॅझियाचे प्राथमिक शिक्षण घराजवळील शाळेतच झाले. जेमतेम चार वर्षांच्या शिक्षणानंतर तिला शाळा सोडावी लागली. शहरी संपर्कापासून दूर असलेल्या तिच्या गावात मुलींसाठी इतकेच शालेय शिक्षण पुरेसे मानले जाई. रूढार्थाने केवळ चार पाच वर्षे शालेय शिक्षण घेतलेली ग्रॅझिया जेव्हा नोबेल पारितोषिक मिळविण्याइतकी उंची गाठते, तेव्हा प्रतिभाशक्ती ही दैवी देणगी असते आणि ती जन्मतानाच मिळते यावर विश्वास बसतो. ग्रॅझियाला ही दैवी देणगी मिळाली होती हे तर खरेच; परंतु तिने केलेल्या व्यासंगातून आणि परिश्रमांतूनच तिच्या उपजत उर्मींना उंची गाठण्याची उर्जा मिळाली हेही तितकेच खरे! मग भले हा व्यासंग व्यावहारिक शिक्षणातून किंवा व्यापक जीवनानुभवातूनही घडलेला असेल!

ग्रॅझियाची शाळा तर सुटली. परंतु तिला भाषा विषयात अत्यंत रुची असल्यामुळे ती सतत पेन, वही, पुस्तक यांच्याच सान्निध्यात राहू लागली. तिच्या वडिलांनी मग तिच्यासाठी एका खास गृहशिक्षकाची नेमणूक केली. तिची साहित्यातील आवड पाहून हे शिक्षक तिला कथाविषय किंवा कथावस्तूचा सारांश सांगत आणि मग त्यावरून ती उत्तम रसाळ कथा लिहीत असे. इटालियन भाषेतील अनेक मासिके, पुस्तके ते तिला आणून देत. वयाच्या आठव्या वर्षीच तिने काही बालकविता लिहिल्या अन् वयाच्या अवघ्या तेराव्या वर्षी कथा लिहिण्यास सुरुवात केली.

तारुण्याच्या उंबरठ्यावरील वयातील प्रेमसुलभ भावना हे तिच्या कथांचे

ग्रॅझियाचे गाव 'न्यूओरो'

आशयसूत्र असे. सॅर्डिनिया प्रांतातील निसर्गाचे मोहक चित्रण आणि त्या पार्श्वभूमीवर घडत जाणारी घटना अशा स्वरूपाच्या अनेक कथा त्या वेळी तिने लिहिल्या.

घनदाट राईच्या हिरव्यागार दऱ्या आणि धुक्याची शाल पांघरून ढगांना स्पर्श करणारे उंचच उंच सुळके असलेल्या 'माँटे ऑर्टोबीन' या नितांत सुंदर डोंगराच्या पायथ्याशी असलेले 'न्युओरो' हे छोटेसे गाव! या गावातील निसर्गरम्य परिसरात भाऊ अँड्रीयाबरोबर घोड्यावरून भटकंती करणे हा ग्रॅझियाचा आणखी एक आवडता छंद! तेथील लोककथा, दंतकथा, धनगर व शेतकऱ्यांच्या कथा, मानव-निसर्ग-पशू-पक्षी यांचा परस्परसंबंध यांविषयी तिला अत्यंत कुतूहल वाटे.

वयाच्या सतराव्या-अठराव्या वर्षापर्यंत तिने समुद्र पाहिला नव्हता. एकदा पूर्व प्रांतातील ओलिएना ते डॉरगॅली अशी दीर्घ सफर करून ती 'माँटे ऑर्टोबीन' या डोंगरावरील सर्वांत उंच ठिकाणावर पोहोचली. तेथून दिसणाऱ्या भूमध्य सागराचे दर्शन झाल्यानंतर ती अक्षरश: स्तिमित झाली. डोंगराच्या उंचीवरून दिसणारा, क्षितिजापर्यंत पसरलेला तो विस्तीर्ण निळा चकाकता समुद्र, जमिनीशी नाते सांगत गर्जत येणाऱ्या लाटांचा ध्वनी, पाठोपाठ अवकाशात विरत जाणारा त्यांचा प्रतिध्वनी- हे सारे ती आयुष्यात पहिल्यांदाच बघत होती. विशाल जलाशयाच्या प्रथम दर्शनाने ती अत्यंत मोहून गेली. याचे आपल्याशी काहीतरी सख्य आहे असे तिला वाटून गेले. चराचा अचराशी नाते जोडणारा तो विलक्षण साक्षात्कारी क्षण त्या दोघांमध्ये अनोख्या भावबंधाचा सेतूच निर्माण करून गेला. या स्पंदनसेतूवरून कल्पनारम्यता, अद्‌भुतता, भावोत्कटता, सृजनशीलता अशा अनेक मनोविभ्रमांच्या अबोध जाणिवांच्या समुद्रात तिने उडी मारली आणि 'आपण लेखिका व्हायचं' अशी तिच्या अंतरात्म्यातून गाज आली. समुद्राच्या साक्षीने साहित्यसागराच्या अनुभूतीत तिने मारलेला हा कल्पक सूरच तिच्या आयुष्यातील वळणबिंदू ठरला!

ग्रॅझियाच्या सुप्त प्रतिभाशक्तीवर योग्य संस्करण करून ती प्रकट व प्रसृत करण्यास उद्युक्त करणारे गुरू तिला योग्य वयात भेटले होतेच.

सन १८८७च्या सुमारास तिने 'सँग्यू सार्डो' (Sardinan blood) ही प्रेमकथा लिहिली आणि तिच्या गृहशिक्षकाच्या सल्ल्यानुसार रोममधील 'अल्टिमा मोडा'

या फॅशनविषयक मासिकाला गुप्तपणे पाठविली. तीन पात्रे असलेली ही प्रेमकथा. ही तीन पात्रे म्हणजे एकमेकांशी भावबंधाने जोडलेले त्रिकोणातील तीन शिरोबिंदू. त्यांचा परस्परसंबंध, प्रेम, प्रेमापोटी येणारी अभिलाषा, असूया, अहंकार, त्यामुळे होणारे संघर्षाचे छेद, आत्मपीडन यांचे उत्कृष्ट भावचित्रण असलेली ही कथा त्या मासिकाने लगेच छापलीही. इटलीत तिला प्रसिद्धी मिळाली, पण तिच्या स्वत:च्या गावी मात्र तिला कुप्रसिद्धीचा सामना करावा लागला. सनातनी, कडवे धार्मिक वातावरण असलेल्या त्या गावातील लोकांना त्या कथेतील 'विवाहपूर्व प्रेम' ही संकल्पना मुळीच रुचली नाही. त्यामुळे तिला व तिच्या पालकांना टीका सहन करावी लागली. इतकेच नव्हे तर सामाजिक रोषातून तिच्या घरावर हल्लाही झाला. त्यामुळे तिला थोडा काळ लिखाण बंद करण्यावाचून पर्याय नव्हता. अर्थात तिची लिखाणाची ऊर्मी तिला स्वस्थ बसू देत नव्हती. मग तिने 'जी रेझिया' या नावाने कथा लिहिण्यास सुरुवात केली. रेमिजिया हेल्डर (१८८८), नेलॅझुओरो (१८९०) या कादंबऱ्या, अमोरे रिगाले (१८९०), स्टेला डी ओरीएंटे (१८९२) या कथा तिने 'जी रेझिया' या नावानेच लिहिल्या. डोंगराळ भागातील ग्रामीण परंपरा, चालीरीती, तेथील गूढ निसर्ग, प्राचीन लोकधारा असे विषय असलेल्या या साहित्यकृती लोकप्रिय झाल्या.

१८९२ साली लिहिलेल्या 'फिऑर डी सॅरडेंगा' (The Flower of Sardinia) या कथेने तिला खऱ्या अर्थाने प्रसिद्धी मिळाली. सर्व युरोपभर ही कथा गाजली. परंतु तिच्या गावी मात्र कोणत्याही पुस्तकाच्या दुकानात ती ठेवण्यात आली नव्हती. या कथेतील लारा या मध्यवर्ती पात्राच्या दु:ख, व्यथा, अश्रू यांचे शब्दचित्रण इतके उत्कट होते की जणू ते तिने स्वत: भोगले आहे.

मानवाचे प्राक्तन व प्रकृतीशी असलेले चिरंतन नाते आणि त्या नात्याच्या अनुषंगाने प्रकट होत जाणाऱ्या अनेक पदरी भावनांचे अत्यंत परिणामकारक शब्दचित्रण हा ग्रॅझियाच्या बहुतांश साहित्यकृतींचा गाभा. तिने ऐन तारुण्यात लिहिलेल्या प्रेमकथांना सुद्धा प्रगल्भतेचे परिमाण लाभलेले आहे. मानवी स्वभावाच्या सूक्ष्म निरीक्षणातून निर्माण झालेल्या या साहित्यात सवंगपणा, उथळपणा, अतिनाट्यमयता यांचा लवलेशही आढळत नाही.

तिच्या साहित्यातील अस्सलपणा, प्रखरता, मर्मभेदकता ही गुणवैशिष्ट्ये तिच्या सभोवार घडलेल्या घटनांमधूनच परावर्तित झालेली आहेत. तिच्या नातेसंबंधात, कुटुंबीयांच्या आयुष्यात घडलेले प्रसंगच इतके विलक्षण धक्कादायक होते की, त्यांचे आघात तिच्या स्मृती-कप्प्यात चिरंतन स्मरणे बनून राहिली. तिचा साहित्यप्रवास म्हणजे प्रत्यक्षदर्शी होत जाणाऱ्या या गतकालीन स्मृतींची यात्राच!

उंच डोंगराळ भागात असणाऱ्या सॅर्डिनिया प्रांतात तिच्या लहानपणी थंडीची

भीषण लाट आली. सततचा होणारा हिमवर्षाव आणि गोठून टाकणारी थंडी यात अनेकांचा बळी गेला. त्या लाटेतच तिची धाकटी बहीण 'जिओव्हॅना' हिचे निधन झाले. शाळेत अत्यंत हुशार म्हणून प्रसिद्ध असलेला तिचा भाऊ 'अँड्रिया' वाईट संगतीमुळे भरकटला गेला. वेश्यागमन, दारूचे सेवन, जुगार अशा व्यसनांच्या गर्तेत तो अडकला. व्यसनपूर्तीसाठी लागणाऱ्या पैशांसाठी तो चोऱ्याही करू लागला. कैदेची शिक्षा भोगताना त्याला पश्चात्ताप होई; परंतु पुन:पुन्हा तो त्याच मार्गाने जात असे. एका वेश्येशी ठेवलेल्या अनैतिक संबंधांतून त्याला अनौरस संततीही झाली होती. वाईट व्यसनांच्या विषारी विळख्यातच त्याचा जीवनप्रवास अकाली संपला. तिचा दुसरा भाऊ 'सँटस' हा सदाचारी व सद्‌वर्तनी होता. अतिशय चांगली बुद्धी लाभलेल्या सँटसला वैज्ञानिक प्रयोग करण्याची आवड होती. हॉटएअर बलूनचा त्याचा प्रयोग यशस्वीही झाला. परंतु आतषबाजीचा एक प्रयोग करत असताना लागलेल्या आगीत भाजल्यामुळे त्याला खूप जखमा झाल्या. योग्य औषधोपचार न मिळाल्यामुळे त्या जखमा बऱ्या झाल्या नाहीत. त्यातच तो करीत असलेल्या प्रयोगांनाही सतत अपयश येऊ लागले. वैफल्यग्रस्त झाल्यामुळे तोही मग दारूच्या आहारी गेला. भ्रमिष्टावस्थेच्या लहरीत तो महिनोनमहिने घरी येत नसे. 'कॅग्लीअॅरी' येथे जाऊन उच्च शिक्षण घेण्याची मनीषा बाळगणारा सँटसही अकालीच निधन पावला. कुटुंबीयांना न रुचणाऱ्या व्यक्तीबरोबर प्रेमसंबंध जुळलेली तिची बहीण 'एन्झा', गर्भपात झाल्यामुळे मृत्यू पावली. या साऱ्यांचा परिणाम होऊन ग्रॅझियाची आई वैफल्यग्रस्त झाली. वडिलांचे निधन तर झालेच होते. त्यामुळे घराची जबाबदारी ग्रॅझियावर पडली.

वयाच्या विसाव्या वर्षापर्यंत सोसावे लागणारे कौटुंबिक दु:खाचे आघात तिला दैववादी बनवत गेले. कर्म व कृतीपेक्षा तिचा प्राक्तनावर विश्वास बसू लागला. मानवी जीवन म्हणजे जणू नदीचा प्रवाह. कधी तो निर्झरी पात असेल तर कधी उंचावरून कोसळणारा महाकाय प्रपात. जीवन जेव्हा प्रपाताचे उग्र रूप घेते, तेव्हा स्वत:ला वाचविण्याचे सारे मानवी प्रयत्न क्षीण ठरतात. काही गहन आणि गूढ अशा शक्ती चराचरात भरून राहिल्या आहेत आणि मानवाच्या सुष्ट

**पती व मुलासमवेत ग्रॅझिया**

किंवा दुष्ट विचारसरणींचे कारकत्व या शक्तींतच असते; अशी तिची जीवनधारणा बनत गेली. या धारणेचे प्रतिबिंबच तिच्या नंतरच्या अनेक साहित्यकृतीत पडलेले दिसते.

सॅर्डिनियाची राजधानी 'कॅग्लीॲरी' येथे जात असताना तिची युद्धखात्यातील अधिकारी 'पामिरो मॅडेसिनी' यांच्याशी भेट झाली. १८९९ साली झालेल्या या भेटीची परिणती त्यांच्या विवाहात झाली. विवाहानंतर ती पतीसमवेत१९०० पासून रोममध्ये स्थायिक झाली. अर्थात सॅर्डिनियाशी आणि साहित्याशी असलेले तिचे नाते अबाधितच राहिले.

लैंगिक आकर्षणातून निर्माण होणाऱ्या समस्या, विनाश, दु:खे यांची शोकांतिका असलेली 'द ओल्ड मॅन ऑफ द माऊंटन' ही कादंबरी तिने १९००च्या सुमारास लिहिली. मानव हा विकारवश असतो. काही वेळा त्याची स्वत:ची इच्छा नसताना काही चमत्कारिक शक्ती त्याला नियमांचे उल्लंघन करण्यास भाग पाडतात. पूर्व संकरित बुद्धिजाणिवा, संस्कृतीकल्पना, नीतिनियमांचे संस्कार या साऱ्यांना मागे सारून तो या स्फोटक मोहक्षणांशी जवळीक करतो अन् आत्माहुतीच्या कुंडात बळी जातो. भावपरवशतेचे आधिक्य असणाऱ्या व्यक्तीची ही कादंबरी खूप गाजली.

पतीवर खुनाचा आळ येऊन त्याला जन्मठेपेची शिक्षा होते, म्हणून पत्नी त्याला घटस्फोट देते. परंतु खरा खून करणारी व्यक्ती, मुत्युशय्येवर असताना आरोपी खुनी नसल्याचा कबुलीजबाब देते. आरोपी खुनाच्या आरोपातून सुटल्यानंतर पती पत्नींच्या आयुष्यात होणाऱ्या भावनिक आंदोलनांवर आधारित "Dopo il divezio (After the divorce)" ही १९०२च्या सुमारास लिहिलेली आणखी एक उत्तम कादंबरी.

ग्रॅझियाची १९०२ साली लिहिलेली कादंबरी 'आफ्टर द डायव्होर्स'

१९०३च्या सुमारास लिहिलेली 'इलिझ पोर्टुलु' ही ग्रॅझियाची बहुचर्चित कादंबरी तर कित्येक भाषांमध्ये अनुवादित झाली. एका धनगराच्या जीवनावरील ही कथा. स्वत:च्या भावाच्या बायकोच्या प्रेमात पडलेला हा धनगर अपराधीत्वाच्या भावनेने गाव सोडून जातो. परंतु त्याच्या प्रेमाचे बंधन त्याला पुन्हा त्या गावी आणते. प्रस्थापित सामाजिक नीतिमूल्यांची

अभेद्य रेषा आणि कोणत्याही सीमारेषेच्या बंधनाला न जुमानणारे प्रेम यांच्या द्वंद्वात अडकलेल्या धनगराची केविलवाणी अवस्था मांडत असताना तिच्या भावाच्या आयुष्यातील प्रसंगांशी साम्य असलेल्या घटनांचेच शब्दचित्रण आल्यामुळे ही कादंबरी 'अस्सल' झाली आहे. भावाच्या बायकोशी ठेवलेल्या अनैतिक संबंधांतून त्या धनगराला अनौरस संततीही होते. पश्चात्तापाच्या आगीत होरपळलेला हा धनगर ऐहिक सुखांचा त्याग करून चर्चचा पाद्री होण्याचे स्वप्न बघतो. दारू पिऊन पत्नी व मुलाला मारहाण करणाऱ्या आपल्या भावास सतत परावृत्त करतो.

भावाच्या कुटुंबीयांपासून दूर राहू इच्छिणारा, तरी पुन:पुन्हा त्यांच्या सुखासाठी धडपडणारा 'Elias' त्याच्या भावाच्या मृत्यूनंतर मात्र दूर निघून जातो. नैतिक-अनैतिक मूल्यांचा झगडा, धार्मिक कल्पनांचा पगडा, दैवाच्या फेऱ्यात सापडणाऱ्या माणसाची होणारी फरफट, त्यातून सुटका करण्यासाठी त्याने केलेले प्रयत्न, संघर्षाच्या वेळेस घेतलेले निर्णय आणि त्या निर्णयांची कटुगोड फलनिष्पत्ती मानवाची असमर्थता आणि अबलता अधोरेखित करणाऱ्या भावभावनांचे विलक्षण प्रत्ययकारी चित्रण करणारी 'इलिझ पोर्टुलु' ही कादंबरी म्हणजे ग्रॅझियाच्या साऱ्या साहित्यकृतींतील शिरपेच ठरणारी कलाकृती.

अनैतिक संबंधांतून जन्म दिलेल्या मुलाची आणि आईची 'सेनेरे' (Ashes) ही १९०३च्या सुमारास लिहिलेली आणखी एक मनस्वी कादंबरी. आपल्या पापी जीवनाची सावली मुलावर पडू नये म्हणून ही आई त्याला दुसऱ्या पालकांकडे सोपवून त्याच्या आयुष्यातून कायमची दूर जाते. त्यागाच्या दुःखात जीवन कंठत असलेली आई आणि आपण त्याज्य आहोत ही मुलाला कायम छळणारी खंत. आयुष्यभर विरहात तडफडणारे हे जीव एकमेकांना भेटतात, तेव्हा वृद्ध आणि आजारी असलेल्या आईवर तो कुत्सितपणे टीका करून तिची खूप हेटाळणी करतो अन् मग त्या जहरी टीकेने ती आत्महत्येस प्रवृत्त होते. माता-पुत्र नात्यातील बंधनातून आपसूक निर्माण होणारी ओढ अन् त्या ओढीच्या वाटेने येणाऱ्या अपेक्षा आणि कर्तव्यांच्या पाऊलखुणा, प्रेम व तिरस्कार या परस्परविरोधी भावनांचे एकाच वेळी असलेले अस्तित्व यांचे अत्यंत हृदयस्पर्शी चित्रण या कादंबरीत केले आहे. या कादंबरीवर १९१६ साली सिनेमाही काढला गेला. इटलीतील त्या वेळीची सुप्रसिद्ध नटी 'इलीओनोरा ड्यूस' हिने त्यात आईची भूमिका केली आहे.

मुलाने पाद्री व्हावे असे स्वप्न बाळगून त्याच्यावर तशा प्रकारचे संस्कार करणाऱ्या आईचे कथानक असलेली 'ल मॅड्रे' (The mother) ही १९२० मधील कादंबरीही अतिशय गाजली. आयुष्यभर परिश्रम करून पैसा जमा करणाऱ्या आईला मुलगा विषयासक्त आणि व्यसनी आहे हे कळते; तेव्हा तिला प्रचंड धक्का बसतो आणि त्या धक्क्यातच तिचे निधन होते.

अमूर्त, अवास्तव, अनैसर्गिक प्रतीकांचा वापर करून नैतिक मूल्यांची घसरण, अध:पतन, विनाश यांचे चित्रण करणारे गॅब्रिएले डी अॅन्युझिओचे 'डीकॅन्डेटिझम' आणि वास्तवाच्या पातळीवर नैसर्गिक कल्पना, नित्य परिचित गोष्टींचा वापर करून रचलेले 'जिओव्हॅनी वेर्गा' आणि 'ल्युईगी कॅप्युनाचे' 'व्हेरिझम' असे दोन मुख्य साहित्यप्रवाह त्या काळी इटलीत प्रचलित होते. एक चोखंदळ, अभ्यासू, रसिक वाचक म्हणून ती या दोन्ही प्रवाहांचा मनापासून आस्वाद घेत असे. परंतु तिच्या स्वत:च्या साहित्यकृतींनी मात्र या दोन्ही प्रवाहांना स्पर्श करून एक वेगळाच स्वतंत्र रसवाही ओघ निर्माण केला. तिचे समकालीन साहित्यिक नेस्टॉर मँझोनी, ओगो टॅरचेट्टी, अँटोनिओ फॉगॅझरो यांचाही तिच्यावर थोडाफार प्रभाव होता.

साधारण वर्षाला एक याप्रमाणे तिने जीवनभरात ४० दर्जेदार कादंबऱ्या लिहिल्या. शिवाय लघुकथासंग्रह, दीर्घकथा, पॉकेटबुक्सच्या कथा, व्यक्तिचित्रणे, इत्यादी प्रकारचे साहित्य लिहिले ते वेगळेच. १९२६मध्ये तिला साहित्याचे नोबेल पारितोषिक मिळाले. पारितोषिक वितरण समारंभात तिने आभाराचे अगदी छोटे भाषण केले. या समारंभात अनेक मान्यवरांनी तिच्याबद्दल गौरवपूर्ण उद्‌गार काढले. "तुझ्या साहित्यकृती माणुसकीच्या वाटेने प्रवास करून माणसाच्या काळजाला भिडतात. या वाटेवरील सुलक्षणी हिरवे चिन्ह तुला कायमचे लाभले आहे. आमच्या उल्लंघनासाठी मात्र आम्हाला क्षमा कर." असे भावपूर्ण उद्‌गार आर्च बिशप नॅथन सॉडेरब्लॉम यांनी तिच्याबद्दल काढले.

नोबेल पारितोषिक मिळाल्यानंतरही तिची साहित्य साधना चालूच होती. आयुष्याच्या अखेरीस तिला ब्रेस्ट कॅन्सर झाला. अनेक दु:खद अनुभव येऊनही तिची जीवनावर नितांत श्रद्धा होती. तरुणपणीच प्रगल्भ लिखाण करणाऱ्या ग्रॅझियाचे आयुष्याच्या उत्तरार्धातील लिखाण आध्यात्मिक पातळीवर येऊन पोहोचले होते. 'कॉसिमो' हे तिचे आत्मचरित्र मरणोत्तर प्रकाशित झाले आणि अर्थातच तेही खूप गाजले.

**अदृश्य मनोव्यापारांचे ज्ञान आणि दृश्य व्यवहारांचे सततचे राखलेले भान या गुण वैशिष्ट्यांमुळे 'ग्रॅझिया डेलेडा'चे साहित्य कसदार झालेले आहे. लौकिकार्थाने साहित्यशाखेची कोणतीही पदवी नसताना लिहिलेल्या तिच्या साहित्यकृती प्रखर जीवनानुभवातून उतरल्या आणि मग वास्तवाच्या सोपानावरून प्रगमनशील होताना त्यांना अलौकिकत्व प्राप्त झाले!**

*ऐतिहासिक ते आधुनिक साहित्यकर्ती*

# सिग्रिड अंडसेट
## (Sigrid Undset)

देश – नॉर्वे
जन्म – २० मे, १८८२, मृत्यू – १० जून, १९४९
**नोबेल पुरस्कार – साहित्य (१९२८)**

**''मध्ययुगीन काळाच्या पार्श्वभूमीवर रचलेल्या 'क्रिस्टिन लॅवरॅन्सडॅटर' आणि 'द मास्टर ऑफ हेस्टविकेन' या सर्वोत्तम, दर्जेदार ऐतिहासिक कादंबऱ्या आहेत. त्यातील कथानकाच्या अनुषंगाने स्त्री-पुरुषांच्या गुंतागुंतीच्या संबंधांचे समर्थपणे, सहजपणे शब्दचित्रण करणारी 'सिग्रिड अंडसेट' ही एक विलक्षण लेखिका आहे!'' स्टॉकहोममध्ये स्वीडिश ॲकॅडमीचे सदस्य आणि सुप्रसिद्ध लेखक 'पॅर हॅलस्ट्रॉम' यांनी सिग्रिडला साहित्याचा नोबेल पुरस्कार देताना तिच्याविषयी हे गौरवोद्‌गार काढले.**

स्त्री-पुरुष नात्यातील गहिऱ्या संबंधांच्या पुढे जाऊन मानव आणि ईश्वर यांचे चिरंतन संबंध उलगडून दाखविणाऱ्या सिग्रिडची सुरुवातीची (वयाच्या बाविसाव्या वर्षी लिहिलेली) हस्तलिखिते प्रकाशकांनी नाकारली होती. ''ऐतिहासिक कादंबरी लिहिणे हे तुझ्या आवाक्यातले काम नव्हे!'' असे 'गिलडेंडल' या नॉर्वेतील प्रकाशन संस्थेतील संपादक 'पीटर हॅन्सेन' यांनी तिला सांगितले होते. त्यापेक्षा तत्कालीन सामाजिक / कौटुंबिक पार्श्वभूमीवर काही लिखाण करण्यास त्यांनी सुचविले. प्रतिभाशक्ती आणि लिखाणाची ऊर्मी असलेल्या सिग्रिडला साहित्यक्षेत्रात पहिले पाऊल टाकताना मिळालेला हा नकार हादरा देऊन गेला. अर्थात ती निराश झाली नव्हती. या नकाराने

तिच्यातील ऊर्मी उलट प्रकर्षाने प्रबळ झाल्या. ऐतिहासिक कादंबरीचा विषय तात्पुरता बाजूला ठेवून तिने आता मध्यमवर्गीय कौटुंबिक स्त्रीचे कथानक असलेली 'फ्रुमार्टा ऑली' ही छोटी कादंबरी लिहिली. 'मी माझ्या पतीशी अप्रमाणिक आहे.' या आत्मनिवेदनपर वाक्याने सुरू होणारी ही कादंबरीही सुरुवातीला प्रकाशकांकडून नाकारण्यात आली; परंतु एका प्रथितयश लेखकाने हस्तक्षेप केल्यानंतर ती प्रकाशित झाली. व्यभिचारावर आधारलेली वयाच्या पंचविसाव्या वर्षी तिने लिहिलेली ही पहिलीच कादंबरी खूप खळबळजनक ठरली. या कादंबरीमुळे नॉर्वेतील साहित्यक्षेत्रात एक उमदी, आश्वासक, तरुण लेखिका म्हणून तिची ओळख प्रस्थापित झाली.

आपल्या सर्व साहित्यकृतींमधून मानवी भावबंधांचे वास्तवदर्शी आणि सखोल चित्रण करणारी सिग्रिड अंडसेट ही अंडसेट दांपत्याची थोरली मुलगी. २० मे, १८८२ रोजी कॅलुंडबोर्ग (डेन्मार्क) येथे तिचा जन्म झाला. तिच्या जन्मानंतर अंडसेट कुटुंब नॉर्वेमध्ये गेले. सिग्रिडचे वडील 'इंग्व्हॅल्ड मार्टिन' हे पुराण वास्तुशास्त्रज्ञ होते. इतिहास संशोधन हा त्यांचा अभ्यासविषय होता. त्या विषयात त्यांनी डॉक्टरेट मिळविली होती. सिग्रिडने पुढे सर्वश्रेष्ठ अशा ऐतिहासिक कादंबऱ्या लिहिल्या. त्याचे मूळ कदाचित तिच्या वडिलांपासून मिळालेल्या या आनुवंशिक वारशातच असेल. तिची आई चॅरलॅटेगिथ ही सुशिक्षित मध्यमवर्गीय स्त्री होती. दोघेही पुरोगामी विचारसरणीचे असल्यामुळे मुलींना शिक्षणाची संधी देताना त्यांनी आधुनिक आणि मुला-मुलींचे सहशिक्षण देणाऱ्या शाळेची निवड केली. दुर्दैवाने सिग्रिड लहान असतानाच (वयाच्या अकराव्या वर्षी) तिच्या वडिलांचे एका गंभीर आजाराने निधन झाले. आता कसेबसे शालेय शिक्षण पूर्ण करणे एवढेच त्या मुलींच्या हातात शिल्लक राहिले होते. चित्रकलेचा अभ्यासक्रम निवडण्याची इच्छा असलेल्या सिग्रिडला शालेय शिक्षणानंतर एक वर्षाचा व्यावसायिक अभ्यासक्रम पूर्ण करून अर्थार्जनासाठी नोकरी पत्करावी लागली.

जर्मन इलेक्ट्रिकल कंपनीत तिला नोकरी लागली, तेव्हा तिचे वय होते अवघे सोळा! तब्बल दहा वर्षे फारशी न रुचणारी नोकरी तिने केवळ आर्थिक कारणांसाठी निभावून नेली. घरात ती सर्वांत मोठी असल्यामुळे मागील दोन बहिणींची जबाबदारी तिच्यावरच होती.

अर्थात टंकलेखन, कामाच्या नियोजनाची, आखणीची पद्धत, उपलब्ध माहितीची नोंद ठेवणे, सुसूत्रता, नीटनेटकेपणा अशा अनेक बाबी ती या नोकरीतच शिकली. पुढे धारावाही ऐतिहासिक आणि मोठ्या कादंबऱ्या लिहिताना तिला या साऱ्या गोष्टींचा खूप उपयोग झाला.

नोकरी करत असताना तिचा दिवस अठरा तासांचा असे. दिवसभर कार्यालयीन काम, नंतर घरकाम व इतर कामे उरकून ती संध्याकाळी उशिरा मध्यरात्रीपर्यंत लिखाण-

वाचनाचे काम करत असे. शेक्सपियर, चॉसर हे तिचे आवडते लेखक. इब्सेन, स्ट्रींडबर्ग, ब्रँडस हे स्कँडेनेवियन लेखक आणि ब्राँटे सिस्टर्स व जेन ऑस्टीन यांचा तिच्यावर खूप प्रभाव पडला. या सर्वांच्या साहित्यकृतींच्या वाचनातून तिची मानसिकता आणि लेखनविचारांची दिशा ठरत गेली. अर्थात प्रत्यक्ष लिखाण करताना तिने स्वत:ची अशी स्वतंत्र, आधुनिक आणि सर्वांहून वेगळी शैली असलेले लिखाण केले.

युरोपमध्ये विसाव्या शतकाच्या सुरुवातीच्या काळात सनातनी, धार्मिक आणि परंपरावादी वातावरण होते. त्यामुळे अनेक नोबेल विजेत्या पाश्चात्त्य लेखिकांना तत्कालीन काळाच्या दोन पावले पुढे असलेल्या लिखाणाला समाजमान्यता मिळविण्यास बरेच झगडावे लागले. स्त्रियांच्या समर्थतेकडे आज एकविसाव्या शतकातही संशयाने बघितले जाते. मग शंभर वर्षांपूर्वी काय परिस्थिती असणार?

'फ्रुमार्टा ऑली' (१९०७) आणि 'डेन इकिलिज एल्डर' (१९०८) ही दोन पुस्तके लिहिल्यानंतर तिने नोकरी सोडली. या तिच्या पहिल्या दोन पुस्तकांनीच तिचे नाव नॉर्वेतील साहित्यवर्तुळात चर्चिले जाऊ लागले. साहित्याचा व्यासंग करता यावा म्हणून तिला प्रोत्साहनपर शिष्यवृत्तीही मिळाली. यावरूनच तिच्या लेखनगुणांच्या दर्जाची खात्री पटते आणि कलेला दाद देणाऱ्या युरोपियन जनतेविषयीही आदर निर्माण होतो.

खरंतर 'सिग्रिड' ही अतिशय मितभाषी, कमी मित्रमैत्रिणी असणारी अंतर्मुख प्रवृत्तीची स्त्री. शांतपणे आणि सातत्याने लिखाण, वाचन करणे हे तिचे आवडते काम. उत्तुंग प्रतिभा आणि अतिशय सूक्ष्म निरीक्षणशक्ती लाभल्यामुळे ती खूप कमी लोकांच्या संपर्कात येऊनही मानवी व्यवहारांविषयक लिखाण करू शकत असे. १९०७ ते १९१८ या कालावधीत तिने केलेले सारे लिखाण क्रिस्टियाना शहरातील वातावरण, तिथली वसतीगृहे, कार्यालये त्याचप्रमाणे त्या शहरातील कुटुंबे, त्यांचा परस्परसंबंध, दैववाद आणि प्रयत्नवाद यांची सांगड व विच्छेद यांचे मानवी व्यवहारावर होणारे परिणाम यांवर आधारलेले होते. तत्कालीन सामाजिक परिस्थिती चितारताना बेगडी धार्मिक कल्पनांचा तिने केलेला अव्हेर, स्त्रियांच्या परंपरागत अशा मानल्या गेलेल्या मूल्यांचा भंग, भावनारम्यता टाळून वास्तवाचे घडवलेले प्रत्ययकारी आणि नेमके दर्शन तिला

**सिग्रिडचे तिच्या पतीने काढलेले पोर्ट्रेट**

लेखिका म्हणून एका वेगळ्याच पातळीवर घेऊन गेले. प्रेमात पडलेल्या स्त्रीची अगतिकता आणि त्यातून करावी लागणारी आत्महत्या हे चित्रित करणारी जेनी (१९११) ही कादंबरी, त्याचप्रमाणे प्रेमामुळे वैवाहिक जीवनात उठलेल्या वादळांची कथा असलेली वारेन (१९१४) ही कादंबरी– या दोन्ही कादंबऱ्या त्या काळातील युरोपियन स्त्रीमुक्ती चळवळीच्या अगदी विरोधी नसल्या, तरी पूर्णपणे भिन्न स्तरावर स्त्री-पुरुष संबंधांचा आविष्कार करणाऱ्या होत्या.

तिला शिष्यवृत्ती मिळाल्यामुळे अर्थार्जनाचा प्रश्न तर सुटलाच होता. विविध ऐतिहासिक स्थळांना भेटी देण्यासाठी तिने आता युरोपचा दौरा करायचे ठरवले. रोममध्ये तिने नऊ महिने वास्तव्य केले. तिच्या जन्माच्या थोडे दिवस आधी तिचे पालक रोममध्येच होते. त्यामुळे त्या शहराशी तिचा खास सख्यानुबंध होता आणि कर्मधर्मसंयोगाने तिचा भावी पती 'अँडर्स कॅस्टस व्हरस्टॅड' तिला याच शहरात भेटला. व्यवसायाने चित्रकार असणारा 'अँडर्स' नॉर्वेजियन नागरिक होता. परंतु तो विवाहित होता आणि मुख्य म्हणजे तीन मुलांचा पिता होता. सिग्रिडने त्याच्या घटस्फोटानंतर त्याच्या तीन मुलांच्या संगोपनाची जबाबदारी घेऊन त्याच्याशी १९१२ साली विवाह केला. त्यातील एक मुलगा मतिमंद होता. पुढे सिग्रिडलाही तीन मुले झाली. दुर्दैवाने तिची एक मुलगीही मतिमंद होती. या मुलांना सांभाळून संसार करताना सिग्रिडची खूप तारांबळ उडे. अतिव्यग्रतेमुळे तिला आता लेखनकार्याला पुरेसा वेळ देता येत नव्हता. अर्थात तिचे लिखाण पूर्णपणे थांबलेले नव्हतेच. उलट आता तर तिने स्त्रीमुक्ती चळवळीच्या कार्यातही भाग घ्यायला सुरुवात केली.

दुर्दैवाने तिच्या वैवाहिक जीवनात कलहाची वादळे उठू लागली होती. खरंतर तिचा हा प्रेमविवाह. समजून उमजून केलेल्या तिच्या विवाहाला काही ज्ञात अज्ञात कारणांनी तडे जाऊ लागले. त्यामुळे थोडा काळ तिने आपल्या मुलांसह पतीपासून दूर राहण्याचे ठरविले, १९१९ साली गुडबँड्सडॅलेन येथील 'लिलेहॅमर' शहरात आपल्या मुलांना घेऊन ती राहू लागली. अर्थात थोडे दिवस फक्त आराम करण्यासाठी तिकडे गेलेल्या सिग्रिडच्या नशिबात काही वेगळेच घडायचे होते. तिसऱ्या अपत्याला जन्म दिल्यानंतर तिचा विवाहही मोडला, १९१९ सालीच! आता लिलेहॅमर शहरातच तिने स्थायिक व्हायचे ठरवले. तेथे एका निसर्गसुंदर रम्य भागात तिने जर्कबॅक (Bjerk-back) हा खूप मोठा बंगला बांधला. पारंपरिक पद्धतीने बांधलेले हे घर खूप मोठे आणि शहरी गजबजाटापासून दूर होते. आता तिने पुन्हा नव्या जोमाने आपल्या लेखनकार्यास सुरुवात केली.

ऐतिहासिक कादंबरी लिहिण्याच्या विचाराने तिच्या मनाने पुन्हा एकदा उचल घेतली. त्या दृष्टीने पुरातन काळातील नॉर्वेमधील जुनी हस्तलिखिते, उपलब्ध माहिती, ऐतिहासिक नोंदी, त्या विषयांचे साहित्य याचा तिने अभ्यास सुरू केला. त्याचप्रमाणे

सिग्रिडची नोबेलविजेती कादंबरी
'क्रिस्टिन लॅवरॅन्सडॅटर'

प्राचीन चर्च, आश्रम, धर्मपीठे यांना भेटी देऊन विविध माहिती गोळा करण्यास सुरुवात केली. तरुणपणीची ऐतिहासिक कादंबरी लिहू इच्छिणारी सिग्रिड, आणि आत्ताची अडतीस वर्षीय अभ्यासू, संशोधक वृत्तीची सिग्रिड यांत नक्कीच फरक होता. प्रेम, द्वेष, आकर्षण, अंतर्विरोध, घटस्फोट यांतून जीवनाकडे बघण्याची तिची एक तटस्थ व निर्विकार वृत्ती बनत गेली. शिवाय पहिल्या जागतिक युद्धामुळे युरोपीय समाजावर झालेले परिणाम, बदलत चाललेली नीतिमूल्ये, आर्थिक स्तरांमधे पडत जाणारी प्रचंड तफावत, या सगळ्यांमधून धार्मिक मूल्यांमध्ये पडत जाणारा फरक यांच्या नोंदीही तिच्या मनावर होत होत्या. अर्थात ऐतिहासिक कादंबरी लिहीत असताना तत्कालीन सामाजिक जीवन व्यवहारांपासून पाच-सहा शतके दूर जाऊन मानवी मनोव्यापाराचे चित्रण करणाऱ्या सिग्रिडला पलायनवादी भूमिका स्वीकारायची नव्हती. सुखदुःखाच्या, आशा-निराशेच्या भावनांचे शब्दचित्रण करताना तिने प्राचीन काळाची निवड केली. कारण त्या काळात मानवी व्यवहार असे असले पाहिजेत यावर तिचा ठाम विश्वास होता. म्हणूनच 'क्रिस्टिन लॅवरॅन्सडॅटर' ही कादंबरी कालनिरपेक्ष ठरली. त्याचे एकूण तीन भाग 'द रेथ', 'द वाईफ', 'द क्रॉस' (१९२०-२२) हे खूप गाजले. त्याचप्रमाणे 'द मास्टर ऑफ हेस्टविकेन'चे एकूण द एक्स, द स्नेक पिट, इन द वाईल्डरनेस, द अॅव्हेंजर हे चार भागही गाजले.

द मास्टर ऑफ हेस्टविकेनचे दोन भाग

या दोन्ही महत्त्वपूर्ण ऐतिहासिक कादंबऱ्यांनी तिला नोबेल पुरस्कार मिळवून दिला. या सर्वोत्तम कलाकृतींच्या सृजनानंतर ती बरीचशी शांत झाली.

तिला वैयक्तिक आयुष्यात आलेले अनुभव आणि पहिले महायुद्ध व त्याचे परिणाम या साऱ्यांनी

तिच्या जीवनाला कलाटणी मिळाली. माणूस-माणूस संबंध, माणूस-ईश्वर संबंध यांचा सखोल विचार करताना ती आता ख्रिश्चन धर्मातील मूलतत्त्वांचा व्यापक आणि सर्वस्पर्शी विचार करू लागली. स्वत:च्या प्रोटेस्टंट पंथाचा त्याग करून जेव्हा तिने कॅथॉलिक धर्मपंथ स्वीकारला, तेव्हा साऱ्या स्कँडेनेवियन राष्ट्रांमध्ये खळबळ उडाली. संपूर्ण राष्ट्र प्रोटेस्टंट असताना तिने कॅथॉलिक पंथ स्वीकारण्याचा घेतलेला निर्णय खूप धाडसी तर होताच; परंतु परिवर्तनाच्या दिशेने नेणाऱ्या समाजाचे प्रतिनिधित्व करणाराही होता.

सिग्रिडचा नॉर्वे येथील पुतळा

कॅथॉलिक पंथाविषयीची काही पुस्तके, स्त्रीविषयक चळवळींवर आधारित पुस्तके, त्याचप्रमाणे निबंधात्मक आणि चरित्रात्मक पुस्तके असे विपुल लिखाण तिने केले. १९३४ साली तिने 'इलेव्हन इयर्स ओल्ड' हे स्वत:चे आत्मचरित्रही लिहिले.

१९४०च्या सुमारास दुसऱ्या जागतिक युध्दाचे वारे आता वाहू लागले होते. सर्व युरोपभर अविश्वासाचे, भयाचे वातावरण तयार झाले होते. हिटलरला आणि नाझीवादाला विरोध करणाऱ्या सिग्रिडला आता स्वत:चा देश सोडून अमेरिकेत जावे लागणार होते. कारण जर्मनांनी नॉर्वेवर आक्रमण केले होते. नॉर्वेच्या आर्मीमध्ये असलेला तिचा मोठा मुलगा जर्मन सैनिकांच्या हल्ल्यात बळी पडला. तिची मतिमंद मुलगीही मधल्या काळात मरण पावली. युद्धाच्या काळात तिने हिटलरच्या हुकूमशाहीला आपल्या लिखाणामधून, व्याख्यानांमधून सतत विरोध केला. युद्ध संपल्यानंतर १९४५च्या सुमारास ती नॉर्वेमध्ये परतली.

**'लिलेहॅमर' येथील 'जर्कबॅक' या तिच्या आवडत्या बंगल्यात ती जीवनाच्या अखेरपर्यंत राहिली. आयुष्यातील शेवटची चार वर्षे तिने एकही अक्षर लिहिले नाही, कारण 'जर्कबॅक'मधून दिसणाऱ्या निसर्गसुंदर गावाचे रूप न्याहाळताना तिने मानवी भावबंधांच्या क्षितिजापार असणाऱ्या अलौकिक अनुबंधांशी सख्य जोडले होते!**

*शांतीच्या क्रांतीची अमेरिकन कन्या*

# जेन ॲडम्स

**(Jane Addams)**

देश – अमेरिका
जन्म – ६ सप्टेंबर, १८६०, मृत्यू – २१ मे, १९३५
**नोबेल पुरस्कार – शांतता (१९३१)**

**''युध्दविरहित सामाजिक परिस्थिती म्हणजे शांतता नव्हे. इतरांवर विजय प्राप्त करण्याची नैतिक इच्छाच विरून जाणे, अहंकाराच्या, गर्वाच्या, शोषणाच्या आणि इतरांवर सत्ता गाजविण्याच्या कल्पनांचा पूर्णपणे निरास होऊन युद्ध करणे जवळजवळ अशक्यप्राय ठरणे म्हणजे शांतता! अशी शांतता प्रत्येक व्यक्तीच्या मानसिक स्तरांवरून पारेषित होऊन समष्टीतील विविध थरांत साहचर्याचे, सद्‌भावनेचे, सौहार्दाचे वातावरण निर्माण करते आणि म्हणूनच ती अक्षुण्ण असते.'' शांततेचा असा सत्य, शिवात्मक अर्थ सांगून विश्वाला सुंदराकडे नेण्याची कल्पना मांडणारी 'जेन ॲडम्स' ही अमेरिकेतील पहिली नोबेल विजेती स्त्री.**

सन १९३१मध्ये शांततेचा नोबेल पुरस्कार मिळविणाऱ्या जेनचा जन्म ६ सप्टेंबर, १८६० रोजी सेडारव्हिले, इलिनॉय (अमेरिका) येथे झाला. एका गिरणीचे मालक असलेले तिचे वडील जॉन ॲडम्स स्थानिक राजकीय नेते होते आणि राज्य कायदे मंडळाचे सोळा वर्षे सदस्य होते. पाच भावंडांच्या नंतर जन्मलेली जेन मातृसुखाला मात्र अकाली पारखी झाली. ती दोन वर्षांची असतानाच तिच्या आईचा मृत्यू झाला. तिच्या वडिलांनी पुनर्विवाह केल्यानंतर 'ॲडम्स' कुटुंबात अजून दोन

अपत्यांची भर पडली.

अतिशय प्रखर बुद्धिमत्ता लाभलेल्या जेनचे 'नेतृत्व गुण' शालेय व महाविद्यालयीन काळातच दिसून येत. इतरांना मदत करण्याची वृत्ती, कर्तव्य आणि जबाबदाऱ्यांचे भान, एखादी समस्या सोडविताना दाखविलेला धीरोदात्तपणा, हुशारी, सामंजस्य आणि संतुलितपणा या तिच्या अंगभूत गुणांमुळे तिचे सहाध्यायी तिला आपला आदर्श मानत. नेतृत्वाची धुरा तिच्याकडे आपोआपच चालून येत असे. यात अर्थातच आनुवंशिकता आणि तिच्या वडिलांच्या संस्कारांचा मोठा भाग होता. जेनला वडिलांच्या सान्निध्यातच राहणे आवडत असे. सहनशीलता, परोपकारी वृत्ती आणि नीतिमूल्यांच्या संस्कारांचे धन तिला त्यांच्या सहवासातच प्राप्त झाले.

अभ्यासात अतिशय हुशार असणाऱ्या जेनचा कल विज्ञान शाखेकडे होता. 'रॉकफोर्ड फिमेल सेमिनरी' या महाविद्यालयातून तिने पदवीपर्यंतचे शिक्षण पूर्ण केले. पुढे तिला वैद्यकीय शिक्षण घेण्याची इच्छा होती. परंतु पुढील उच्च शिक्षण घेण्यास तिच्या पालकांनी नकार दिला. आता लग्न करून तिने इतर स्त्रियांप्रमाणे संसारास सुरुवात करावी अशी स्पष्ट इच्छा जेव्हा तिच्या वडिलांनी प्रदर्शित केली, तेव्हा जेन अतिशय खिन्न झाली. विवाह करून गृहकृत्यांमध्ये रममाण होणे आणि मुलांना जन्म देऊन चाकोरीबद्ध जीवन व्यतीत करणे हे तिचे उद्दिष्ट नव्हते. परंतु वडिलांच्या आज्ञेसमोर ती काय करणार? दुर्दैवाने याच काळात ती आजारी पडली. जन्मापासूनच ती फारशी धट्टीकट्टी नव्हतीच. तिचा पाठीच्या दुखण्याचा आजार अधूनमधून डोके वर काढत असे. त्यातच शिक्षणाची संधी न मिळाल्यामुळे ती मानसिकरीत्या पण खचून गेली. मग तिच्या पालाकांनी तिला व तिच्या मैत्रिणीला एकदोन वर्षांसाठी युरोपच्या दौऱ्यावर पाठवले. या दौऱ्यावरून ती अमेरिकेत परतल्यानंतर तिच्या वडिलांचे निधन झाले. आता तर तिचा फार मोठा आधार हरपला होता. या काळात बुद्धिमत्ता, हुशारी, काम करण्याची उर्जा, इच्छा हे सारे असूनही ती दिशाहीन झाली होती. पुढील आयुष्यात नेमके काय करावे? या पेचात ती कितीतरी दिवस उदास राहत असे. त्यातच तिच्या पाठीच्या दुखण्यासाठी ऑपरेशन करावे लागले. ऑपरेशननंतरचा काळ हालचालींवर मर्यादा आल्यामुळे (जवळजवळ एक वर्ष) ती अंथरुणात होती. तिच्या आयुष्यातील अंधारक्षणांचा हा काळ! परंतु एकटेपणाच्या आणि निष्क्रियतेच्या या क्षणांमध्येच तिच्या मनाने उभारी धरली. पुन्हा एकदा मैत्रिणीबरोबर युरोपला भेट देण्याच्या विचारांनी उचल घेतली. समाजासाठी काहीतरी भरीव कार्य करण्याचे विचार तिच्या मनात चमकून गेले आणि विषण्णतेच्या तमावर मात करण्यासाठी लागणारे सोनकवडसेच जणू तिला गवसले.

इंग्लंडमधील लंडन येथे असलेल्या 'टॉईनबी हॉल' या वसतिगृहाला तिने भेट

दिली. तिच्याबरोबर तिची मैत्रीण इलेनस्टारही होती. अशाच प्रकारचे वसतीगृह शिकागो येथे बांधण्याची कल्पना या दोघींच्या मनात आली. शिकागो येथे 'चार्ल्स हल' यांचे 'हल हाउस' त्यांनी भाड्याने घ्यायचे ठरविले. १८८९ साली त्यांनी ते घेतलेही! अफाट निर्मितीक्षमता, समाजसेवेची कळकळ, ओसंडून वाहणारी उर्जा या जेनच्या गुणांमुळे लोक आपोआपच तिच्याकडे आकर्षित झाले. स्थानिक तसेच अनेक राजकीय लोकांनी या हल हाउसच्या स्थापनेत खूप मदत केली.

गरिबांना मोफत वैद्यकीय सेवा, अनाथ मुलांचे संगोपन व शिक्षण, स्त्रियांना आर्थिक मदत व कायद्यांचे शिक्षण, परदेशातून आलेल्या लोकांना योग्य मार्गदर्शन, त्यांना व्यावसायिक व विविध कौशल्यांचे ज्ञान देण्यासाठी अभ्यासवर्ग अशा समाजहितैषी बाबींमधून 'हल हाउस' गरीब व निम्न मध्यमवर्गीय स्तरांतील लोकांसाठी आपुलकीचे, निवाऱ्याचे स्थान बनत गेले. अमेरिकेत १८९३च्या सुमारास मंदी आली, तेव्हा तर एका आठवड्यात जवळजवळ दोन हजार लोकांना हल हाउसच्या माध्यमातून मदत मिळत असे.

हल हाउसचा कारभार आता जास्त व्यापक आणि सर्वस्पर्शी होऊ लागला. सकाळच्या वेळी लहान मुलांसाठी शिशुवर्ग, दुपारच्या वेळी मोठ्या मुलांसाठी शाळा आणि नोकरी करणाऱ्या प्रौढ लोकांसाठी रात्रशाळा अशा दिवसभराच्या भरगच्च कार्यक्रमांनी 'हल हाउस' गजबजून जात असे. शिक्षणाच्या सोयींबरोबर

**हल हाउस**

**हॉग येथील शांतता परिषदेला उपस्थित असलेल्या महिला**
**जेन ॲडम्स (डावीकडून आठवी), एमिली बाल्च (डावीकडून नववी)**

कॉफीहाउस, पोहण्याचा तलाव, व्यायामासाठी जिम, कलादालन, संगीतशाळा, नाट्यगृह, वाचनालय, रोजगारविषयक माहिती पुरविणारे कार्यालय, व्यक्तिमत्त्व विकास केंद्र अशा अनेकविध कार्यालयांमुळे 'हल हाउस'ला एका छोट्या स्वयंपूर्ण शहराचे स्वरूप आले होते. धनिक लोकांचा आणि राजकीय संस्थांचा आर्थिक पाठिंबा असल्यामुळे अनेक लोकांना तेथील सोयींचा लाभ माफक दरात किंवा विनामूल्य मिळत असे.

हल हाउसची लोकप्रियता हळूहळू वाढत होती. आता जेनने 'हल हाउस' बाहेरील काही मोठ्या, वेगळ्या जबाबदाऱ्या स्वीकारायचे ठरविले. शिक्षण क्षेत्र तिच्या आवडीचे होतेच. १९०५मध्ये तिने 'शिकागो बोर्ड ऑफ एज्युकेशन'च्या 'शालेय व्यवस्थापन समितीचे' प्रमुखपद स्वीकारले. पुढे १९०८ साली मूल्यशिक्षण देणाऱ्या शाळेची स्थापना केली. तसेच तिच्या स्वत:च्या प्रभागात आरोग्य अधिकारी हे पदही तिने स्वीकारले. त्याद्वारे नर्स व आयांसाठी अभ्यासक्रम चालवणे, गरीब वर्गातील लोकांना दूध व अन्न पुरवठा करणे, व्यसनमुक्ती केंद्राची स्थापना करणे अशी अनेक कामे तिने केली. १९१० साली येल विद्यापीठाने तिला मानाची पदवी प्रदान केली. त्या विद्यापीठाची अशी पदवी मिळविणारी ती पहिली स्त्री होती.

त्या काळी अमेरिकेसारख्या पाश्चात्त्य देशातही स्त्रियांच्या मताधिकाराला खूप मर्यादा होत्या. स्त्रियांच्या मताधिकाराचे महत्त्व जाणून त्यांचे त्या दृष्टीने प्रबोधन करणे, व्याख्याने देणे आणि संसदेतील सदस्यांनाही त्याचे महत्त्व पटवून देणे हे तिचे आणखी एक महत्त्वपूर्ण कार्य! अर्थात स्त्रियांच्या हक्कांसाठी झगडणाऱ्या

जेनने स्त्रियांना कर्तव्यांची जाणीवही करून दिली होती. 'शिकागो पॉलिटीकल इक्वॅलिटी लीग' समोर स्त्रियांच्या मताधिकारासंबंधी भाषण करताना ती म्हणाली होती, 'स्त्रिया या पुरुषांपेक्षा अधिक चांगल्या असतात असे ढोबळमानाने मानले जाते. पण तसे मानणाऱ्यांपैकी मी नाही. आम्ही भ्रष्टाचार केला नाही, लाचलुचपत, पैशांचा अपहार यांसारख्या अपवित्र गोष्टी आम्ही केल्या नाहीत, कारण आम्हाला तशी संधी मिळाली नाही.' स्त्रीपुरुष या लिंगभेदाला न जुमानणाऱ्या मानवी वर्तनव्यवहाराची तिला असलेली जाणच यातून व्यक्त होते.

१९११ साली ती स्त्रीमताधिकार समितीची अध्यक्ष झाली. स्त्री-पुरुष कामगारांच्या आर्थिक सुधारणासांठी तिने एक वेगळी चळवळ सुरू केली. त्या काळी कारखान्यात काम करणारा कामगार संघटित नव्हता. अत्यंत कमी पगारावर भरपूर काम करून घेणे, कामाच्या जागेच्या ठिकाणी अनारोग्य, अस्वच्छता असणे, सुट्यांची संख्या आणि कार्यकाल यांच्यावर कठोर बंधने असणे, नियमांच्या बाबतीत मालकांनी अरेरावी करणे यांसारख्या अनेक समस्यांना कामगारांना सामोरे जावे लागत असे. 'हे मार्केट' मधील कामगारांची झालेली दंगल हा या साऱ्यांचाच परिपाक होता. परंतु तेथील कामगारांना चिथावणी दिल्याचा जेनवर आरोप करून काही लोकांनी हल हाउसचा आर्थिक पाठिंबा काढून घेतला. पण जेनने खचून न जाता व्याख्याने, प्रबोधने, पुस्तक लिखाण यांच्याद्वारे पैसा उभा केला आणि हल हाउस सतत चालते बोलते ठेवले. 'ट्वेंटी इयर्स अॅट हल हाउस' हे तिने लिहिलेले आत्मचरित्रपर पुस्तक खूप गाजले आणि तिला संपत्तीही देऊन गेले.

१९१२-१३च्या सुमारास पहिल्या जागतिक महायुद्धाची सुरुवात होत होती. अमेरिकेने युद्धात भाग घेऊ नये म्हणून जेनने 'महिला शांतता समिती' ची स्थापना केली. युद्ध होऊ नये यासाठी तिने संसदेच्या स्तरावर आणि आंतरराष्ट्रीय स्तरावर या समितीद्वारे अखंड प्रयत्न केले. प्रसंगी सत्ताधारी पक्षाच्या विरोधात जात

**हॉग येथील महिला परिषदेसाठी महिलांना घेऊन जाणारी 'नूरडॅम' बोट (१९११)**

तिने युद्धविरोधी भूमिका घेतली होती. परंतु १९१७च्या सुमारास अमेरिकेने युद्धात प्रवेश केला. त्या वेळी जेनला सरकारी पातळीवरून खूप मोठ्या विरोधाला तोंड द्यावे लागले. तिचे 'अमेरिकन क्रांतीच्या कन्या' या यादीतून नावही वगळले केले. तरीही तिने युद्धविरोधाचे धोरण सोडले नव्हते. पुढे १९१९ साली तिची 'आंतरराष्ट्रीय महिला शांतता व स्वातंत्र्य' परिषदेची अध्यक्ष म्हणून निवड झाली. जीवनाच्या अखेरच्या पर्वापर्यंत ती या परिषदेची अध्यक्ष होती. वर्णभेदाला न जुमानणारी आणि त्या लोकांच्या हिताला जपणारी जेन 'नॅशनल असोसिएशन फॉर द ॲडव्हान्समेंट ऑफ कलर्ड पीपल' (NAACP) ची अखेरपर्यंत सदस्य होती. यासाठी सुद्धा तिच्यावर कम्युनिझमचे आरोप ठेवले गेले.

**हल हाउस येथून निघालेल्या जेनच्या अंत्ययात्रेत सामील झालेला विशाल जनसमुदाय (२१ मे, १९३५)**

या साऱ्या कार्यांबरोबरच हल हाउसचे कामही जोरात चालू होते. कारण पीडित व अन्यायग्रस्त लोकांच्या मदतीसाठी नुसती व्याख्यानबाजी किंवा लिखाण न करता प्रत्यक्ष कृतीतूनच साहाय्य करण्याचा वसा तिने घेतला होता.

**समृद्ध घराण्यात जन्माला येऊनही तिने गरिबांच्या व्यथा, वेदना, दुःखे दूर करण्याचा धर्म पत्करला होता. माणसाने माणसाला न समजून घेण्याच्या वृत्तीमुळे निष्ठुरता आणि कठोरता वाढत जाते यावर तिचा विश्वास होता. १९३१ साली तिला जेव्हा शांततेचा नोबेल पुरस्कार मिळाला, तेव्हा 'शांतीच्या क्रांतीची अमेरिकन कन्या' म्हणून तिचा गौरव झाला!**

*आईची वारसदार*

# आयरिन क्यूरी
## (Irene Joliot - Curie)

देश – फ्रान्स
जन्म – १२ सप्टेंबर, १८९७, मृत्यू – १७ मार्च, १९५६
**नोबेल पुरस्कार - रसायनशास्त्र (१९३५)**

**''आयरिन क्यूरी आणि फ्रेडरिक ज्योलिएट यांनी आपल्या संशोधनाद्वारे विज्ञानाला नवी देणगी दिली आहे. अल्फा कणांच्या माऱ्याने एका मूलद्रव्याचे रूपांतर दुसऱ्या मूलद्रव्यात करण्याच्या त्यांनी शोधलेल्या पद्धतीमुळे तयार होणारी नवी किरणोत्सारी मूलद्रव्ये अत्यंत उपयुक्त आहेत. त्यांच्या जैविक, वैद्यकीय, कृषी, कारखाने, औषधे अशा सर्वच क्षेत्रांत होणाऱ्या वापरामुळे त्यांचे महत्त्व सर्वव्यापी झाले आहे.''**

'द रॉयल स्वीडिश ॲकॅडमी'चे चेअरमन प्रा. डब्ल्यू. पाल्मेर, आयरिन आणि फ्रेडरिक या दांपत्याला नोबेल पुरस्कार देताना असं म्हणाले. रसायनशास्त्राचा हा नोबेल पुरस्कार त्यांना १९३५ साली मिळाला.

कृत्रिम किरणोत्सारी मूलद्रव्ये तयार करणारी आयरिन म्हणजे सुप्रसिद्ध रसायन आणि भौतिकशास्त्रज्ञ नोबेल विजेती मेरी क्यूरीची कन्या. तिचा जन्म १२ सप्टेंबर, १८९७ रोजी पॅरिस (फ्रान्स) येथे झाला. मेरी आणि पिअरसारखे विज्ञाननिष्ठ, प्रज्ञावंत, संशोधक वृत्तीचे पालक लाभलेल्या आयरिनलाही विज्ञानात लहानपणापासूनच रुची होती. खरं तर तिचे वडील पिएर क्यूरी यांचे एका अपघातात १९०६ साली निधन झाले, तेव्हा ती केवळ नऊ वर्षांची होती. परंतु पती निधनानंतरही अखंडपणे

विज्ञानसेवा करणाऱ्या मेरीसारख्या आईच्या सान्निध्यात तिच्यातील विज्ञानरुची हळूहळू अभ्यासकाचे रूप घेत होती. बेक्वेरेल, रॉंटजेन या संशोधकांनी मूलद्रव्यातून बाहेर पडणाऱ्या किरणोत्सारी प्रारणांचा शोध लावला होता. मेरीने युरेनिअम आणि थोरियम या जड मूलद्रव्यांतून निघणाऱ्या किरणांचा अभ्यास केला होता. शिवाय पिचब्लेन्ड या खनिजातून 'रेडियम' आणि 'पोलोनियम' ही किरणोत्सारी मूलद्रव्ये विलग केली होती. त्यामुळे आयरिनला किरणोत्सारिता या गुणधर्माचा चांगलाच परिचय होता.

शालेय जीवनातच तिला विज्ञानाची गोडी लागली होती. विशेषत: रसायनशास्त्रातील प्रयोग तिला आवडत असत. त्यासाठी तिने घरीच एक छोटीशी प्रयोगशाळा तयार करून घेतली होती. वेगवेगळ्या रासायनिक अभिक्रियांचा पदार्थांवार होणारा परिणाम अभ्यासण्याची तिची जिज्ञासा तिला एका अनोख्या संशोधनाकडे नेणार होती.

शालेय शिक्षण संपल्यावर पॅरिस येथील सेव्हीन कॉलेज येथे १९१२ साली तिने प्रवेश घेतला. शिक्षण घेत असताना तिने काही काळ मिलिटरी हॉस्पिटलमध्ये नर्सचे काम केले. (१९१६) पदवी प्राप्त केल्यानंतर तिने लगेचच 'रेडियम इन्स्टिट्यूट'मध्ये तिच्या आईच्या साहाय्यक संशोधक पदाची जबाबदारी पत्करली. अर्थात केवळ गुणवत्तेच्या जोरावर ती या पदापर्यंत पोहोचली होती. 'पोलोनियम या मूलद्रव्यावर होणारा अल्फा किरणांचा परिणाम' हा प्रबंध तिने सुमारे १९२५च्या सुमारास सादर केला. याच सुमारास तिची फ्रेडरिक ज्योलिएटशी भेट झाली. तो 'रेडियम इन्स्टिट्यूट'मध्येच काम करत होता. विज्ञानवादी दृष्टिकोन बाळगणारा, क्रीडा-निपुण, कलासक्त आणि माणुसकीचा हृद्य भाव असणारा फ्रेडरिक आणि जवळपास तसेच गुणधर्म असणारी आयरिन ह्यांचे लगेच मैत्र जुळले. पुढे ९ ऑक्टोबर, १९२६ रोजी त्यांचा विवाह झाला.

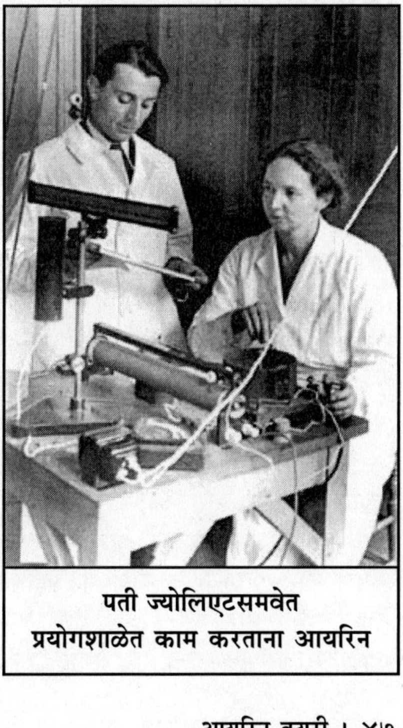

**पती ज्योलिएटसमवेत प्रयोगशाळेत काम करताना आयरिन**

पुढील वर्षापासून त्या दोघांनी

**एमिन्स येथील मिलिटरी हॉस्पिटलमध्ये आयरिन (१९१६)**

एकत्र काम करायचे ठरवले. १९२८च्या सुमारास त्यांनी एक नवा प्रकल्प सुरू केला. या प्रकल्पांतर्गत बोरॉन, ॲल्युमिनिअम, मॅग्नेशिअम या मूळच्या स्थिर आणि किरणोत्सारी नसलेल्या पदार्थांवर त्यांनी अल्फा किरणांचा मारा केला. अनेक दिवसांच्या परिश्रमांनंतर त्यांना या स्थिर मूलद्रव्यापासून नवी किरणोत्सारी मूलद्रव्ये तयार होऊ शकतात असे लक्षात आले. बोरॉन, ॲल्युमिनिअम, मॅग्नेशिअमपासून अनुक्रमे नायट्रोजन, फॉस्फरस आणि ॲल्युमिनिअम हे नवे किरणोत्सारी समस्थानिक पदार्थ तयार झाले.

असे नवे किरणोत्सारी अस्थिर पदार्थ प्रयोगशाळेत तयार झाले असले, तरी त्यांची व्यावहारिक उपयुक्तता कळायची होती. पहिल्या महायुद्धाच्या सुमारास मेरी क्यूरीने रेडियमचा उपयोग केला होता. सैनिकांच्या जखमा बऱ्या करण्यासाठी तिने रेडॉनचा उपयोग केला होता. त्याचप्रमाणे या पदार्थांनी कर्करोगासारखे घातक आजारही आटोक्यात आणण्याचे तिचे प्रयत्न यशस्वी होत होते. आयरिन आणि ज्योलिएट यांनी आता कृत्रिमरीत्या तयार केलेल्या किरणोत्सारी पदार्थांचे व्यावहारिक उपयोग तपासून पाहण्यास सुरुवात केली आणि त्यांच्या लक्षात आले की, अनेक क्षेत्रांत त्यांचा वापर करता येईल.

रक्ताचा कर्करोग (ल्युकेमिया) बरा करण्यासाठी फॉस्फरस-३२, मेंदूतील गाठ शोधण्यासाठी आयोडिन, अर्सेनिक, थॉयरॉईड ग्रंथीतील दोषांसाठी आयोडिन-१३१, कर्करोगासाठी कोबाल्ट-६०, रक्ताभिसरणातील दोषांसाठी सोडियम-२४ असा या कृत्रिम किरणोत्सारी पदार्थांचा वापर वैद्यकक्षेत्रात होऊ लागला.

त्याचप्रमाणे बी-बियाण्यांवर किरणोत्सारी पदार्थांचा मारा केला, की पिकाच्या उत्पादनात वाढ होते आणि पीकही उत्तम येते असे त्यांच्या लक्षात आले. त्याचप्रमाणे खनिज पदार्थ आणि इतर पदार्थ झाडांच्या मुळाकडून कशा प्रकारे शोषले जातात याचा अभ्यास या पदार्थांद्वारे शक्य झाला. अन्नपदार्थ व धान्य टिकविणे यांसाठीही त्यांचा वापर होऊ लागला. उदाहरणार्थ कांदे, बटाटे यांसारख्या पदार्थांवर किरणोत्साराचा मारा केला की त्यांना कोंब येत नाहीत व ते जास्त काळ

टिकतात. या पदार्थांच्या कृषी क्षेत्रातील उपयुक्ततेप्रमाणेच कारखान्यातही त्यांचा वापर लाभदायक ठरू लागला. कारण यंत्रांचे घर्षण, धातूच्या वस्तूंना गेलेले तडे शोधणे, किंवा त्यांची अंतर्गत झीज तपासणे यांसाठीही या पदार्थांचा वापर होऊ लागला.

या साऱ्या संशोधनासाठी आयरिन व ज्योलिएट या दोघांना १९३५चा रसायनशास्त्राचा नोबेल पुरस्कार देण्यात आला. अणूंच्या संरचनेत बदल करून कृत्रिम मूलद्रव्ये तयार करण्याचे हे आश्चर्यकारक नवे तंत्रज्ञान साऱ्या मानवजातीसाठी वरदान ठरले.

समाजासाठी काही करता यावे म्हणून १९३४च्या सुमारास त्या दोघांनीही समाजवादी पक्षात प्रवेश केला. जनसेवेची दीक्षा तर आयरिनला आईकडून मिळालीच होती. राष्ट्रहितासाठी लागणाऱ्या अनेक संशोधन प्रकल्पांत तिचा महत्त्वाचा वाटा होता. १९४६च्या सुमारास आयरिन 'इन्स्टिट्यूट ऑफ रेडियम'ची संचालिका झाली. १५ डिसेंबर, १९४८ला सुरू झालेल्या पहिल्या फ्रेंच अणुभट्टीच्या निर्मितीत आयरिनचा खूप मोठा सहभाग होता.

**रसायनशास्त्राचा प्राचीन इतिहास पाहिला की, असे लक्षात येते की अनेक रसायनशास्त्रज्ञांनी वेगवेगळ्या मूलद्रव्यांवर अभिक्रिया करून त्यापासून 'सोने' हा दुर्मीळ धातू निर्माण करण्याचा प्रयत्न केला. परंतु आजपर्यंत तरी ते सारे प्रयत्न असफलच ठरले आहेत. मात्र आयरिन-ज्योलिएटने तयार केलेल्या कृत्रिम किरणोत्सारी मूलद्रव्यांचा उपयोग चोवीस कॅरेटच्या चोख सोन्यापेक्षाही जास्त मौल्यवान ठरला.**

**आपल्या आईवडिलांप्रमाणे अहोरात्र संशोधन कार्यात बुडून गेलेल्या आयरिनने शांतता मोहिमेचाही प्रसार केला.**

*सुवर्णयूथी सेवाव्रती*

## पर्ल बक
## (Pearl Buck)

देश – अमेरिका
जन्म – २६ जून, १८९२, मृत्यू – ६ मार्च, १९७३
**नोबेल पुरस्कार - साहित्य (१९३८)**

**''या मातीतून आपण आलो आणि या मातीतच आपण जायला हवं.'' पर्ल बकच्या सुप्रसिद्ध 'द गुड अर्थ' कादंबरीतील वांग लूंग हा चिनी शेतकरी हातात मूठभर माती घेऊन म्हणतो.**

पृथ्वीवरील प्रत्येक जिवाची नाळ मातीशी जोडलेली असते. मातीतून सृजन आणि मातीतच मरण हे सृष्टीचक्रातील आदि आणि अंतिम सत्य! मन, भावना, संवेदनांचे आयाम लाभलेल्या मानवाचे जीवन तर इतर जिवांहून अगदी भिन्न असते. तृप्तीच्या आशेने प्रवास करणारा माणूस सुख-दुःख, आशा-निराशा, समृद्धी-गरिबी, समाधान-वैफल्य अशा परस्परविरोधी अनुभवांच्या चक्रबंधात फिरतो आणि अखंड अतृप्ती अनुभवतो. कायम अस्पर्शित राहणाऱ्या तृप्तीची आस त्याची जीवनलालसा जागृत ठेवते. परंतु कधीतरी अखेर त्याचा चक्रबंधात्मक प्रवास उकलता होऊन मातीलाच भेदत जातो आणि मातीशी मिळतो. मानवी जीवनाचे हे अटळ वास्तवदर्शी तत्त्व सरळसाध्या गोष्टींतून अन् निरूपणाच्या काव्यमय शैलीतून उलगडवून दाखवणारी पर्ल बकची सुप्रसिद्ध कादंबरी- 'द गुड अर्थ!'

कथानकाच्या अनुषंगाने त्यात घडणाऱ्या घटनांचे आणि पात्रांचे केलेले तपशीलवार वर्णन कोणा अपरिचितालाही त्याच्या नित्य परिचित अशा परीघकक्षेत पोचवते अन्

म्हणून चिनी शेतकऱ्याच्या जीवनावरील ही कादंबरी विश्वात्मकतेचे रूप घेते. पर्लच्या साहित्यकृतीतच नव्हे तर अवघ्या साहित्यविश्वातच एक चमत्कार ठरलेली ही कादंबरी, सतत दोन वर्षे 'बेस्टसेलर' होती. पहिल्याच वर्षी तिच्या अठरा लाख प्रती विकल्या गेल्या. तीसपेक्षा जास्त भाषांमध्ये तिचे अनुवाद झाले. प्रतिष्ठेचे पुलित्झर पारितोषिक मिळविणाऱ्या या कादंबरीला अमेरिकन ॲकॅडमी ऑफ आर्ट्स ॲण्ड लेटर्सतर्फे, 'विल्यम डीन हॉवेल' मेडलही मिळाले.

१९३१मध्ये लिहिलेल्या आपल्या या दुसऱ्याच कादंबरीने साहित्यविश्वात मोत्यासारख्या चमकणाऱ्या आणि चाफ्यासारख्या दरवळणाऱ्या सुवर्णयूथी पर्लचा जन्म २६ जून, १८९२ रोजी हिल्सबरो (वेस्ट व्हर्जिनिया) येथे झाला. पर्लची आई 'कॅरोलीन सिडेनस्ट्रिकर' ही सुशिक्षित स्त्री होती आणि वडील 'ॲबसॉलेम' हे अत्यंत व्यासंगी, कष्टाळू आणि ध्येयासक्त मिशनरी होते. अमेरिकेच्या प्रेसबिटेरियन मिशन बोर्डाने त्यांची उत्तर चीनमधील 'चिनकियांग' भागात धर्मप्रचारक म्हणून नेमणूक केली होती. बायबलचा चिनी भाषेत अनुवाद करणारे ॲबसॉलेम चिनी समाजजीवनात सहजपणे मिसळून गेले होते. अशिक्षित चिनी बायकांना मदत करणारी, आजारपणात औषधोपचार करणारी, समस्यांची सोडवणूक करणारी पर्लची आई तर चिनी महिलांचा मोठा आधार बनली होती.

वयाच्या आठ-नऊ वर्षांपर्यंत आपण या प्रांतातील नसून कोणी परकीय आहोत याची पर्लला जाणीवही नव्हती. चिनी शाळेत जाणाऱ्या आणि तेथील मित्रमैत्रिणींसमवेत सहजपणे वावरणाऱ्या पर्लला आपली मातृभाषा 'चिनीच' आहे असे वाटे. शालेय अभ्यासात रुची असणाऱ्या पर्लसाठी तिच्या आई-वडिलांनी मिस्टर कुंग या शिक्षकाची नेमणूक केली होती. ते तिला चिनी इतिहास, साहित्य, बौद्धधर्मीय तत्त्वज्ञान, कन्फ्यूशियसची तत्त्वे यांविषयी माहिती देत, तर आई अमेरिकन इतिहास, साहित्य, गणित आणि युरोपियन इतिहास शिकवत असे. पौर्वात्य आणि पाश्चिमात्य संस्कृतीच्या सुंदर मिलाफातून तिचे व्यक्तिमत्त्व घडत गेले. तिच्या आसपास सयामी, जपानी, इंडोनेशियन, इंडोचायनीज, ब्रह्मदेशीय

**आठ वर्षांची पर्ल आपले आई-वडील, लहान बहीण आणि चिनी आयासमवेत**

असे विविध देशांतील लोक राहत असत. त्यात एक भारतीय डॉक्टरही होते. या लोकांच्या जीवनपद्धती, रीतिरिवाज, स्वभाव वैशिष्ट्ये, संस्कृती यांविषयी तिला कायम कुतूहल वाटत असे. त्यांच्याकडे जाऊन गोष्टी ऐकणे हा तिचा आवडता छंद. तिला सांभाळणारे चिनी नोकरही तिला पऱ्यांच्या, सैतानाच्या, ड्रॅगनच्या, राक्षसांच्या जादूभऱ्या, अद्‌भुत गोष्टी सांगत. वाचनाची अफाट आवड हा तिचा एक दुसरा छंद! मार्क ट्वेनची 'टॉम सॉयर' आणि 'हकलबरी फीन' ही तिची आवडती पुस्तके. 'चार्ल्स डिकन्स'चा तर समग्र साहित्यसंचच तिच्याकडे होता. इतिहास, तत्त्वज्ञानाचे संस्कार करणाऱ्या तिच्या गृहशिक्षकांना (मि. कुंग) मात्र तिचे कादंबरीवाचन फारसे आवडत नसे. "अभिजात लेखक कादंबऱ्या लिहीत नाहीत. कादंबऱ्या हे खरं साहित्य नाही, आळशी आणि अशिक्षित लोकांचं मनोरंजन करण्यासाठी त्या असतात", असे ते म्हणत. पुढे अनेक कादंबऱ्या लिहिणाऱ्या पर्लला तिच्या शिक्षकांचे हे विचार आवर्जून आठवत.

शालेय शिक्षण संपल्यानंतर पर्लने अमेरिकेत व्हर्जिनिया प्रांतातील लिंचबर्ग येथील 'रॅन्डॉफ मॅकन वुमेन्स' कॉलेजमध्ये पदवी शिक्षणासाठी १९१० साली प्रवेश घेतला. मूळची अमेरिकन असली तरी तिचे कपडे, राहण्याची पद्धत, वागणे यांवर पौर्वात्य चिनी छाप होती. त्यामुळे कॉलेजमध्ये सुरुवातीला उपरी, परकी म्हणून तिची हेटाळणी होत असे. माणसांची आवड असलेल्या पर्लची त्यामुळे कुचंबणा होत असे. चीनमध्ये असताना अमेरिकन म्हणून परकी तर अमेरिकेत असताना पौर्वात्य, जुन्या विचारसरणीची म्हणून वेगळी अशी दोन्हीही ठिकाणी तिची त्रिशंकूसारखीच अवस्था होत असे. अर्थात परिस्थिती, देश, कालमानानुसार आपल्यात योग्य तो बदल करून घेणे, तडजोड करणे, सभोवतालच्या माणसांना आपलेसे करून घेणे, स्वतःची गुणवैशिष्ट्ये सिद्ध करीत जाणे आणि एकूणच आपल्या अस्तित्वाला दखलयोग्य करून घेणे हे ती या दुहेरी पातळीवरील परिस्थितीतूनच शिकली. लवकरच तिने अमेरिकन पद्धतीचे इंग्लिश उच्चार, आघात, उद्‌गारांसकट शिकून घेतले. राहणीमानात बदल केला. सहाध्यायींशी मैत्री केली. दुसऱ्याच वर्षी ती कॉलेजमध्ये अध्यक्ष म्हणूनही निवडली गेली. आपला खर्च भागविण्यासाठी विविध स्पर्धांमध्ये भाग घेऊन ती बक्षिसे मिळवत असे. उत्कृष्ट कथा, कविता, निबंध यांत तिला हमखास बक्षिसे मिळत.

१९१४ साली पदवी मिळाल्यानंतर तिला कॉलेजबाहेरील अमेरिकन जग बघण्याची इच्छा झाली. अमेरिकेत तिला निर्धास्तपणा आणि सुरक्षितता जाणवत होती. परंतु तिचे अंतर्मन चीनकडे ओढ घेत होते. कारण चीनमध्ये असलेली तिची आई असाध्य रोगाने आजारी होती. चीनला जाता यावे म्हणून तिने मिशनरी बोर्डाची परवानगी मागितली. पण तेथील अस्थिर राजकीय परिस्थितीमुळे तिला परवानगी

मिळाली नाही. मग अमेरिकेतील कॉलेजमध्ये तिने साहाय्यक प्राध्यापकाची नोकरी पत्करली. पुढे काही काळाने आई खूपच आजारी आहे हे कळल्यानंतर बोर्डाची परवानगी घेऊन ती 'चिनकियांग' येथे रवाना झाली आणि तेथे मिशनरी शाळेत शिक्षिकेची नोकरी करू लागली.

दरम्यानच्या काळात अमेरिकेच्या प्रेसबिटेरियन मिशन बोर्डाने शेतीतज्ज्ञ म्हणून नियुक्त केलेल्या, मूळच्या अमेरिकन असलेल्या 'जॉन लॉसिंग बक'च्या ती प्रेमात पडली. घरच्यांच्या विरोधाला न जुमानता तिने १३ मे, १९१७ रोजी त्याच्याशी लग्न केले.

लग्नानंतर ते दोघे उत्तर चीनमधील 'नान त्सुचाऊ' या ग्रामीण भागात राहण्यास गेले. उजाड शेते आणि कमालीचे दारिद्र्य असलेला हा उत्तर चीनमधील भाग. आधुनिक काळाचा स्पर्शही न झालेले तेथील जुनाट विचारसरणीचे स्त्री-पुरुष. दुष्काळ किंवा पूर अशा नैसर्गिक संकटांशी सतत सामना केल्यामुळे त्यांच्या जीवनविषयक संकल्पना दैववादाशी जोडलेल्या असत. ईश्वरी कृपा, सैतानाचा शाप, नशिबाचा फेरा यांच्यावर त्यांचा विश्वास. त्यांच्या शेती करण्याच्या पारंपरिक कल्पना बदलणे म्हणजे अत्यंत खडतर काम. सुरुवातीला हे मिशनरी काम उत्साहाने करणारा 'जॉन बक' हळूहळू निराश होऊ लागला. पर्लला मात्र त्यांनी गरिबीतही जपलेल्या आपुलकी व जिव्हाळ्याने आपलेसे करून घेतले होते. तेथील माणसे म्हणजे जणू मातीतून उगवलेली रोपटी.

पर्लच्या 'द गुड अर्थ' या कादंबरीची बीजे तिथेच रुजली गेली. त्या लोकांमध्ये तिला खऱ्या माणसांचे, वास्तवाचे दर्शन झाले. पण जॉन बकची तेथे राहायची इच्छा नव्हती. 'नानकिंग' या शहरी भागातील कॉलेजमध्ये प्राध्यापक पदाची जागा रिक्त झाली होती. जॉनने तिथे लगेच अर्ज केला. ते दोघे नानकिंगला रवाना झाले. पर्लने सुद्धा तेथील कॉलेजमध्ये नोकरी पत्करली.

दरम्यान २१ मार्च, १९२१ रोजी पर्लने एका सुंदर मुलीला जन्म दिला. परंतु बाळंतपणानंतर प्रकृती बिघडल्यामुळे तिला अमेरिकेत जाऊन ऑपरेशन करावे लागले. यानंतर ती कोणत्याही अपत्याला जन्म देऊ शकणार नव्हती. त्याच वर्षी तिच्या प्रिय आईचाही मृत्यू झाला. मुलगी 'कॅरोल' वाढत असताना ती मतिमंद असल्याचे बक दांपत्याच्या लक्षात आले. 'phenylketonuria' (PKU) या आजाराने ती ग्रस्त असल्याचे कळल्यामुळे त्यांनी तिच्या उपचारासाठी अमेरिकेला प्रयाण केले. दरम्यान ती तेथे दीड-दोन वर्षे राहणार असल्यामुळे तिने कार्नेल विद्यापीठात एम. ए. करण्यासाठी प्रवेश घेतला. पुढे मुलीचा आजार कधीच बरा होणार नाही हे लक्षात आल्यानंतर तिने तिची चांगली व्यवस्था करण्यासाठी तिला न्यू जर्सी येथील 'वाइन लॅंड' ट्रेनिंग स्कूलमध्ये दाखल केले. बक पतीपत्नींनी

'जेनिस' नावाच्या एका मुलीला दत्तक घेतले आणि हे दांपत्य पुन्हा नानकिंगला परतले.

पर्ल बक आपल्या अभ्यासिकेत

परंतु दुर्दैवाने पर्ल आणि जॉनच्या वैवाहिक जीवनात तणाव येऊ लागले. पर्ल उत्साही, महत्त्वाकांक्षी, चैतन्यमयी तर जॉन लॉसिंग हा तिच्या विपरीत स्वभावाचा. लेखनासाठी कोणतेही उत्तेजन न दिल्यामुळे तिची घुसमट होऊ लागली. पतीची उदासीनता, मुलीच्या मतिमंदत्वाचे दुःख, प्रिय आईचा मृत्यू या साऱ्या विषण्ण करणाऱ्या घटनांमुळे तिचे मन लिखाणाकडे ओढ घेऊ लागले. अ 'चायनीज वुमन स्पीक्स' आणि 'इस्ट विंड वेस्ट विंड' हे तिचे कथात्म लेखन तयार होते. हे साहित्य प्रकाशित करण्यासाठी तिने एजंटमार्फत अनेक प्रकाशकांना गाठले. परंतु ते सर्वत्र नाकारले गेले.

अखेर न्यू यॉर्कच्या 'जॉन डे' कंपनीचे मालक, प्रकाशक रिचर्ड वॉल्श यांनी ते स्वीकारले. प्रत्यक्ष भेटीत मात्र रिचर्डने, "तुमचं पुस्तक खूप चांगलं आहे म्हणून मी छापतो आहे असं मुळीच नाही. परंतु पुढच्या चांगल्या लिखाणाच्या खुणा त्यात दिसतात म्हणून मी स्वीकारले आहे," असे स्पष्टपणे सांगितले. चीनमधील कौटुंबिक पार्श्वभूमीवर लिहिलेली आणि पाश्चात्त्य, पौर्वात्य संस्कृतींचा मेळ घालू पाहणारी ही कादंबरी कितपत यशस्वी होईल याबाबत प्रकाशक साशंक होते. परंतु 'ईस्ट विंड वेस्ट विंड' (१९३०) ही तिची पहिली कादंबरी अनपेक्षितपणे खूप गाजली. थोड्याच काळात तिची तीन पुनर्मुद्रणे झाली.

रिचर्ड वॉल्शने तिला आणखी लिहिण्यासाठी उत्तेजन दिले. मिळालेल्या यशाने प्रेरित होऊन तिने आता नवी कादंबरी लिहिण्यास घेतली. कादंबरीचे कथासूत्र तर तिच्या मनात फार दिवसांपासून घोळत होतेच. चिनी शेतकऱ्यांविषयीच्या कथानकासाठी तिने घटनास्थळ म्हणून उत्तर चीनची निवड केली. त्यातील लोक, त्यांचे परस्पर संबंध, त्यांची स्वभाववैशिष्ट्ये, गुणधर्म या साऱ्यातून निर्माण होणारा अखिल मानवजातीचा वास्तवदर्शी आकृतीबंध– 'द गुड अर्थ'चे लिखाण पर्लने अवघ्या तीन महिन्यांत पूर्ण केले. २ मार्च, १९३१ला ही कादंबरी प्रसिद्ध झाली आणि पर्ल

खऱ्या अर्थाने प्रसिद्धीच्या सर्वोच्च शिखरावर पोहोचली. यश, पैसा, प्रतिष्ठा, प्रसिद्धी सारे काही मिळाले. १९३७ साली हॉलीवूडने या कादंबरीवर चित्रपटही काढला. त्यातील ओ लॅन या चिनी शेतकरी महिलेची व्यक्तिरेखा समर्थपणे साकारणाऱ्या लुईस रेनरला ऑस्कर पुरस्कार मिळाला. पुढे 'सन्स' (१९३२) आणि 'अ हाउस डिव्हायडेड' (१९३५) या दोन कादंबऱ्या आणि 'द गुड अर्थ' अशा तीन कांदबऱ्या मिळून 'द हाउस ऑफ अर्थ' ही त्रिखंडात्मक कादंबरी प्रकाशित झाली.

**पर्ल बकची सुप्रसिद्ध कादंबरी 'द गुड अर्थ'**

पर्लच्या लिखाणाचा आलेख आता उत्तरोत्तर चढतच होता. 'द गुड अर्थ'च्या यशाने तिचा आत्मविश्वास वाढला होता. चिनी म्हणजे पर्यायाने आशियातील सामाजिक, राजकीय परिस्थितीची, संस्कृतीची पाश्चात्त्य देशांना ओळख करून देणारी लेखिका म्हणून सर्वत्र तिचा गौरव होत होता.

१९३३च्या सुमारास तिने गरीब चिनी शेतकरी स्त्रीचे चित्रण असणारी 'द मदर' ही कादंबरी लिहिली. 'द यंग रिव्होल्युशनिस्ट' (१९३२) या बालसाहित्याची निर्मिती करून तिने बालमनोरंजनाच्या क्षेत्रातही पाऊल ठेवले. व्यवसायाने शिल्पकार असलेल्या 'सुसान गेलॉर्ड' या व्यक्तिरेखेवर आधारित, अमेरिकन पार्श्वभूमीवरची 'धिस प्राऊड हार्ट' (१९३८) ही कादंबरी लिहिली. जगभरातील संस्कृती, इतिहास, देश, माणसं, समाजजीवन यांचा शोध घेत चाललेले तिचे लिखाण चोखंदळ वाचकवर्गाच्या तसेच सामान्यजनांच्याही पसंतीस उतरत होते.

'द एक्साईल' हे तिच्या आईचे चरित्र तर 'फायटिंग एंजल' हे तिच्या वडिलांचे चरित्र. १९३६च्या सुमारास प्रकाशित झालेली ही दोन्ही चरित्रे तर नोबेल समितीच्या सदस्यांनी मास्टरपिसेस म्हणून गौरविली. आपल्या लोकांपासून दूर परदेशात, ॲबसॉलेमसारख्या ध्येयवेड्या पुरुषाबरोबर संसार करताना होणारी तिच्या आईची भावनिक कुतरओढ आणि अत्यंत हळवेपणा व तापटपणा या तिच्या परस्परविरोधी जन्मजात गुणांमुळे निर्माण होणारी भावांदोलने यांचा अचूक वेध घेणारे तिच्या आईचे चरित्र, तर परक्या देशात धैर्याने आणि शौर्याने मिशनरी काम करणाऱ्या

तिच्या वडिलांचे चरित्र. तत्कालीन सामाजिक, राजकीय परिस्थितीच्या तपशीलवार चित्रणामुळे ही चरित्रे कौटुंबिक न राहता ऐतिहासिक संदर्भ ग्रंथ झाली आहेत.

दरम्यानच्या काळात तिने नि:सत्त्व होत चाललेले जॉन बकबरोबरचे वैवाहिक संबंध संपुष्टात आणण्याचे ठरवले. तिचा प्रकाशक रिचर्ड वॉल्श याच्याशी तिचे स्नेहसंबंध जुळत चालले होते. साहित्यविश्वात पहिले पाऊल टाकताना रिचर्डने केलेल्या मदतीबद्दल तर ती कृतज्ञ होतीच. या कृतज्ञतेची आणि स्नेहसंबंधांची परिणती त्यांच्या विवाहात झाली. ११ जून, १९३५ रोजी त्यांनी विवाह केला. आता तिने अमेरिकेत स्थायिक होण्याचा निर्णय घेतला. या दांपत्याने एकूण ६ मुलांना दत्तक घेतले. सर्वांना एकत्र राहण्यासाठी मोठे घर हवे होते. पेनसिल्वानिया येथील साठ एकर जागा आणि त्यातील सुमारे शंभर वर्षांपूर्वी बांधलेले जुने घर तिला आवडले होते. ते विकत घेऊन तिने आता नव्याने संसार करण्यास सुरुवात केली. या जुन्या घरात तिने तिच्या आवडीप्रमाणे बदल करून घेतले. लेखनकार्यासाठी खास स्टडीची सोय केली. चिनी दिवे, चिनी नक्षीकामाचे गालिचे, धातूंच्या वस्तू, राम, कृष्ण, बुद्ध यांच्या प्रतिमा, आशिया त्याचप्रमाणे युरोप, अमेरिकेतील कितीतरी दुर्मीळ वस्तूंनी तिने घर सजवले. घराभोवती प्रशस्त बाग केली. दुर्मीळ वनस्पतींची रोपे लावली. पुढे अनेक कादंबऱ्यांचे लिखाण तिने या घरातच केले. तिच्या लेखनकार्यात रुची असणारा, तिला प्रोत्साहन देणारा, घरकामात मदत करणारा, तिच्याभोवती सतत रुंजी घालणारा, उत्साही, हसतमुख रिचर्ड आणि आपल्या चिवचिवाटानी घर नांदते-गाजते ठेवणारी तिची दत्तक मुले यांच्या सहवासात तिची लेखनकला बहराला येत होती.

नोबेल पुरस्कार स्वीकारताना पर्ल बक

१९३८मध्ये तिला साहित्याचा नोबेल पुरस्कार मिळाला. तो तिच्या आयुष्यातील सुवर्णाक्षरांनी लिहिण्याचा क्षण! साहित्यविषयक पुरस्कार मिळविणारी पर्ल अमेरिकेतील पहिली स्त्री. परंतु पुरस्कार घेताना ती खूप संकोचली होती.

चीनमध्ये वाढलेल्या, शिक्षण घेतलेल्या पर्लला अमेरिकन लोक अमेरिकन मानायलाच तयार नव्हते.

तिच्या समकालीन लेखकांमध्ये खूप खळबळ माजली. दखल घेण्याजोगी अगदी थोडी पुस्तके लिहिली असताना तिला पुरस्कार कशासाठी? अशी जहरी टीका तिच्यावर झाली. या टीकेने ती व्यथित झाली. तिच्यापेक्षा 'थिओडोर ड्रीझर' या ज्येष्ठ साहित्यिकाला हा पुरस्कार मिळावा; असे तिलाही नम्रपणे वाटत होते.

परंतु काही ज्येष्ठ समीक्षकांनी आणि नोबेल समितीच्या सदस्यांनी टीकेला जोरकसपणे प्रत्युत्तर दिले. प्रत्यक्ष भाषण करताना पर्ल खूप उदास होती. तिचे शालेय शिक्षक मि. कुंग यांचे कादंबरीबाबतचे विधान तिने भाषणात उद्‌धृत केले. परंतु 'सिंकलेअर लेविस' या ज्येष्ठ लेखकांनी, "कादंबरी लिखाणाला कमी लेखू नका. पुरस्काराच्या या घटनेच्या प्रत्येक क्षणांचा आनंद घ्या. तुमची ती जीवनभराची सुंदर स्मृती होऊ द्या. लोकांच्या टीकेकडे लक्ष देऊ नका," असे म्हणून तिला धीर दिला. पुढे अनेक प्रसंगांत सिंकलेअर लेविसची ही वाक्ये तिला प्रोत्साहनाचे पाठबळ देत राहिली. ही वाक्ये तिने तिच्या स्मृतीशिंपल्यात मोत्यासारखी जपून ठेवली होती.

नोबेल पुरस्कारानंतरही तिचा लेखनप्रवास चालूच राहिला. १९३९च्या सुमारास चीन व जपान या दोन देशांतील सामाजिक व राजकीय परिस्थितीवर आधारलेली 'द पॅट्रीयाट' ही कादंबरी तिने लिहिली. चँग कै शेकच्या क्रांतिवादी विचारांनी भारलेला 'इ-वान' हा चिनी तरुण पुढे चँगच्या तडजोडीच्या वृत्तीमुळे त्याला विरोध करून जपानला पळून जातो. तेथे जपानी मुलीशी लग्न करतो आणि तेथूनच चीनच्या राजकीय परिस्थितीवर लक्ष ठेवतो.

दूर राहून आपल्या देशाच्या भल्यासाठी धडपडणाऱ्या तरुणाची ही कथा रंगविताना पर्लने चीन व जपानमधील तत्कालीन राजकीय परिस्थितीचे अचूक व तपशीलवार वर्णन केले आहे.

आपलं यश फक्त चिनी पार्श्वभूमीवरील पुस्तकांवर मोजले जाऊ नये म्हणून तिने 'जॉन सेजेस' हे टोपणनाव घेऊन अमेरिकन आणि पाश्चात्त्य पार्श्वभूमीवरील लिखाणास सुरुवात केली. तिच्या साहित्याची निःपक्षपाती आणि संतुलित समीक्षा व्हावी हाही एक हेतू होता. 'द टाऊन्समन, द अँग्री वाईफ, द लाँग लव्ह, बाईट प्रोसेशन, व्हॉईसेस इन दी हाउस' या पाच कादंबऱ्या तिने 'जॉन सेजेस' या नावाने लिहिल्या. असे असले तरी तिचे मन पुनःपुन्हा चिनी सामाजिक, कौटुंबिक वातावरणाच्या कथानकांकडेच ओढ घेत असे. केवळ चिनी नव्हे तर आशियातील संस्कृतीचा पाश्चात्त्य देशांना परिचय करून देणे ही तिची आंतरिक तळमळ होती.

पौर्वात्य आणि पाश्चिमात्य जगात जिव्हाळ्याचे बंध निर्माण करण्यासाठी केवळ साहित्यनिर्मिती करून पर्ल थांबली नाही. १९४२मध्ये तिने 'ईस्ट ॲण्ड वेस्ट असोसिएशन'ची स्थापना केली. याद्वारे अनेक पौर्वात्य देशातील लोकांना तिने

**पर्ल बकची कादंबरी**
**'इंपिरियल वुमन''**

आमंत्रित केले. आपापल्या देशातील शिक्षण, संस्कृती, इतिहास यांची ओळख करून देण्यासाठी व्याख्याने किंवा नृत्य, नाट्य, संगीत यांसारखे उपक्रम ती आयोजित करीत असे. देशादेशातील सामंजस्य वाढविणारा हा एक चालता-बोलता शैक्षणिक प्रयोगच होता.

दरम्यानच्या काळात तिचे कादंबरी लेखन चालूच होते. तारुण्यातून वृद्धापकाळाकडे प्रवास करणाऱ्या मादाम वू ची 'पॅव्हेलियन ऑफ विमेन' ही १९४६ साली लिहिलेली, तिची कादंबरी बेस्ट सेलर ठरली. 'इंपिरियल वुमन' (१९५६) ही तिची आणखी एक उत्तम साहित्यकृती. एकोणिसाव्या शतकाच्या उत्तरार्धातील चीनच्या राजवैभवाची, शाही जीवनाची यथासांग ओळख करून देणारी ही कादंबरी. एम्परर हेन फेंगच्या जनानखान्यातील रखेली झुत्सीचा, सर्वशक्तिमान होईपर्यंतचा प्रवास तिने ऐतिहासिक संशोधकाच्या भूमिकेतून मांडला. त्याचप्रमाणे 'ए लेटर फ्रॉम पेकिंग' (१९५७) ही सुद्धा एक समर्थ कादंबरी. सर्व जीवनांना व्यापून राहणाऱ्या प्रेम या स्थलकालातीत भावनेचे हृदयस्पर्शी चित्रण करणारी तीन पिढ्यांची ही कादंबरी, त्यातील सोप्या अर्थवाही भाषेमुळे सरस ठरली.

माणसांचे जग हे शेवटी एक मोठे कुटुंब आहे, असे मानणाऱ्या पर्लने निराधार मुलांना आधार देण्यासाठी १९४९मध्ये 'वेलकम हाउस'ची स्थापना केली. आशियन-अमेरिकन म्हणजेच अमेरिशियन मुलांना दत्तक घेणारी अशा प्रकारची ही पहिलीच आंतरराष्ट्रीय,आंतरवंशीय दत्तक संस्था. पन्नास वर्षांत या संस्थेने जवळजवळ पाच हजार मुलांना आई-बाप मिळवून दिले.

पुढे १९६४च्या सुमारास तिने 'पर्ल एस बक फाउंडेशन'ची स्थापना केली. या प्रतिष्ठानाला तिने सत्तर लाख डॉलर्स इतकी संपत्ती बहाल केली. या मानवतावादी कार्याचे महत्त्व ओळखून तिला फिलाडेल्फियामधील प्रतिष्ठेचा समजला जाणारा

'गिम्बेल ॲवार्ड' हा पुरस्कार मिळाला. अर्थात केवळ पुरस्कार मिळविण्यासाठी तिने सामाजिक कार्य केले नव्हते, तर माणसामाणसांमध्ये प्रेम, जिव्हाळा, आपुलकी निर्माण करणे ही तिची आंतरिक तळमळ होती.

भारताबद्दलही तिला अतिशय सहानुभूती होती. 'इंडिया फॅमिन इमर्जन्सी कमिशन'ची ती अध्यक्षा होती. 'म. गांधी मेमोरियल फाउंडेशन'ची ती एक सदस्य होती. नेहरू घराण्याशी तर तिचे वैयक्तिक जिव्हाळ्याचे संबंध होते. भारतीय स्वातंत्र्याची ती कट्टर पुरस्कर्ती होती. ग्रामीण भारतीय लोकांविषयी तिला विशेष आस्था होती. तिने दोन वेळा (१९६२, १९६७) भारताला भेट दिली.

संपूर्ण हयातभर पूर्व व पश्चिम या दोन्ही जगांना जोडणाऱ्या सेतूचे काम तिने केले. तिच्या 'अ ब्रिज फॉर पासिंग' या आत्मचरित्रपर पुस्तकात म्हटल्याप्रमाणे माणसामाणसांमधील स्नेहबंध जोडणे हा तिचा एक ध्यासच होता.

**'माय सेव्हरल वर्ल्ड्स' हे आत्मचरित्र लिहिणाऱ्या पर्लच्या मनोविश्वात अनेक जगे सामावली होती. चीन, अमेरिकेसहित इतर अनेक राष्ट्रांचे जग किंवा मतिमंदांचे जग, उपेक्षितांचे, लहान मुलांचे, शेतमजुरांचे, कामगारांचे, दुर्बल घटकांचे, स्त्रियांचे अशी अनेक जगे! मानवतेच्या शोधातच तिला जगण्याचे प्रयोजन सापडले होते. मान-अपमान, यश-अपयश, प्रसिद्धी-अप्रसिद्धी या साऱ्या क्षणभंगुर, भावनिक आंदोलनांच्या पलीकडचे शाश्वत तिला गवसले होते. कारण मानवसमूहाच्या विशाल सागरामध्ये तिला जीवनशिंपल्यातील माणुसकीचा मोती मिळाला होता.**

*धीरगंभीर कवयित्री*

# गॅब्रिएला मिस्त्राल
# (Gabriela Mistral)

देश – चिली
जन्म – ७ एप्रिल, १८८९, मृत्यू – १० जानेवारी, १९५७
नोबेल पुरस्कार : साहित्य (१९४५)

**'आपण जात असतो अज्ञाताकडे**
**ना निद्रावस्थेत ना जागृतावस्थेत**
**केवळ भारावलेपणातून**
**आणि पोचतो अशा ठिकाणी**
**जिथे असते असीम शांतता**
**ना बोलावणारा दिसतो**
**ना त्याचा आवाज कानी पडतो**
**कदाचित ही प्रेमभेट असावी**
**निर्गुण निराकार ईश्वराची**
**शाश्वत सनातन मोक्षाची......'**

बालकाव्य, अंगाई गीते, प्रेमगीते, विरहगीते, वेदना, व्यथा व्यक्त करणारे काव्य ते अध्यात्माचा स्पर्श असलेले असे काव्य रचणारी 'गॅब्रिएला मिस्त्राल'! दक्षिण अमेरिकेतील चिली देशाची कन्या. १९४५मध्ये या कवयित्रीला साहित्याचा नोबेल पुरस्कार मिळाला. साऱ्या चिली देशवासीयांसाठी हा अत्यंत अभिमानाचा क्षण. कारण नोबेल पुरस्कार मिळविणारी ती पहिली लॅटिन अमेरिकन महिला होती.

"जिच्या भावकाव्य निर्मितीने लॅटिन अमेरिकन विश्वाला ध्येयवादी, आकांक्षावादी आणि उदात्ततावादी बनविले, त्या 'गॅब्रिएला' या कवयित्रीला नोबेल पुरस्कार देताना आम्हाला अत्यानंद होत आहे.'' तिच्या मानपत्रात लिहिलेले हे गौरवोद्‌गार किती सार्थ होते!

उंच, सशक्त, रुबाबदार आणि काळ्या-सावळ्या वर्णाच्या गॅब्रिएलाची छाप समारंभाला आलेल्या प्रत्येकावर पडली होती. जीवनात आलेल्या बऱ्यावाईट अनुभवांमुळे डोळ्यांत आलेली कारुण्याची झाक अन् साऱ्या दुःखभोगांना शांत करण्यासाठी कवितारूपी उपाय सापडल्यामुळे ओठावर आलेले स्मितहास्य अशा संमिश्र दुहेरी छटेतून व्यक्तिमत्त्वाचा अगदी वेगळा, विलक्षण पैलू निर्माण झालेल्या या कवयित्रीने सभागृहातील साऱ्यांची हृदये जिंकली. 'सेलमा लॅगरलॉफच्या देशबांधव हो!' असा तिने उल्लेख करताच टाळ्यांचा कडकडाट झाला. चिलीसारख्या नव्या आणि अपरिचित देशातील, तिच्यासारख्या लोकसाहित्यावर आधारित काव्यनिर्मिती करणाऱ्या कवयित्रीला हा पुरस्कार मिळाला म्हणून तिने कृतज्ञता व्यक्त केली. दक्षिण अमेरिकेतील एका टोकाच्या क्षेत्रावरून उत्तर युरोपमधील दुसऱ्या टोकाच्या स्वीडनसारख्या राष्ट्रापर्यंत तिची कीर्ती पोचली होती. स्वीडनमधील त्यावेळचे प्रसिद्ध कवी डॉ. हजल्मर गुलबर्ग यांनी तिच्या कवितांचे स्वीडिश भाषेत भाषांतर केले होते. त्यामुळे अर्थातच स्वीडिश जनतेला ती तिच्या काव्याद्वारे परिचित होतीच.

**गॅब्रिएलाचे जन्मस्थळ 'विक्यूना' (चिली)**

खरंतर 'गॅब्रिएला मिस्त्राल' हे तिचे टोपणनाव. तिचे मूळ नाव 'ल्युसिला' होते. 'ल्युसिला गोडाय अल्कायाग' हे तिचे पूर्ण नाव! तिचा जन्म ७ एप्रिल, १८८९ रोजी विक्यूना (उत्तर चिली) येथे झाला. वडील जेरॉनिमो गोडाय हे प्राथमिक शाळेत शिक्षक होते. त्यांनी बॅस्क वंशाच्या 'पेट्रोनिला' या विधवेशी विवाह केला होता. तिला एक मुलगी आणि एक मुलगा होता. वेगवेगळ्या प्रकारची गाणी, काव्ये लिहिणाऱ्या तिच्या वडिलांना भटकायची खूप आवड होती. या भटकंतीच्या वेडापायी दुर्दैवाने त्यांनी आपले घर व कुटुंब कायमचे सोडले. ते परागंदा झाले, तेव्हा ल्युसिला केवळ तीन वर्षांची होती. घराभोवती असलेल्या बागेतल्या फुलांशी आणि पक्ष्यांशी बोलत ल्युसिला लहानाची मोठी झाली. तिची बहीण एमिलिना हिला शाळेत शिक्षिकेची नोकरी लागली. पुढे ल्युसिला जेव्हा बारा वर्षांची झाली, तेव्हा हे कुटुंब 'ला सेरेना' या गावी राहण्यास गेले. या गावी तिला आपल्या भावी आयुष्याचा मार्ग सापडला. तिला तिच्या बहिणीप्रमाणे आणि वडिलांप्रमाणे शिक्षकच व्हायचे होते. वयाच्या चौदाव्या वर्षी तिला शिक्षिकेची नोकरी मिळाली. याच सुमारास ती कविता करू लागली. तिची बालगीते स्थानिक वृत्तपत्रांमधून प्रसिद्धही होऊ लागली.

पुढे १९०७च्या सुमारास तिला ला कँटेरा येथे शिक्षिकेची नोकरी मिळाली. येथेच तिची 'रोमेलिओ युरेटा' या रेल्वेत नोकरी असणाऱ्या युवकाची भेट झाली. त्या दोघांचे लग्न ठरले होते. परंतु काही कारणांस्तव ते मोडले. पुढे दोनतीन वर्षांनी रोमेलिओने आपल्या डोक्यात पिस्तुलाची गोळी झाडून आत्महत्या केली. ल्युसिलाला त्यामुळे जबरदस्त मानसिक धक्का बसला. या धक्क्यातून उद्ध्वस्त होऊन सावरताना तिने अनेक कवितांना जन्म दिला. या दुःखद घटनेला विसरण्यासाठी तिच्या हितचिंतकांनी तिला शिक्षणशास्त्रातील पदविका घेण्याचा आग्रह केला. शिक्षणशास्त्राची आवड असणाऱ्या ल्युसिलाने यशस्वीरीत्या प्रशिक्षण पूर्ण केले. आता ती सॅण्टिॲगो येथे माध्यमिक शाळेत नोकरी करू लागली. तेथे ती 'आरोग्य' हा विषय शिकवत असे. पुढे अँटोफोगस्टा येथील मोठ्या शाळेत ती इतिहास, भूगोल व स्पॅनिश हे विषय शिकवत असे. प्रागतिक विचारांची, समाजवादी मतांची आणि कलांमध्ये रुची असणारी शिक्षिका अशी तिची विद्यार्थ्यांमध्ये प्रतिमा निर्माण झाली. 'तुम्ही कितीही दाबून ठेवण्याचा प्रयत्न केलात, तरी माझे गाणे दडपले जाणार नाही, कारण लाखो मुले ते स्वच्छ सूर्यप्रकाशात गातात! अन् तुम्ही कितीही प्रयत्न केले, तरी माझे वेदनेचे गीत तुटणार नाही, कारण साक्षात ईश्वरासमोरच मुले ते गात असतात!!'' आपल्या वेदनेच्या अंधःकाराला विसरून सूर्यप्रकाशाच्या साक्षीने ईश्वराकडे जाण्याचा हा मार्ग तिला मुलांच्या माध्यमातूनच सापडला.

एकदा 'सॅण्टिॲगो' येथे लेखकांच्या संघटनेने आयोजित केलेल्या राष्ट्रीय

स्तरावरील काव्यस्पर्धेत तिने आपली स्वरचित सुनीते (Sonets) पाठविली. परंतु कवयित्रीचे नाव 'गॅब्रिएला मिस्त्राल' असे लिहिले. या स्पर्धेत तिला प्रथम क्रमांक आणि सुवर्णमुकुट असे बक्षीस मिळाले. दु:ख आणि वेदनेच्या भावनेने ओथंबलेल्या या कविता तिने आपला प्रियकर रोमेलिओ युरेटास अर्पण केल्या होत्या. तिचे सर्वांत आवडते इटालियन कवी 'गॅब्रिएले डी ॲन्युझिओ' या नावातून 'गॅब्रिएला' आणि १९०४चे नोबेल विजेते 'फ्रेडरिक मिस्त्राल' यांच्या नावातून 'मिस्त्राल' हे नाव घेऊन तिने 'गॅब्रिएला मिस्त्राल' हे टोपणनाव तयार केले.

तिच्या कविता आता याच नावाने नियतकालिकांमधून आणि मासिकांमधून प्रसिद्ध होऊ लागल्या. शालेय पाठ्यपुस्तकांतही तिच्या अनेक कवितांचा, गद्य उताऱ्यांचा समावेश झाला. हळव्या मनाची ही भावुक कवयित्री थोड्याच काळात एका तरुण कवीच्या प्रेमात पडली. दुर्दैवाने या नात्याचा बंध फक्त तिच्याकडूनच निर्माण झाला होता.

**'आणि... एके दिवशी,**
**तुमच्याकडून कुठलीच संमती नसल्याने तो दूर गेला**
**एखाद्या ठिसूळ फुलदाणीसारख्या**
**ठिकऱ्या, ठिकऱ्या करून कपाळाच्या.'**

**गॅब्रिएलाचा कवितासंग्रह**

असे पहिल्या प्रेमवेदनेचे दु:खद उद्‌गार काढणारी गॅब्रिएला या दुसऱ्या भंगलेल्या नात्याने खूपच निराश झाली. दक्षिण चिलीमधील अत्यंत दूर असलेल्या खेडेगावात तिने आपली बदली करून घेतली. दु:खाच्या गलबल्यात एकांत शोधू पाहणारी ही कवयित्री तत्त्वज्ञानाकडे, अध्यात्माकडे झुकू लागली. आपला संबंध

गॅब्रिएलाचे चरित्र

तिला आता ईश्वराशी जोडायचा होता. कारण तो कधीच तुटणार नाही याची तिला खात्री होती.

परंतु मुलांना शिकविताना तिच्या दु:खाची तीव्रता कमी होत असे. मुलांचे आयुष्य घडविण्यात तिला स्वत:चे जीवन सार्थकी लागल्यासारखे वाटे. त्यांच्यासाठी अनेक यशस्वी उपक्रम राबविल्यामुळे तिला मेक्सिकोच्या शिक्षणमंत्र्यांनी निमंत्रण दिले. तेथील संपूर्ण शालापद्धतीचीच तिने पुनर्रचना केली. ग्रामीण लोकांसाठी फिरती वाचनालये, ग्रंथसंग्रहालये, स्त्रियांसाठी खास मासिकांचे संपादन यांतून तिने सर्वच वयोगटातील लोकांचे ज्ञान अद्ययावत करण्याचा प्रयत्न केला. १९२३ साली चिली सरकारने तिला 'टीचर ऑफ द नेशन' हा किताब दिला.

खरंतर १९२२पर्यंत तिचा कवितासंग्रह निघाला नव्हता. पुढे डॉ. फेडरिको डी ओनिस या स्पॅनिश शिक्षकाच्या मार्गदर्शनाप्रमाणे तिच्या सर्व कविता एकत्र करून डेझोलेसिऑन हा कवितासंग्रह काढण्यात आला. मृत्यूची सुनीते, प्रार्थना यांसारख्या तिच्या प्रसिद्ध कवितांचा यात समावेश आहे.

१९२४च्या सुमारास तिने 'टेण्डरनेस' हा कवितासंग्रह माद्रीदमध्ये प्रकाशित केला. आपली बहीण एमिलिनाला अर्पण केलेल्या या कवितासंग्रहात अंगाईगीते, मातृत्वाचे सुख, स्त्रीदेह या विषयांवरील कविता आहेत. तिची अंगाई गीते सर्व लॅटिन अमेरिकाभर प्रसिद्ध झाली होती.

**'ही माणसं आंधळी आहेत का?**
**ते दुर्लक्षितात तुझी छोटी पावले**
**ही पावले टाकतोस तिथे येतो प्रकाश**
**अन् तुझ्या टाचेतून पडणाऱ्या रक्तातून कधी**
**उगवतो निशिगंध सावकाश'**

असे 'टायनी फीट' या आपल्या काव्यातून म्हणणारी गॅब्रिएला आपल्या दुसऱ्या अंगाई गीतात म्हणते,

**'कोळ्यांच्या लहानशा मुलीचे नाते असते**
**वाऱ्याशी, लाटांशी,**
**तुम्ही झोपू शकता समुद्राचे शिंपले पांघरून**
**किंवा जाळ्यात गुरफटून,**
**किंवा उंच उंच वाळूच्या टेकडीच्या माथ्यावर**
**तिथे ऐकाल समुद्राची गाज, जी तुम्हाला झुलवेल अधिक.'**

पुढे जवळजवळ १४ वर्षांनी तिने 'टॅला' (१९३४) हा कवितासंग्रह प्रकाशित केला. डेझोलेसिऑनमध्ये प्रेमभंगाच्या, विरहाच्या कविता होत्या, तर 'टॅला'मधील तिच्या कविता अध्यात्माकडे, संततत्त्वज्ञानाकडे झुकलेल्या वाटतात. जणू अस्वस्थ करणाऱ्या दुःखापासून सुरू झालेला तिचा प्रवास आता हृदयाला शांत करणाऱ्या प्रगाढ तत्त्वापर्यंत येऊन पोहोचला होता.

१९३८मध्ये तिचा 'ट्री फॉल' हा कवितासंग्रह प्रकाशित झाला. यात विरहाचा दुःखभोग केंद्रस्थानी असला, तरी तिला ओढ वाटणाऱ्या मातृत्वाच्या, गर्भारपणाच्या, प्रसूतीच्या कवितांचा त्यात समावेश आहे. गॅब्रिएलाची कविता ही मुख्यत्वे भावकविताच होती. सरळसाधी आणि हृदयस्पर्शी कविता रचणाऱ्या गॅब्रिएलाला पुस्तकांमध्ये रमायला आवडे. रवीन्द्रनाथ टागोर, रूबेन, दारिओ, अर्मेडो नव्हों हे तिचे आवडते साहित्यिक. तिने गद्य निबंध लिहिले तसेच ललित लेखनही केले.

१९३२मध्ये चिली सरकारने तिची राष्ट्रदूत म्हणून नेमणूक केली. पुढे जवळजवळ वीस वर्षे ती हे काम करत होती. राष्ट्रकुल आणि संयुक्त राष्ट्रसंघातही तिने चिलीचे प्रतिनिधित्व केले.

१९४५ साली तिला नोबेल पारितोषिक मिळाल्यानंतर १९४७ साली तिला अमेरिकेतील ओकलँड येथील मिल्स कॉलेजने 'डॉक्टरेट' प्रदान केली.

आयुष्याच्या अखेरीस (१९५४) तिचा 'लॅगर' हा कवितासंग्रह प्रकाशित झाला. जुऑन मिगेल या तिच्या सावत्र भावाच्या मुलाला तिने आपल्या मुलासारखे वाढविले होते. त्याने १३ ऑगस्ट, १९४३ रोजी आर्सेनिक घेऊन आत्महत्या केली. या दुःखद घटनेचा तिच्या मनावर खूप खोल परिणाम झाला होता. त्यातूनच 'लॅगर' यातील कवितांचा जन्म झाला.

पेड्रोपाब्लोने लिहिलेले गॅब्रिएलाचे चरित्र

वयाच्या तिसऱ्याच वर्षापासून त्याग, विरह, प्रेमभंग, मृत्यू यांसारख्या विषण्ण वर्तुळात तिचे जीवन फिरत राहिले. तरीसुद्धा सुखाचा, आनंदाचा शोध ती घेत राहिली -

**'मी नाचू कसा? मी तर लंगडा आहे,**
**'अरे, तुझे हृदय नाचेल!'**
**मी गाऊ कसा? मी तर दुर्बळ आहे**
**'अरे, तुझे हृदय गाईल!'**
**अन् ईश्वर म्हणतो, या नीलनभातून मी येऊ कसा?**
**'ये आमच्यासवे प्रकाशात नृत्य कर!'**
**जर कोणी होणार नसेल**
**आमच्या नृत्यात सहभागी,**
**तर माती होण्यासाठी**
**मातीशी जाऊन मिळेल तो अभागी!!'**

असे म्हणून साक्षात ईश्वराला आपल्या आनंदनृत्यात सहभागी करून घेणाऱ्या गॅब्रिएलाला दुःखांना, समस्यांना, संकटांना कवितेच्या रूपात उत्तर सापडले होते.

*कणखर आणि चिवट*

# एमिली ग्रीन बाल्च
## (Emily Greene Balch)

देश – अमेरिका
जन्म – ८ जानेवारी, १८६७, मृत्यू – ९ जानेवारी, १९६१
**नोबेल पुरस्कार – शांतता (१९४६)**

**"I think I shall live for quite a while yet. as my grandfather said, an old woman is as tough as an old owl!"**

पंचाहत्तराव्या वाढदिवशी अभिनंदन करण्यासाठी आलेल्या लोकांना उद्देशून एमिलीने स्वत:विषयी असे उद्‌गार काढले आणि यानंतर एमिली आयुष्याच्या चौऱ्याण्णव्या वर्षापर्यंत जगली. वयाच्या पंचाहत्तराव्या वर्षी, 'माझे काय, पंचाहत्तर गेले पाच राहिले!' अशी निवृत्तीची भाषा न बोलणाऱ्या एमिलीने स्वत:ची तुलना चिवट आणि कणखर अशा दिवाभीतासारख्या प्राण्याशी केली ते उगाच नव्हे!

'एमिली ग्रीन बाल्च' शांततेचा नोबेल पुरस्कार मिळविणारी दुसरी अमेरिकन महिला. जॉन मॉट यांच्याबरोबर तिला शांततेचा नोबेल पुरस्कार विभागून मिळाला. वयाच्या एकोणऐंशीव्या वर्षी, म्हणजे तुलनेने थोडा उशिराच हा पुरस्कार तिला मिळाला. प्रकृतीच्या कारणास्तव तिला समारंभाला हजरही राहता आले नव्हते. अर्थात शांततेच्या प्रयत्नांसाठी आपल्या आयुष्यातील क्षण न् क्षण वेचणाऱ्या एमिलीने कधी बक्षिसे आणि पारितोषिके यांची अपेक्षाही ठेवली नव्हती. पुरस्कार मिळाल्यानंतरही तिने आपले कार्य थांबवले नव्हते. "विसाव्या शतकातील दशकानुदशके शांततेसाठी अथक प्रयत्न करणारी एकमेव महिला." असे गौरवोद्‌गार कोलंबियाचे

प्राध्यापक सिम्कोविच यांनी तिच्याविषयी काढले होते.

एमिलीचा जन्म ८ जानेवारी, १८६७ रोजी जमेका प्लेन, (बोस्टनच्याजवळ) अमेरिका येथे झाला. तिची आई इलेन मारिया नॉईस आणि वडील फ्रान्सिस वर्गेनिस हे दोघेही उच्च वर्गातील आणि सुसंस्कृत नागरिक होते. 'एमिली' ही त्यांच्या सात अपत्यांपैकी एक. आपल्या सर्वच अपत्यांवर सद्भावना, सहकार्य आणि सामंजस्याचे संस्कार करणारे हे दांपत्य त्यांच्या शालेय आणि महाविद्यालयीन शिक्षणाविषयी अत्यंत जागरूक होते. अमेरिकेत त्या काळी मुलींना शिक्षण देणे (महाविद्यालयीन किंवा उच्च शिक्षण) फारसे प्रचलित नव्हते; परंतु बाल्च दांपत्याने आपल्या मुलींना यथायोग्य शिक्षण घेण्याची संधी प्राप्त करून दिली होती.

**वयाच्या एकविसाव्या वर्षी एमिली**

एमिलीने जमेका प्लेन येथे प्राथमिक शिक्षण पूर्ण केल्यानंतर १८८०च्या सुमारास बोस्टन येथील मिस आयर्लंड स्कूलमध्ये प्रवेश घेतला. त्यानंतर पुढे ब्रायन मॉर कॉलेजमध्ये तिने १८८९ साली पदवी शिक्षणही पूर्ण केले. अनेक कलांमध्ये निपुण असलेली, भटकंतीची, प्रवासाची आवड असणारी, वाचन-लिखाणात रमून जाणारी, कविमनाची एमिली खरंतर 'साहित्य' या विषयाकडे आकृष्ट झाली होती. परंतु समाजातील गरीब, निम्नवर्गीय लोकांविषयी आस्था बाळगणाऱ्या एमिलीला त्यांच्या समस्या जाणून घेण्याची आणि सोडविण्याची दृष्टी,तिच्या आई-वडिलांच्या संस्कारातून लाभली होती. त्या काळी (१८९०च्या सुमारास) युरोपमध्ये औद्योगिक क्रांतीचे वारे वाहू लागले होते. या औद्योगिक क्रांतीमुळे सर्व समाजाचा कायापालट होत होता. जगण्याची, उपजीविकेची, सामाजिक वर्गीकरणाची, आर्थिक स्तरांची अशा सर्वच घटकांची समीकरणे बदलत होती. या बदललेल्या परिस्थितीला सामोरे जाताना समाज गोंधळून गेला होता. ही औद्योगिक क्रांती युरोपातून अमेरिकेत येणे अपरिहार्यच होते. तशी सुरुवात एकोणिसाव्या शतकाच्या अखेर झालीच होती.

बोस्टनसारख्या औद्योगिक शहरात एक नवा कामगार वर्ग उदयास येत होता. त्यांच्या कामकाजाच्या वेळा, मिळणारे वेतन, भत्ते, त्यांच्या राहण्याच्या जागा,नव्याने

आलेल्या लोकांचे प्रश्न या साऱ्या गोष्टींकडे एमिलीचे लक्ष गेले. बोस्टन येथे अशा वर्गातील लोकांसाठी तिने १८९० साली एका सामाजिक केंद्राची स्थापना केली. कामगारांचे प्रश्न, विशेषत: स्त्रियांचे प्रश्न सोडविण्यासाठी 'विमेन्स ट्रेड युनियन लीग'च्या स्थापनेत तिने पुढाकार घेतला.

सामाजिक कार्य करत असताना तिला समाजशास्त्र, अर्थशास्त्र या विषयांमधील पदवी घेणे आवश्यक आहे असे वाटू लागले. उच्च शिक्षण घेण्यासाठी तिला युरोपियन फेलोशिप मिळाली. मग पॅरिस (फ्रान्स) येथे इतिहास आणि बर्लिन (जर्मनी) येथे अर्थशास्त्रविषयक पदव्या तिने संपादन केल्या. युरोपमध्ये शिक्षण घेत असताना तेथील औद्योगिक वाटचाल तिला जवळून बघता आली आणि तेथील कामगार चळवळींचाही तिच्याशी प्रत्यक्ष संपर्क आला. तेथील 'सोशालिस्ट ट्रेड युनियन काँग्रेस'मध्ये तिचा सहभाग होता.

**महाविद्यालयातील प्राध्यापकांसमवेत एमिली बाल्च (डावीकडून दुसरी)**

युरोपमधून उच्च शिक्षण घेतल्यानंतर वेलस्ली कॉलेजमध्ये तिला प्राध्यापिकेची नोकरी मिळाली. यानंतर जवळजवळ पहिल्या महायुद्धापर्यंत म्हणजे १९१४पर्यंत तिने शिकविण्याचा व्यवसाय केला. अर्थशास्त्र, इतिहास, समाजशास्त्र हे तिचे शिकविण्याचे मुख्य विषय. विद्यार्थ्यांना शिकवत असताना केवळ पुस्तकी ज्ञानावार भर न देता तिने प्रत्यक्ष कामावर, कृतीवर भर दिला. त्या काळी ऑस्ट्रिया आणि हंगेरी या देशांतील 'स्लॅव' स्थलांतरितांचे अनेक प्रश्न उपस्थित झाले होते. त्या प्रश्नांचा अभ्यास करण्यासाठी तिने याआधी गोळा केलेल्या माहितीवर किंवा पुस्तकांतील माहितीवर अवलंबून न राहता प्रत्यक्ष त्या देशांमध्ये जाऊन त्यांच्या समस्यांचा अभ्यास केला आणि मग त्यांच्यासाठी एक केंद्र स्थापन केले.

१९१४च्या सुमारास जगात युरोपीय राष्ट्रे, काही आशियाई देश आणि अमेरिका यांच्यामध्ये या ना त्या कारणांवरून झगडे होत होते. प्रत्येक देशात प्रखर राष्ट्रवाद वाढत होता. इतर राष्ट्रांवर सत्ता गाजविण्याइतका तो पराकोटीचा होत होता. ब्रिटन आणि जर्मनी, फ्रान्स आणि जर्मनी, रशिया आणि ऑस्ट्रिया यांच्यातील तेढ दिवसेंदिवस वाढत होती. त्यातच ऑस्ट्रियन राजा 'आर्चड्यूक फ्रान्स फर्डीनॅंड'

याची सॉर्जेवो येथे सर्बियन व्यक्तीने हत्या केली आणि पहिल्या महायुद्धाची ठिणगी पडली. ही घटना जागतिक इतिहासातील बदलत्या आयामांची नांदीच होती. राष्ट्राराष्ट्रांतील दुफळींमुळे माणसांचा एकमेकांवरील विश्वास उडाला होता. बदलत्या राजकीय परिस्थितीमुळे समाजातील सर्वसामान्य लोक गोंधळून गेले होते. दहशत आणि भीतीच्या सावटाखाली व्यक्तिगत स्वातंत्र्य, सामाजिक अभिव्यक्ती, खुलेपणा, विचारस्वातंत्र्य जणू गडप झाले होते. या पार्श्वभूमीवर शांततेचे आंतरराष्ट्रीय धोरण अमलात आणण्यासाठी महिलांनी, 'विमेन्स इंटरनॅशनल लीग फॉर पीस अँड फ्रीडम' (WILPF) सारखी समिती स्थापन केली– हे फार महत्त्वपूर्ण कार्य ठरले. कारण युद्धजन्य परिस्थिती, हिंसाचार, दहशत या वातावरणात खंबीरपणे शांततेचे प्रयत्न करीत राहणे याला फार मोठे धैर्य लागते. नोबेल विजेती जेन अॅडम्स आणि एमिलीने पुढाकार घेऊन WILPF ची १९१५ साली हॉग येथे स्थापना केली. युद्ध करणारी राष्ट्रे, त्याचप्रमाणे अलिप्त राष्ट्रे यांतील महिला त्याच्या सदस्य होत्या. तत्कालीन राजकीय, सामाजिक परिस्थितीचा अभ्यास करून एमिलीने एक मसुदा तयार केला. हा ठराव घेऊन ती अनेक राष्ट्रांच्या नेत्यांना भेटली. "The proposal is, without any doubt, the best; which has so far been put forward," असे त्यावेळचे अमेरिकेचे अध्यक्ष वुड्रॉ विल्सन तिच्या ठरावाबाबत म्हणाले होते. परंतु मोठ्या राष्ट्रांच्या सत्तासंघर्षात हा ठराव कागदावरच राहिला.

याच सुमारास १९१८ साली तिला वेलस्ली कॉलेजमधून काढून टाकण्यात आले. आता तिने 'नेशन' या साप्ताहिकात संपादक मंडळाची सदस्य म्हणून नोकरी पत्करली. आपल्या लिखाणाद्वारे ती सतत शांततेचे प्रयत्न करीत असे. अर्थशास्त्र, समाजशास्त्र, इतिहास या विषयांचा तिचा गाढा अभ्यास असल्यामुळे तिने अस्थिर सामाजिक, राजकीय परिस्थितीवरील काढलेले तोडगे अत्यंत वास्तववादी आणि व्यवहारी असत. नंतर १९१६मध्ये स्टॉकहोममधील अलिप्त राष्ट्र परिषदेत तिने 'इंटरनॅशनल कॉलोनिअल अॅडमिनिस्ट्रेशन'च्या अंतर्गत एक ठराव मांडला. WILPFची दुसरी परिषद १९१९ साली झुरिक येथे भरली. त्याच सुमारास पॅरिस येथे शांतता तहावर चर्चा करण्यासाठी अनेक राष्ट्रांचे प्रतिनिधी आले होते. त्यामुळे एमिलीने या चर्चेचा आढावा घेऊन आपले अभ्यासपूर्ण विवेचन WILPFच्या द्वारे जागतिक नेत्यांसमोर मांडले. तिने सुचविलेल्या अनेक बाबींची (नेत्यांची मान्यता असूनही) प्रत्यक्ष अंमलबजावणी मात्र झाली नाही. समाजाच्या (नेहमीच्याच!) पुरुषधार्जिण्या दृष्टिकोनामुळे तिच्या अनेक तोडग्यांकडे दुर्लक्ष करण्यात आले हे एक मोठे दुर्दैव! "The proposals had been put forward by women & it is all too seldom that our male society lends a willing ear to the advice of women, no matter how well-founded it may be," असा या

घटनेचा आर्वजून उल्लेख नोबेल समितीचे चेअरमन 'गुनार जॉन' यांनी एमिलीला नोबेल पुरस्कार देताना केलेल्या भाषणाच्या वेळी केला!

WILPFच्या सचिव आणि खजिनदारपदी असलेली एमिली पुढे WILPFच्या अमेरिकेतील शाखेची अध्यक्ष झाली. केवळ परिषदा आणि समित्यांमधून व्याख्याने देत अन्यायग्रस्त लोकांच्या समस्या मांडणे एवढ्याच मर्यादेत तिचे काम संकुचित नव्हते. कोणत्याही समस्येच्या मुळाशी जाऊन, अभ्यास करून मग त्या समस्येचे निराकरण करण्यासाठीचे उपाय शोधून, त्याला योग्य समाजशास्त्रीय बैठकीचा आधार देऊन ती आपली योजना प्रत्यक्ष साकारण्याचा प्रयत्न करत असे. याचे उत्तम उदाहरण म्हणजे 'हैती' येथून अमेरिकन सैन्याने तिच्या प्रयत्नामुंळे घेतलेली माघार सांगता येईल. जवळजवळ ११ वर्षे हैती येथे अमेरिकन सैन्य तळ ठोकून होते. तेथील नागरिकांच्या समस्या आणि अडचणी समजावून घेण्यासाठी ती १९२६ साली हैती येथे गेली आणि अमेरिकन सैन्याने तेथून माघार घेणे किती आवश्यक आहे; हे अमेरिकन सरकारला योग्य कारणे देऊन पटविले. तेथील सैन्याविषयक आणि नागरिकांच्या संबंधाने एक अहवाल तयार केला. अमेरिकन सरकारने हा अहवाल पाहून सैन्याला माघारी येण्याचे आदेश दिले.

WILPFशी तर ती अनेक वर्षे संलग्न होती. या संस्थेच्या स्थापनेपासून तिला बळकटी आणेपर्यंत तिचा महत्त्वाचा वाटा होता. शांततेच्या प्रयत्नांसाठी आयुष्यभर चिवटपणे झुंजणाऱ्या एमिलीने 'द मिरॅकल ऑफ लिविंग' हा आपला कवितासंग्रहही १९४१ साली प्रकाशित केला.

**शांततेचा नोबेल पुरस्कार मिळाल्यानंतरही अनेक वर्षे ती कार्यरत होती. अशांततेच्या, अस्थिरतेच्या आणि कलहाच्या परिस्थितीवर तोडगे काढण्याची जादूची छडीच जणू तिला गवसली होती.**

*ग्लायकॉलिसिसची शोधिका*

# डॉ. गर्टी कोरी
## (Gerty Cori)

देश – झेकोस्लोवाकिया, अमेरिका
जन्म – १५ ऑगस्ट, १८९६, मृत्यू – २६ ऑक्टोबर, १९५७
**नोबेल पुरस्कार – वैद्यकीय (१९४७)**

**'As a research worker the unforgotten moments of my life are those which come after years of plodding work, when the veil over nature's secret seems suddenly to lift & when what was dark & chaotic appears in a clear & beautiful light & pattern.'**

संशोधक वृत्तीचे लोक बुद्धिमत्ता, चिकाटी आणि अखंड कार्यशीलता यांच्या साहाय्याने निसर्गातील गूढ गोष्टींचे गुपित उकलण्यासाठी सतत प्रयत्न करतात. कधीतरी त्यांच्या या प्रयत्नांना फळ येते. दडून राहिलेल्या गोष्टींवरील अज्ञाताचा पडदा दूर होतो आणि त्यांच्या अंतरंगातील सौंदर्य खुले होते. त्या सत्यदर्शनाने त्यांना एखाद्या निरागस बालकासारखा आनंद होतो आणि आजवर घेतलेल्या साऱ्या कष्टांचा विसर पडतो. मग सृष्टीच्या अंतरंगातील सौंदर्य खुले करणारे हे अनमोल सुवर्णक्षणच त्यांच्या चिरंतन स्मृती बनून राहतात. संशोधन कुलातील साऱ्याच व्यक्तींचे हे आनंददायी अनुभव म्हणजे त्यांचे आयुष्यभराचे संचितच! मान, प्रतिष्ठा, पैसा, पदके, बक्षिसे यांतून समाज त्यांना गौरवत असतो. यश किंवा सफलतेची उंची गाठल्यावर! पण कित्येक वेळा पैशांची विवंचना, प्रयोगात येणारे

वारंवार अपयश, सामाजिक भेदातून होणारा अन्याय, कौटुंबिक जबाबदाऱ्या यासारख्या खडतर परिस्थितीतून त्यांनी हे यश मिळविलेले असते. संशोधन करणारी व्यक्ती स्त्री असेल, तर तिला आणखी वेगळ्या स्तरावर अशा परिस्थितीचा सामना करावा लागतो. परंतु या साऱ्या परिस्थितीत स्थिर राहून चिकाटीने प्रयत्न करत राहिल्यामुळे त्यांना ज्या शाश्वत आनंदाचा लाभ होतो. त्याची तुलना केवळ मोक्ष प्राप्तीशीच करता येईल.

१९४७ सालचा वैद्यकीय नोबेल पुरस्कार मिळवणाऱ्या अमेरिकेच्या डॉ. गर्टी कोरीच्या या विधानांचा अन्वयार्थ हेच सांगतो. शरीराच्या स्नायू आणि यकृतामधील ग्लायकोजेनच्या निर्मितीच्या आणि वापराच्या प्रक्रियेसंबंधी लावलेल्या 'कोरी सायकल' या सिद्धांतासाठी हा नोबेल पुरस्कार डॉ. गर्टी कोरी आणि तिचे पती डॉ. कार्ल कोरी या दांपत्याला मिळाला.

आई मार्था आणि वडील ऑटोरँडीझ यांची गर्टी ही सर्वांत मोठी मुलगी. १५ ऑगस्ट, १८९६ रोजी तिचा जन्म प्राग येथे झाला. तिचे प्राथमिक शिक्षण घरीच झाले. त्या काळी मुलींच्या शिक्षणासाठी गृहशिक्षक नेमत असत. वयाच्या दहाव्या वर्षापर्यंत ती घरीच शिकली. तिला अभ्यासात असलेली रुची पाहून तिच्या वडिलांनी तिला मुलींच्या शाळेत घातले (१९०६). तत्कालीन सामाजिक परिस्थितीनुसार मुलींना वेगळ्या प्रकारचे शिक्षण दिले जाई. गृहकृत्य, पाककला, शिवणकाम, विणकाम, अपत्यसंगोपन आणि मग त्याच्या अनुषंगाने येणारे वाचन आणि लिखाण इत्यादी. परंतु या साऱ्या विषयांबरोबरच गर्टीला गणित आणि विज्ञान हे विषय जास्त आवडत. रसायनशास्त्र हा तर तिच्या खास आवडीचा विषय. वयाच्या सोळाव्या वर्षी (१९१२) तिचे शालेय शिक्षण यशस्वीरीत्या पूर्ण झाले. आता तिला रसायनशास्त्र या विषयाचा अभ्यास करायचा होता. डॉक्टर असलेले तिचे काका प्राग येथील एका विद्यापीठात 'पेडियाट्रिक मेडिसिन'चे प्राध्यापक होते. त्यांच्या मार्गदर्शनानुसार तिने उच्च शिक्षण घ्यायचे ठरविले. परंतु तिने मिळविलेले शालेय शिक्षण कोणत्याही प्रकारची प्रवेश परीक्षा

**नोबेल पुरस्कार मिळाल्याची बातमी समजल्यानंतर प्रयोगशाळेत पती कार्लसमवेत गर्टी (१९४७)**

देण्यास पुरेसे नव्हते. म्हणून मग तिने दोन वर्षांचा कॉलेज ॲडमिशनसाठीचा अभ्यासक्रम पूर्ण केला. या अभ्यासक्रमांमुळे तिची गणित, विज्ञान, लॅटिन या विषयांची तयारी झाली. मग तिने वैद्यकीय महाविद्यालयाची प्रवेश परीक्षा दिली. अर्थातच ती त्यात उत्तम रीतीने यशस्वी झाली. तिने जर्मन विद्यापीठाच्या प्राग येथील वैद्यकीय महाविद्यालयात प्रवेश घेतला.

तिथे शिक्षण घेत असताना तिची अन् कार्ल कोरीची भेट झाली. कार्ल कोरी आणि गर्टी हे सहाध्यायी होते. गर्टी ही बहिर्मुख, अत्यंत बोलकी तर कार्ल मितभाषी आणि शांत. तरीसुद्धा विपरित स्वभावाच्या या दोघांचे मैत्र जुळले. कारण त्यांचे अभ्यासाव्यतिरिक्त असलेले छंद समान होते. दोघांनाही पर्वतारोहण, पर्यटन, हायकिंग अशा गोष्टींची आवड होती अन् मुख्य म्हणजे दोघांचाही कल संशोधनाकडे होता. वैद्यकीय शिक्षण घेत असतानाच संशोधन क्षेत्रात काहीतरी भरीव कामगिरी करण्याच्या योजना ते दोघेही आखत असत.

त्यांचे शिक्षण सुरू असतानाच युरोपमध्ये पहिल्या महायुद्धाची सुरुवात (१९१४) झाली होती. युरोपमधील अनेक युवकांना युद्धामध्ये भाग घेण्यासाठी सैन्यात जावे लागे. कार्ल कोरींनाही काही काळ युद्धावर पाठवण्यात आले होते. सततच्या अस्थिर राजकीय आणि सामाजिक परिस्थितीमुळे तेथील युवा पिढीला अगदी वेगळ्या प्रकारच्या संकटांचा सामना करावा लागत असे. शिक्षण किंवा व्यवसाय तर दूरच राहो, काही वेळा अन्नपदार्थांच्या दुर्भिक्षामुळे खाण्यापिण्याचेही हाल होत असत. त्याही परिस्थितीत गर्टी आणि कार्लने वैद्यकीय शिक्षण पूर्ण केले (१९२०). त्याच वर्षी त्या दोघांनी विवाह केला. विवाहानंतर ते दोघेही व्हिएन्नाला गेले. संशोधनाचा विचार तात्पुरता बाजूला ठेवून गर्टीने 'कोरोलिहेन चिल्ड्रन्स हॉस्पिटल'मध्ये नोकरी पत्करली.

सततच्या युद्धजन्य परिस्थितीमुळे त्या दोघांनी युरोपबाहेर अमेरिकेत जायचे ठरविले. १९२२च्या सुमारास डॉ. कार्ल कोरी हे बफेलो (न्यू यॉर्क) येथील रोझवेल पार्क मेमोरियल इन्स्टिट्यूटमध्ये गेले, कालांतराने गर्टीही तिथे साहाय्यक पॅथॉलॉजिस्ट म्हणून गेली. तिला ही नोकरी थोडी उशिरा मिळाली. तोपर्यंत डॉ. कार्ल अमेरिकेत एकटे गेले होते. त्या काळी अगदी पाश्चात्त्य देशांमध्येसुद्धा विवाहित स्त्रीने एकटे राहणे हे धाडसाचे मानले जाई. मुलांच्या हॉस्पिटलमध्ये झोकून काम करताना गर्टीने हा काळ धैर्याने व्यतीत केला.

बफेलो (न्यू यॉर्क) येथे रोजवेल इन्स्टिट्यूटमध्ये काम करताना त्यांच्या संशोधन कार्याने पुन्हा उचल घेतली. शरीरात निर्माण होणारी उर्जा आणि तिचे रूपांतरण याविषयीचे संशोधन त्यांनी सुरू केले. परंतु त्या दोघांना एकत्र काम करण्याची संधी दिली जात असताना रोजवेल संस्थेतील अनेक लोकांनी आक्षेप

घेतला. बौद्धिक, शैक्षणिक आणि वैचारिक दृष्ट्या गर्टी कार्लइतकीच सक्षम असताना तिला स्त्री-पुरुष सामाजिक भेदातून होणाऱ्या अन्यायाचा सामना करावा लागला. पुढेही प्रत्येक संस्थेत, प्रत्येक वेळी तिला आपली क्षमता सिद्ध करण्याचे खटाटोप करावे लागले. दरवेळी ती स्वतंत्रपणे संशोधन कार्य केल्याचे पुरावे देत असे. अमेरिकेसारख्या प्रगत देशामध्ये पुरुषी वर्चस्वातून येणाऱ्या अहंगंडाचा सामना गर्टीला करावा लागला हे तिचे दुर्दैव! परंतु पती कार्ल तिला सतत प्रोत्साहन देत असत. तीही भोवतालच्या परिस्थितीकडे लक्ष न देता आपल्या संशोधन कार्यावर चित्त एकाग्र करत असे.

रोजवेलमध्ये असताना त्या दोघांनी एकूण पन्नास संशोधनपर पेपर्स सादर केले. या संशोधन कार्यातील प्रयोगांच्या वेळी ज्याचा सहभाग आणि कार्य जास्त, त्याचे नाव प्रथम लिहिले जाई. हा त्या दांपत्यामधील अलिखित नियम होता. शिवाय गर्टीने स्वतंत्रपणे एकूण अकरा संशोधनपर पेपर्स सादर केले.

सुमारे १९२९च्या सुमारास त्यांनी शरीरातील उर्जेचे स्नायूंतून यकृताकडे आणि पुन्हा यकृतातून स्नायूंकडे स्थानांतरण या विषयावरील महत्त्वपूर्ण संशोधन सुरू केले. स्नायूतील ग्लुकोजचे लॅक्टिक ॲसिडमध्ये रूपांतर होऊन ते रक्तात मिसळते आणि यकृताकडे ते गेले की त्याचे ग्लुकोजमध्ये रूपांतर होते. हे ग्लुकोज पुन्हा स्नायूंकडे पाठविले जाते. रक्तशर्करेच्या या प्रवासाच्या शोधासाठी पुढे त्यांना नोबेल पुरस्कार मिळाला. चक्राकार गतीने फिरणाऱ्या या हार्मोन्सच्या प्रवासाला 'कोरी सायकल' या नावाने प्रसिद्धी मिळाली.

**कोरी चक्र** (Cori cycle)

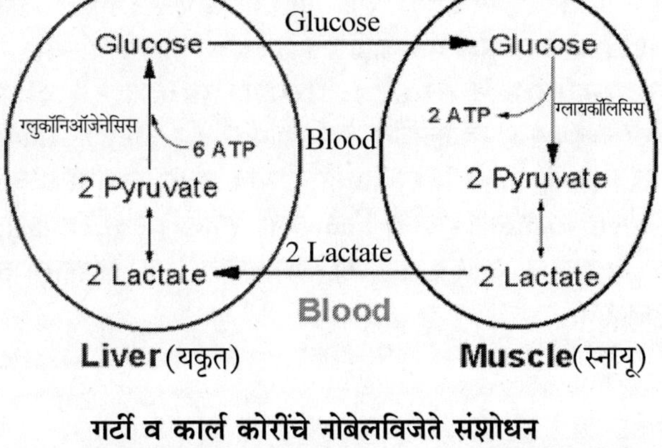


**गर्टी व कार्ल कोरींचे नोबेलविजेते संशोधन**

नोबेल पुरस्कार वितरण सोहळ्याच्या वेळी डॉ. गर्टी कोरी आणि कार्ल कोरी

कोरी सायकलचा शोधनिबंध सादर केल्यानंतर कोरी दांपत्याने रोजवेल इन्स्टिट्यूटमधून बाहेर पडायचे ठरविले. कारण त्या संस्थेत मुख्यत्वे कर्करोगावर संशोधन कार्य चालत असे.

सुमारे १९३१च्या सुमारास सेंट लुई येथील वॉशिंग्टन युनिव्हर्सिटी ऑफ मेडिसिन या संस्थेत डॉ. कार्ल कोरी यांना औषधशास्त्र विभागात नोकरी मिळाली. तर डॉ. गर्टीला मात्र 'संशोधन साहाय्यक' या पदावर समाधान मानावे लागले. तेथे सोळा वर्षे काम केल्यानंतर डॉ. कार्ल कोरी जीवरसायनशास्त्र विभागाचे प्रमुख झाले आणि नोबेल पारितोषिक मिळाल्यानंतर मग डॉ. गर्टीला पूर्ण वेळ प्राध्यापक-पदाची नोकरी मिळाली.

स्त्री-पुरुष भेदाचा सतत सामना कराव्या लागलेल्या डॉ. गर्टीने मात्र याबाबतीत कधीही कटुता बाळगली नाही. संशोधन कार्यात येणाऱ्या अनेकविध अडथळ्यांपैकी हाही एक अडथळा असे म्हणून त्यावर मात केली. पतीचा पूर्ण पाठिंबा, प्रोत्साहन आणि संशोधन कार्यातून मिळणारी उर्जा यांद्वारे या बाधक तत्त्वांचा विलय होत असे.

**गर्वन मेडल (१९४८), सेंट लुई पदक (१९४९), बॉर्डन बक्षीस (१९५१), शर्करा संशोधन बक्षीस (१९५०) अशी बक्षिसे, त्याचप्रमाणे बोस्टन विद्यापीठ (१९४८), स्मिथ कॉलेज (१९४९), येल विद्यापीठ(१९५१), कोलंबिया विद्यापीठ (१९५४) आणि रॉचेस्टर विद्यापीठ (१९५५) या विद्यापीठांतील 'डॉक्टर ऑफ सायन्स'च्या मानाच्या पदव्या तिला मिळाल्या. तिला मिळालेली अनेक पदके, बक्षिसे, मानाच्या पदव्या, 'संशोधन उर्जेतून समस्या वितळतात.' हे जैवरासायनिक तत्त्व सिद्ध करतात.**

*अणू अंतरंग शोधिक*

# मारिया गोपर्ट मायर
## (Maria Goppert-Mayer)

देश – जर्मनी, अमेरिका

जन्म – २८ जून, १९०६, मृत्यू – २० फेब्रुवारी, १९७२

**नोबेल पुरस्कार – भौतिकशास्त्र (१९६३)**

**'कल्पना करा की वॉल्ट्झ नृत्य करणारे नर्तक (जोडीने), एककेंद्री वर्तुळांच्या अनेक कक्षांमधून फिरत नृत्य करत आहेत. केंद्राभोवती असलेल्या कक्षांमधून फिरत असताना हे नर्तक स्वतःभोवती सुद्धा फिरत आहेत. स्वतःभोवती सव्य (Clock-wise) दिशेने फिरणारे नर्तक, कक्षांमधून मात्र अपसव्य (Anticlock-wise) दिशेने फिरतात. त्याचबरोबर स्वतःभोवती अपसव्य फिरणारे, कक्षांमधून सव्य दिशांनी फिरतात किंवा सव्य फिरणारे सव्य दिशेनेच परिवलन करतात व अपसव्य फिरणारे अपसव्य दिशेने परिवलन करतात. काही स्थिर अणूंमधील केंद्रकात असलेल्या प्रोटॉन्सचे परिवलन अशा प्रकारे होत असेल आणि म्हणून ते अणू स्थिर असावेत. काही ठरावीक अणूंमध्येच (ज्यांच्यामध्ये प्रोटॉन्सची संख्या २,८,२०,२८,५०,८२, १२६... अशी असते.) हा गुणधर्म आढळतो. या संख्यांना आपण जादुई संख्या म्हणू.'**

न्यूक्लियर शेल मॉडेलच्या विवरणात स्थिर केंद्रकातील प्रोटॉन्सची अशी उपपत्ती मांडणारी 'मारिया गोपर्ट मायर' ही भौतिकशास्त्रातील नोबेल पुरस्कार मिळविणाऱ्या आत्तापर्यंतच्या केवळ दोन महिलांमधील दुसरी महिला. (पहिली-मेरी

क्यूरी) १९६३ साली अमेरिकेच्या हॅन्स जेन्सन (J Hans D Jensen) यांच्याबरोबर तिला हा पुरस्कार विभागून मिळाला.

**"Winning the prize wasn't half as exciting as doing the work,"** असे उद्‌गार तिने पुरस्कार मिळत असताना काढले.

राजाच्या सोन्याच्या मुकुटाची शुद्धता मुकुट न वितळवता तपासण्याचे आव्हान घेतलेला बुद्धिमान संशोधक आर्किमिडीज आंघोळ करत असतानाच 'युरेका, युरेका'(सापडले, सापडले) म्हणून बाहेर पडला. कारण टबबाथमधून बाहेर पडलेल्या पाण्यामुळे त्याला धातूची घनता आणि विस्थापित द्रव्य यांच्या परस्परसंबंधांचे सूत्र सापडले होते. चंद्र पृथ्वीभोवती सतत का फिरतो, पृथ्वी स्वत:भोवती फिरत असताना पृथ्वीवरील वस्तू पृथ्वीवरच का राहतात या प्रश्नांची उकल करत असताना भौतिकशास्त्रज्ञ न्यूटनची झोप उडाली होती. एके दिवशी याच विचारांच्या तंद्रीत तो झाडाखाली बसला असताना त्याने सफरचंद पडल्याचे पाहिले आणि गुरुत्वाकर्षणाच्या शक्तीचा शोध त्याला लागला. बेंझिनच्या रेणूमधील कार्बन व हायड्रोजनचे अणू एकमेकांशी कसे जोडलेले असतील याचा विचार करताना 'केकुले' हा रसायनशास्त्रज्ञ मानसिक थकव्याने झोपला आणि मग सापाने आपले शेपूट तोंडात धरलेल्या अवस्थेचे दृश्य त्याने स्वप्नात पाहिले. बेंझिनच्या रेणूच्या रचनासूत्राचे गमक त्याला या स्वप्नदृश्यात सापडले. एकमेकांशी जोडलेल्या कार्बन-कार्बन अणूंची वलयांकित रचना त्याने जगापुढे सादर केली.

आपले बुद्धिकौशल्य आणि विचारशक्ती यांच्या बळावर निसर्गातील गुपिते शोधण्याचा प्रयत्न करणारे हे सारे शास्त्रज्ञ एखाद्या समस्येचे निराकरण होईपर्यंत किंवा त्यातील गूढ उकलेपर्यंत अहोरात्र चिंतनमग्न असतात. या चिंतनाची दिशाच त्यांना उत्तराप्रत नेते. कोणत्याही पुरस्कारापेक्षा समस्या सोडविताना केलेला प्रयासांचा प्रवासच त्यांना जास्त रोमांचकारी वाटतो.

भौतिकशास्त्रातील नोबेल पुरस्कार मिळविणाऱ्या मारियाचा जन्म २८ जून, १९०६मध्ये कॅटोव्हीस, जर्मनी (आता पोलंड) येथे झाला. शिक्षणाचा वारसा तर तिला जन्मजातच मिळाला होता. तिचे वडील फ्रेड्रिक जर्मनीमध्ये गॉटिंगन विद्यापीठात 'पिडियाट्रिक्स'चे प्राध्यापक होते.

गॉटिंगन विद्यापीठ हे भौतिकशास्त्र या विषयाच्या अभ्यासासाठी अत्यंत प्रसिद्ध होते. येथे प्रवेश मिळविण्यासाठी त्या काळी प्रवेशपरीक्षा द्यावी लागत असे. मारियाच्या वडिलांनी मारियाला एका खासगी शाळेत घातले होते. या शाळेत गॉटिंगन विद्यापीठाच्या प्रवेश परीक्षेची तयारी करून घेतली जात असे. लहानपणापासूनच अत्यंत हुशार असणाऱ्या मारियाला अर्थातच गॉटिंगन विद्यापीठात सहज प्रवेश मिळाला (१९२४). निल्स बोहोर, बॉन ओपेन हायगर, वॉनन्यूमन यांच्यासारखे असाधारण बुद्धिमत्ता

असलेले सहकारी, मॅक्सबॉर्न, जेम्स फ्रँक, ॲडल्फ ओटो रिनहोल्ड विंडॉससारखे दिग्गज प्राध्यापक यांच्या समवेत तिच्या बौद्धिक विकासाला पोषक वातावरण मिळाले.

गणित हा मारियाचा अत्यंत आवडता विषय. त्यातील कूटप्रश्न सोडविणे हा तिचा छंदच होता. अर्थात गॉटिंगन विद्यापीठात पदार्थविज्ञान हा विषय शिकत असताना तिने गणितातील अत्युच्च शिक्षण घेण्याची आपली इच्छा बाजूला ठेवली होती. पण पुढे भौतिकशास्त्रात डॉक्टरेट मिळवत असताना तिने क्वांटम मेकॅनिक्स हा गणिती विषयच निवडला. 'मॅक्सबॉन' या नोबेल पुरस्कार विजेत्या गुरूच्या मार्गदर्शनाखाली तिने १९३०मध्ये आपला प्रबंध पूर्ण केला. याच सुमारास तिचा अमेरिकेतील शास्त्रज्ञ जोसेफ इ. मायर यांच्याशी विवाह झाला. बाल्टीमोर येथील जॉन्स हॉपकीन्स विद्यापीठात ते प्राध्यापक होते. विवाहानंतर अर्थातच ती बाल्टीमोर (अमेरिका) येथे पतीसमवेत स्थायिक झाली.

तिची संशोधनाची आणि काम करण्याची इच्छा तिला तिथेही स्वस्थ बसू देत नव्हती. वशिलेबाजी आणि स्त्री-पुरुष भेदाचा सामना कराव्या लागणाऱ्या तेथील परिस्थितीत मारियाने आपले संशोधनाचे कार्य चालू ठेवले होते. थोडीफार कार्यालयीन जागा आणि विनावेतन असणारी मानद नोकरी या पार्श्वभूमीवर तिने एकूण दहा संशोधनपर निबंध तयार केले, त्याचप्रमाणे एक विज्ञान विषयक क्रमिक पुस्तकही लिहिले. दरम्यानच्या काळात एका मुलीला जन्म दिल्यानंतर मायर दांपत्याला बाल्टीमोर सोडावे लागले, कारण पती जोसेफ मायरची नोकरी सुटली होती.

सन १९३८च्या सुमारास ते दोघे हॉपकिन्स येथे कोलंबिया विद्यापीठात दाखल झाले. तेथे जोसेफला नोकरी मिळाली. परंतु मारियाला या वेळीही फक्त कार्यालयीन जागा आणि विनावेतन संशोधन कार्य करण्याची नोकरी मिळाली.

एव्हाना दुसऱ्या जागतिक महायुद्धाला सुरुवात झाली होती. या युद्धात स्फोटकांच्या वापरांचे प्रमाण वाढले होते. कमी वेळात जास्तीतजास्त संहार करणारी अस्त्रे शोधून काढण्याच्या तंत्राला खूप महत्त्व आले होते. अर्थातच काही वैज्ञानिकांना भरीस पाडून अशी अस्त्रे निर्माण केली जाऊ लागली. युरेनिअमचे समस्थानिक अलग करून त्यापासून अणुबाँब तयार करणाऱ्या 'हॅरॉल्ड युरे' या शास्त्रज्ञाची मदतनीस म्हणून मारियाने काही काळ काम केले.

**सुप्रसिद्ध शास्त्रज्ञ एनरिको फर्मीसमवेत मारिया**

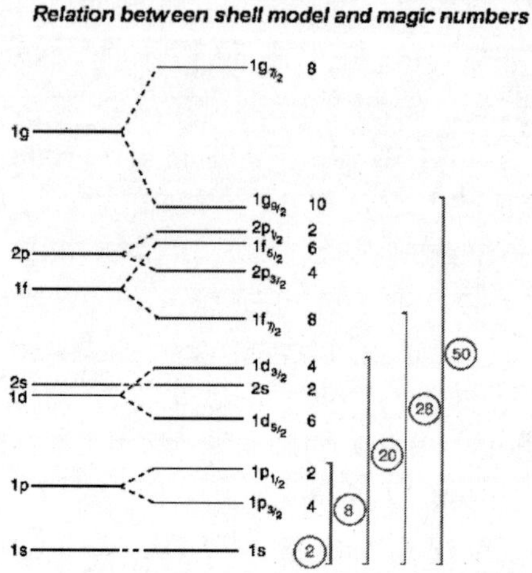


मारियाचा 'जादुई संख्येचा' नोबेल विजेता महत्त्वपूर्ण शोध

दुसऱ्या महायुद्धानंतर कोलंबियातील भौतिकशास्त्रज्ञ शिकागोला गेले आणि मायर दांपत्यही मग शिकागोला रवाना झाले. युरेनिअमच्या विभाजनाच्या संशोधन कार्याच्या वेळी मारियाने 'स्टॅटिस्टिकल मेकॅनिक्स' नावाचे पुस्तक लिहिले.

युद्ध संपल्यानंतर शिकागो येथे 'न्यूक्लिअर स्टडीज' विभागात क्वाँटम मेकॅनिक्सचे संशोधक व नोबेल पुरस्काराचे मानकरी 'एनरिको फर्मी' यांच्यासोबत काम करण्याची मारियाला संधी मिळाली. 'न्यूक्लिअर शेल स्ट्रक्चर'वर आपले सारे संशोधन केंद्रित करून मारियाने जादुई संख्येच्या अणूंचे (असे अणू ज्यांच्या केंद्रात ठरावीक प्रोटॉन्स असतात) तत्त्व आपल्या उपपत्तीद्वारे मांडले.

शिकागो येथील 'इन्स्टिट्यूट फॉर न्यूक्लिअर स्टडीज', आणि अरगॉन नॅशनल लॅबोरेटरीमध्ये मारियाने काम केले. सुमारे १९५६पर्यंत तिने सर्वत्र विनावेतन काम केले. याच सुमारास तिची 'नॅशनल अॅकेडमी ऑफ सायन्स'मध्ये निवड झाली. पुढे तीन वर्षांनी तिला कॅलिफोर्निया येथील विद्यापीठात प्राध्यापिकेची नोकरी मिळाली.

**सरस्वतीच्या या पूजकाला जवळजवळ वयाच्या ५३व्या वर्षी लक्ष्मी प्रसन्न झाली. तुटपुंज्या विद्यावेतनावर काम करणाऱ्या मारियाने आपल्या संशोधन कार्यावर त्याचा यत्किंचितही परिणाम होऊ दिला नाही. नोबेल पुरस्कार मिळाल्यानंतर मारियाच्या आयुष्याला कलाटणी मिळाली.**

*स्फटिकदीप्ती*

# डोरोथी मेरी क्रोफुट हॉजकिन

**(Dorothy Mary Crowfoot Hodgkin)**

देश – इंग्लंड

जन्म – १२ मे, १९१०, मृत्यू – २९ जुलै, १९९४

**नोबेल पुरस्कार - रसायनशास्त्र (१९६४)**

**डोरोथी क्रोफुट मेरी हॉजकिन - मूलभूत विज्ञान शाखेच्या रसायनशास्त्र विभागातील नोबेल पुरस्कार विजेती. जैव रासायनिक मूलद्रव्यांमधील अणू-रेणूच्या गुंतागुंतीच्या रचनेवर प्रकाश टाकणारे तिचे संशोधन समस्त मानवजातीला लाभकारक ठरले. रसायनशास्त्र या विभागात आजपर्यंत केवळ तीनच महिलांना नोबेल पुरस्कार मिळाला आहे. पहिली मेरी क्यूरी (पोलंड - १९११), दुसरी आयरिन क्यूरी (फ्रान्स - १९३५) आणि तिसरी डोरोथी हॉजकिन (इंग्लंड - १९६४)!**

एकोणिसाव्या शतकाच्या अखेरीस विज्ञानयुगाचा उदय होत होता. फ्रान्स, जर्मनी, पोलंड, स्वीडन, इंग्लंड, अमेरिका यांसारख्या पाश्चात्त्य राष्ट्रांमध्ये अनेक संशोधक विज्ञानाच्या वेगवेगळ्या शाखांमध्ये संशोधन करत होते. जिज्ञासेतून ज्ञानप्राप्ती आणि ज्ञानप्राप्तीतून लोककल्याण अशा एकउद्देशी परंतु विश्वहितैषी ध्यासातून होणारा वैज्ञानिकांचा प्रवास अज्ञानाच्या, मागासलेपणाच्या खुणा पुसून दीपदर्शित होत होता.

'पदार्थांमधून बाहेर पडणाऱ्या अदृश्य शक्तिशाली प्रारणांचा शोध' हा त्यातीलच एक महत्त्वाचा टप्पा. खरे तर विसावे शतकच मुळी दृश्यमान झाले, ते या अदृश्य किरणांचा शोध लागताना! एक अद्‌भुत चमत्कार ठरलेल्या या प्रारणांचे उपयोग

वैद्यक, कारखानदारी, शेती, मूलभूत विज्ञान या क्षेत्रांमध्ये त्याचप्रमाणे दैनंदिन व्यवहारातही होऊ लागले. काही जड (ज्यांचा अणुक्रमांक ९० पेक्षा जास्त आहे अशा) मूलद्रव्यांमधून बाहेर पडणाऱ्या प्रारणांच्या शोधाचे जनकत्व हेन्री बेक्वेरेल (१८९५) या शास्त्रज्ञाकडे जाते. 'युरेनिअम' या मूलद्रव्याचे गुणधर्म अभ्यासताना अचानकच लक्षात आलेला हा प्रारण उत्सर्जनाचा गुणधर्म म्हणजे 'शोधता एक, होई बोध दुजाचा' या पठडीतला!

त्याचे असे झाले, एके दिवशी प्रयोग संपवून प्रयोगशाळा बंद करताना हेन्रीने उरलेले युरेनिअम सँपल त्याच्या टेबलवर असलेल्या फोटोकाचेच्या तबकडीवर ठेवले. प्रयोगशाळा दोन दिवस बंद होती, म्हणून ते मूलद्रव्य तबकडीवर त्याच स्थितीत राहिले. तिसऱ्या दिवशी ही तबकडी तो दैनंदिन प्रयोगाचा भाग म्हणून डेव्हलप करू लागला. तेव्हा त्यावरील काही वेगळ्या आणि विशिष्ट खुणा बघून त्याला आश्चर्य वाटले. खरे तर सौरऊर्जा व प्रकाशकिरणांपासून बचाव व्हावा म्हणून ती तबकडी त्याने काळ्या जाडजूड कागदात गुंडाळली होती. मग या खुणा तिच्यावर कोठून उमटल्या? त्यावर ठेवलेल्या मूलद्रव्यातून (युरेनिअम) तर काही अदृश्य किरणे बाहेर पडली नसतील ना? या प्रश्नांची उत्तरे शोधताना त्याच्या लक्षात आले की खरोखरच काही मूलद्रव्यांमधून प्रारणे बाहेर पडतात. पुढे मग या प्रारणांची शक्ती, क्षमता, प्रकार, तरंगलांबी, कंपमानता याबाबतीत खूप संशोधन झाले. नंतर मेरी क्यूरीने पदार्थांच्या या गुणधर्माला 'किरणोत्सारिता' (Radio activity) असे नाव दिले.

त्याच सुमारास १८९५ साली प्रा. विल्यम राँटजेन यांना कॅथोड कणांचा अभ्यास करता करता इतर पदार्थांना दीप्तिमान करणाऱ्या एका वेगळ्याच प्रकारच्या किरणांचा शोध लागला. प्रचंड ऊर्जा असणारे हे पारगामी किरण बहुतेक सर्व घनपदार्थांमधून आरपार जातात. त्यांची तरंगलांबी (Wavelength) १०-६ मी. इतकी सूक्ष्म असते. वातावरणात त्याचप्रमाणे निर्वातातही ते प्रवास करू शकतात. त्यांचा वेग सेकंदाला ३ × १०८ मी. (प्रकाशवेगाइतका) असतो. फोटोकाचेवर त्याचा परिणाम होतो. काही पदार्थांना ते स्फुरदीप्त करतात. हेन्रीने या किरणांना 'क्ष-किरण' (एक्स-रे) असे नाव दिले. परंतु ते 'राँटजेन किरण' या नावानेही ओळखले जातात.

या किरणांचा शोध लागल्यानंतर जगभरातील शास्त्रज्ञांनी त्यांच्या गुणधर्मांचा अभ्यास केला. मानवी शरीराच्या त्वचा व पेशींमधून ते आरपार जाऊ शकत असल्यामुळे व हाडांमध्ये ते जात नसल्यामुळे वैद्यक क्षेत्रात त्यांचा वापर होऊ लागला. मोडलेले हाड, निखळलेला सांधा आणि तत्संबंधी असलेल्या व्याधींचे ज्ञान क्ष-किरण तपासणीमुळे शक्य होऊ लागले.

खनिज पदार्थांमधील, स्फटिकांमधील, मूलद्रव्यांमध्ये असलेल्या अणू व रेणूंच्या रचनेचा अभ्यास करण्यासाठी 'क्ष-किरणांचा' वापर होऊ लागला. सुमारे १९१२च्या सुमारास 'मॅक्स व्हॉन लाऊए' या शास्त्रज्ञाने क्षकिरणांद्वारे स्फटिकांच्या

अंतर्गत रचनांचा अभ्यास करण्याची कल्पना मांडली. १९१४ साली त्यांना नोबेल पुरस्कार मिळाला. पॉल निपिंग, वॉल्टर फ्रेडरिच या शास्त्रज्ञांनी त्यात भर घातली. 'सर विल्यम हेन्री ब्रॅग' आणि त्यांचा मुलगा 'विल्यम लॉरेन्स' यांनी तर 'क्ष-किरण स्फटिक आलेखन' (X-ray crystallography) ही विज्ञानाची एक वेगळी शाखा विकसित केली. १९१५मध्ये ब्रॅग पितापुत्रांना त्याबद्दल नोबेल पुरस्कार मिळाला.

'कन्सर्निंग द नेचर ऑफ थिंग्ज' (१९२५) हे सर विल्यम ब्रॅग यांनी स्फटिक रचनेवर लिहिलेले पुस्तक डोरोथीला तिच्या पंधराव्या वाढदिवशी मिळाले. खनिज पदार्थ, वेगवेगळ्या प्रकारचे खडे, काचा, स्फटिक, मणीगोल यांच्यात रस असलेल्या डोरोथीला ब्रॅगच्या या पुस्तकाने जणू 'कॅलिडोस्कोपच' हाती गवसला असे वाटले.

डोरोथीचा जन्म १२ मे, १९१० रोजी कैरो (इजिप्त) येथे झाला. तिचे वडील जॉन विंटर क्रोफुट आणि आई ग्रेस यांची ती चार मुलींपैकी सर्वांत थोरली मुलगी. जॉन क्रोफुट इजिप्तमध्ये शिक्षणाधिकारी होते. त्यांना पुराणवस्तू संशोधनातही खूप रस होता. पुढे ते 'सुदान' (आफ्रिका) येथे गेले आणि तेथे शिक्षण संचालक व पुराण वस्तू संशोधन संचालक अशा दुहेरी पदावर त्यांची नियुक्ती झाली. डोरोथीची आई ग्रेस ही वनस्पती तज्ज्ञ होती. त्याचप्रमाणे मोझॅक फरशीवरील काचकाम, विणकाम, चित्रकला यांतही ती तरबेज होती. पती जॉनला पुराणवस्तू संशोधनातही ती साहाय्य करत असे. कलाकौशल्य आणि बुद्धिमत्ता यांचा वारसा लाभलेल्या डोरोथीला आपले आईवडील करत असलेल्या कामात खूप रस होता. ती चार वर्षांची असताना तिचे आईवडील मुलींना घेऊन इंग्लंडमध्ये गेले. परंतु त्याच सुमारास पहिल्या जागतिक महायुद्धाचे वारे वाहू लागले होते. म्हणून ते दोघे परत सुदानला परतले. मुलींच्या शिक्षणाची सोय त्यांनी इंग्लंडमध्येच केली.

सुदानमध्ये असताना डॉ. एफ. जोसेफ हे तिच्या वडिलांचे मित्र घरी येत. स्फटिकातील आणि खड्यांमधील रंगाचे, आकारांचे निरीक्षण करणाऱ्या डोरोथीला ते वेगवेगळे रासायनिक पदार्थ आणून देत. त्यांची त्यांच्याकडून माहिती घेतली की ती त्यांच्यामधील रासायनिक अभिक्रियांचा अभ्यास करत असे.

सर जॉन लेमॅन स्कूल (१९२१-२८) येथे शिक्षण घेत असताना मुलींसाठी म्हणून प्रचलित असलेले अभ्यासविषय सोडून ती 'रसायनशास्त्र' या मुलांचा म्हणून मानल्या गेलेल्या विषयातच अधिक रस घेत असे. तो विषय शिकविणारी 'मिस डिली' ही तिची आवडती शिक्षिका. मूलद्रव्ये, संयुगे, खनिज पदार्थ यांच्यातील परस्पर अभिक्रिया, अणुरेणूंची रचनासूत्रे, त्यांचे गुणधर्म, उपयोग यांबाबतीत ती तिच्या शिक्षिकेबरोबर तासन्तास चर्चा करत असे. तिला आणि तिच्या मैत्रिणीला मुलांबरोबर प्रयोगशाळेत प्रयोग करण्याची खास परवानगी देण्यात आली होती. शालेय शिक्षण संपता संपता डोरोथीने निर्णय घेतला होता– 'आता रसायनशास्त्र

या विषयातच सखोल अभ्यास करायचा!’

त्या विषयातील प्राथमिक ज्ञान तिने केव्हाच मिळविले होते. सुप्रसिद्ध ऑक्सफर्ड विद्यापीठाची प्रवेश परीक्षा देऊन तिने ‘सोमरव्हिले’ या मुलींच्या महाविद्यालयात पदवी शिक्षणासाठी १९२८ साली प्रवेश घेतला. या काळात तिने स्फटिक आलेखन (Crystallography) या विषयात कौशल्य संपादन केले. तिचे शिक्षक एफ. एम. ब्रेवर यांनी तिला क्ष-किरणांद्वारे स्फटिक आलेखन करण्याचे तंत्र शिकविले. जैव रासायनिक मूलद्रव्यांच्या रचनांचा अभ्यास करण्यासाठी क्ष-किरण यंत्रांचा वापर नुकताच सुरू झाला होता. आता त्याच क्षेत्रात तिने संशोधन करायचे ठरवले.

ऑक्सफर्ड विद्यापीठाची पदवी मिळवून ती केंब्रिज विद्यापीठात पुढील शिक्षणासाठी १९३२ साली दाखल झाली. तेथे प्राध्यापक असलेले थोर रसायनशास्त्रज्ञ जे.डी. बर्नाल तिचे मार्गदर्शक होते. त्यांच्या व्यक्तिमत्त्वाचा तिच्यावर खूप प्रभाव पडला. तिच्या वैयक्तिक, वैचारिक आणि वैज्ञानिक धारणांना रचनात्मक आयाम देणारे जे.डी. बर्नाल यांच्याविषयी तिच्या मनात अपार आदरभाव होता. गुरू, तत्त्वज्ञ, मार्गदर्शक या भूमिकांच्या मीलनातून साकार झालेला त्यांच्यामधील तिहेरी सहजसंयुज बंध (Triple Covelant Bond) तिच्या भावी सफल संशोधन-जीवनाचा पाया बनला. एकाच कंपन तरंगावर असणारी शास्त्रज्ञ स्त्री-पुरुषांची नाती अदृश्य पातळीवर अलवारबद्ध असतात. डोरोथी आणि बर्नाल यांचे नाते या स्वरूपाचे होते. लौकिक जीवनातील नेहमीच्या नात्यापासून वेगळा असणारा हा त्यांच्यातील अनुबंध त्यांच्या एकमेकांशी न झालेल्या विवाहानंतरही स्थायी होता.

**डोरोथीचे मार्गदर्शक, मित्र**
**डॉ. जे. डी. बर्नाल**

सोमरव्हिले कॉलेजमध्ये तिला ७५ पौंड स्कॉलरशिप मिळत असे आणि बाकीचा खर्च तिची मावशी करत असे. याच महाविद्यालयाने तिला केंब्रिजमधील शिक्षणासाठीसुद्धा शिष्यवृत्ती (research fellowship) दिली. पुढे १९३४ साली ती सोमरव्हिले महाविद्यालयात प्राध्यापिका म्हणून रुजू झाली.

क्ष-किरण यंत्रांच्या साहाय्याने मूलद्रव्यांमधील अंतर्गत रचनांचा अभ्यास करण्यासाठी तिने उपकरणे गोळा करण्यास सुरुवात केली. ‘सर रॉबर्ट रॉबिन्सन’ या थोर वैज्ञानिकाची तिला या कामी खूप मदत झाली. तिच्या प्रयोगांसाठी लागणारी उपकरणे खर्चिक

असत. शिवाय प्रयोगासाठी लागणारे 'सँपल' (रासायनिक पदार्थ) ही मिळणे अवघड असे. पुढे तिला रॉकफेलर आणि न्यूफिल्ड या संस्थांकडून मदत मिळाली. तिने पेनिसिलिन या जैवरासायनिक पदार्थाच्या अभ्यासाचा प्रकल्प हाती घेतला. खरं तर याच सुमारास 'rheumatid arthiritis' या रोगाची लक्षणे तिच्यात दिसू लागली होती. परंतु संशोधनाचे कार्य चालूच ठेवण्याचा तिचा मानसिक निर्धार या शारीरिक व्याधीवर मात करून गेला.

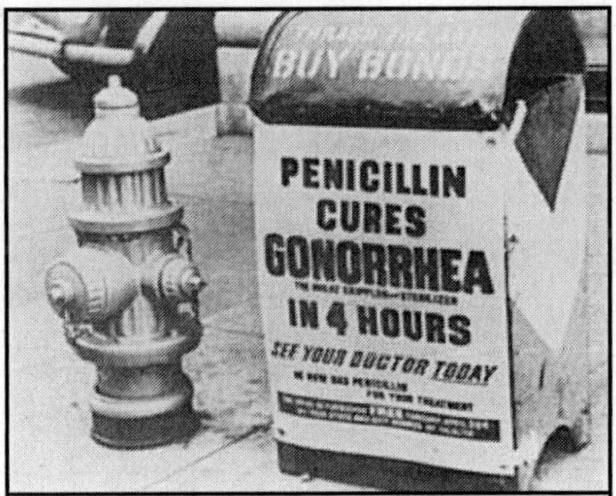


**दुसऱ्या महायुद्धाच्या वेळी तयार केलेले पेनिसिलीन हे औषध**

पेनिसिलीनच्या रचनेचे गूढ उकलण्यासाठी तिला चार वर्षे परिश्रम करावे लागले. जंतुसंसर्गापासून बचाव करणाऱ्या पेनिसिलीनचे महत्त्वाचे रचनासूत्र समजले आणि त्यामुळे कृत्रिम पेनिसिलीन तयार करणे शक्य झाले. दुसऱ्या महायुद्धाच्या वेळी या औषधाची निर्मिती अगदी प्रचंड प्रमाणावर झाली. कितीतरी योद्ध्यांना त्यामुळे जीवदान मिळाले.

व्हिटामीन बी-१२चे क्ष-किरणांद्वारे केलेले आलेखन हाही तिचा आणखी एक महत्त्वपूर्ण शोध. दूध व दुग्धजन्य पदार्थ किंवा मांस व यकृतात आढळणारे 'बी-१२' हे जीवनसत्त्व– लाल रक्तपेशी निर्माण करण्यासाठी, त्याचप्रमाणे पेशींच्या परिपक्वतेसाठी व मध्यवर्ती चेतासंस्थेचे कार्य सुरळीत चालण्यासाठी त्याची आवश्यकता असते. त्याच्या रचनासूत्राचा आलेख तिने १९५६ साली सादर केला.

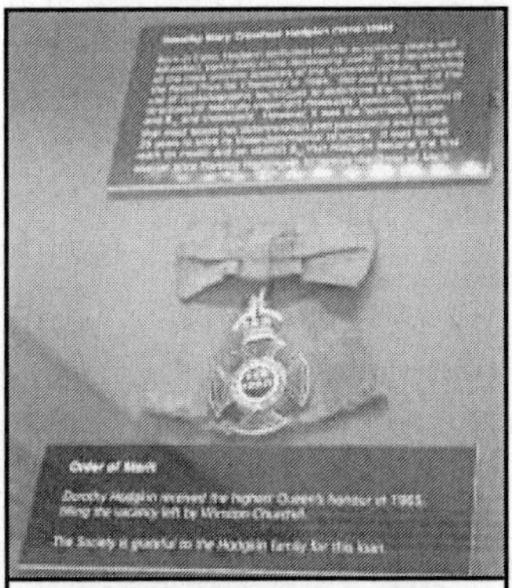

**डोरोथीला मिळालेला 'ऑर्डर ऑफ मेरिट' हा मानाचा किताब**

पॅनक्रियाजमधील आयलेट्स ऑफ लँगरहॅन्समध्ये तयार होणारे इन्शुलिन हे अत्यंत महत्त्वाचे हार्मोन. रक्तशर्करा नियंत्रित करणे, कर्बोदकाच्या चयापचयात मदत करणे हे त्याचे महत्त्वाचे काम. मधुमेहींमध्ये याचे प्रमाण कमी झालेले असते. 'इन्शुलिन' या हार्मोनचे क्ष-किरणांद्वारे तिने केलेले आलेखन औषधनिर्मितीसाठी खूप उपयुक्त ठरले.

मध्यंतरात, १९३७ साली तिचे 'थॉमस हॉजकिन' या इतिहास तज्ज्ञाबरोबर लग्न झाले. आफ्रिका व अरब देशातील राजकारण व इतिहास संशोधन हे 'थॉमस'चे अभ्यासविषय होते. त्यांची घाना येथे 'इन्स्टिट्यूट ऑफ आफ्रिकन स्टडीज' येथे संचालकपदी नियुक्ती झाली. डोरोथीने काही काळ घाना येथील महाविद्यालयात काम केले.

'इंटरनॅशनल युनियन ऑफ क्रिस्टलोग्राफी' या संस्थेची स्थापना करण्यात डोरोथीचा महत्त्वाचा वाटा होता. ती आणि तिचे विद्यार्थी अनेक देशांतील विद्यापीठांना भेट देत. व्याख्यानांमधून आणि चर्चासत्रांमधून ती क्ष-किरण आलेखनाच्या तंत्राची माहिती देत असे. १९४७ साली 'फेलो ऑफ द रॉयल सोसायटी' म्हणून तिची निवड झाली. त्याचप्रमाणे 'अमेरिकन ॲकेडमी ऑफ आर्ट्स अँड सायन्स' (बोस्टन) या संस्थेने तिला सन्माननीय सदस्यत्व बहाल केले होते.

आपल्या संशोधन कार्यात बुडून गेलेल्या डोरोथीला जेव्हा नोबेल पुरस्कार मिळाल्याची बातमी समजली, तेव्हा ती घाना येथील महाविद्यालयात काम करत होती. पुरस्काराच्या बातमीनंतर तिने 'Why?' असा प्रश्न विचारला. पेनिसिलीन, इन्शुलीनसारख्या जैवरासायनिक मूलद्रव्यांमधील गुंतागुंतीची रचना शोधल्यामुळे मोठ्या प्रमाणावर कृत्रिम औषधनिर्मिती करणे शक्य झाले होते. साऱ्या मानवजातीने तिला दिलेल्या दुव्यामुळे ती कृतकृत्य होती. कृतार्थतेच्या या 'चिन्मय स्फटिक' लाभांपुढे कोणताही पुरस्कार फिकाच पडावा.

नोबेल पुरस्कार स्वीकारताना डोरोथी

**''व्हँट हॉफ आणि राँटजेन यांच्यासारख्या लखलखणाऱ्या स्फटिकांनी नोबेल पुरस्काराची यादी तेजाळली आहे. त्यात माझ्यासारखीचा समावेश करून आपण मला खूप मोठा सन्मान दिला आहे.'' असे ती पुरस्कार स्वीकारताना नम्रतेने म्हणाली. पुढे १९६५मध्ये तिची 'ऑर्डर ऑफ मेरिट'पदी नियुक्ती झाली. इंग्लंडचे पंतप्रधान सर विन्स्टन चर्चिल यांनी भूषविलेले हे प्रतिष्ठेचे सन्मानपद डोरोथीला मिळाले. हा सन्मान खूप कमी लोकांना मिळाला आहे. १९७६मध्ये रॉयल सोसायटीने तिला 'कॉपले मेडल' दिले. १९७०-१९८८च्या काळात ती ब्रिस्टॉल विद्यापीठाची कुलपती होती.**

*वेद (ना) वती कवयित्री*

# नेली सॅक्स

**(Nelly Sachs)**

देश – जर्मनी

जन्म –१० डिसेंबर, १८९१, मृत्यू – १२ मे, १९७०

**नोबेल पुरस्कार – साहित्य (१९६६)**

**'एक आक्रंदणारे शोकमग्न झाड**
**काही दुर्बोध, गहन, गूढ**
**सहज कानी पडतंय...**
**मती गुंग करणारे प्रश्न!**
**मानवजातीचा कान तर वाढलेला आहे,**
**एखाद्या खाजकुयलीच्या झाडासारखा...**
**मग ऐकू येतंय का तुम्हाला?**
**त्या ज्ञानी पुरुषाचे, बासरीतून निघणारे सूर**
**ती बासरी बनलेली आहे,**
**मारलेल्या मुलांच्या हाडांची**
**हुतात्म्यांच्या धडांची...**
**त्यातून बाहेर पडणारी हवा,**
**जळते आहे अश्रूंसकट!**
**मरणाऱ्या वृद्ध माणसांच्या कण्हण्यावर**
**त्यांनी बांधला आहे पूल**
**आता तो क्षीण आवाज साऱ्यांनाच देतोय हूल**
**काही कानी पडते आहे का?...'**

जर्मनीचा क्रूरकर्मा नेता हिटलर (१९३३-४५) याने ज्यू धर्मीय नागरिकांच्या नि:पातासाठी केलेल्या भीषण नरसंहारानंतर जर्मनीची कवयित्री 'नेली सॅक्स' हिने ज्यू लोकांच्या कोंडलेल्या आवाजाला कवितेतून अशी मोकळी वाट करून दिली. ज्यूंचा नि:पात करून जर्मनीचे शुद्धीकरण करणाऱ्या विकृत मनोवृत्तीच्या हिटलरचे हे संहारकर्म जवळजवळ दीड दशक चालले होते.

अभिजात संगीतातून ऐटदार रचनांचा घाट बांधणाऱ्या 'मोझार्ट'ची जर्मनी, युद्धोत्तर आशावाद, शांततेची तृष्णा यांचे महत्त्व सांगत 'द ग्लोरियस मोमेंट' ही जगप्रसिद्ध संगीतरचना करणाऱ्या 'बीथोव्हेन'ची जर्मनी, 'फाऊस्ट' हे नैतिकतेचा पुरस्कार करणारे महाकाव्य रचून जर्मन साहित्याला वैश्विक साहित्याचे शाश्वत परिमाण देणाऱ्या तत्त्वज्ञ महाकवी 'योहान गटे'ची जर्मनी, क्रूर औषधोपचारांवर उतारा म्हणून मृदू औषधनिर्मितीची आणि उपचारांची 'होमिओपॅथी' ही वैद्यकीय शाखा अस्तित्वात आणणाऱ्या 'सॅम्युअल हानेमान'ची जर्मनी, ऑक्सफर्ड विद्यापीठात संस्कृतचे अध्यापन करणाऱ्या मॅक्समुलरची जर्मनी! अशा कितीतरी वैज्ञानिक, तत्त्वचिंतक, संशोधक, साहित्यिक, विचारवंत, कलावंतांची जर्मनी... माणसाच्या मूळ रानटीपणावर मात करून, इतरांच्याही भल्याचा विचार करून समाजाला रचनात्मकतेकडे नेणारी ही सारी माणसे, जर्मनीच्या इतिहासातील अनेक सोनेरी पानांवरील हे मानकरी! केवळ जर्मनांनाच नव्हे तर अवघ्या विश्वातील माणसाला त्यांचा अभिमान वाटावा! लोकांची हृदये त्यांनी जिंकलीच होती. परंतु नरसंहार करून जग जिंकण्याची मनीषा बाळगणाऱ्या माथेफिरू हिटलरची जेतेपदाची व्याख्या वेगळी होती. ज्यू बालके, महिला आणि वृद्धांना दिसताक्षणीच देहदंडाची शिक्षा, तर युवकांना छळछावण्यांमध्ये दाखल करून, त्यांच्याकडून अघोरी, अमानुष कामे करून घेऊन त्यांचे हालहाल करून मारण्याची शिक्षा– त्यासाठी 'होलोकॉस्ट' आणि 'फायनल सोल्यूशन' सारख्या डोके थंड ठेवून आखलेल्या योजना, अहोरात्र नाझी गेस्टापोंची दहशत! ज्यू लोकांना वेचून 'डेथ कँप'मध्ये नेले जाई. तिथे होणारा अघोरी छळ, उपासमार, शारीरिक कष्ट यातूनच अनेकांचा अंत होई. त्यातून कसेबसे जगलेल्यांना

**ज्यू स्त्री-पुरुषांना छळछावणीत नेताना**

गॅसचेंबरमध्ये विषारी वायू पसरवून गुदमरवून टाकले जाई. काही वेळा जिवंत माणसांना भट्ट्यांमध्ये जाळले जाई. निरपराध लोकांचा हा संहार बघून सैतानालाही लाज वाटेल. हे अती भयानक, भीषण क्रौर्य बघून साक्षात ईश्वरही थरकापेल, मग सर्वसामान्यांची काय कथा? हजारो ज्यू जर्मनी सोडून जाऊ लागले. काही भयापोटी भूमिगत झाले. काहींनी आत्महत्येचा मार्ग पत्करला.

जन्माने ज्यू असलेल्या नेलीला छळछावणीत दाखल होण्याची सूचना मिळाली आणि तिचा थरकाप उडाला. तिचे अनेक नातेवाईक, मित्रमैत्रिणी केव्हाच अदृश्य झाले होते. आईसोबत एकट्या राहणाऱ्या नेलीपुढे छळ आणि मरण या दोन गुहांनी जणू जबडा पसरला होता. परंतु तिच्या सुदैवाने त्याच वेळी जर्मनीबाहेर जाण्याचा परवानाही तिला मिळाला होता. एकाच वेळी जीवन-मृत्यूचे सांगावे देणाऱ्या या सूचनांनी तिला सुख-दुःख, विमोचन-पाशबद्धता, मुक्ती-बंधन अशा परस्परविरोधी भावांदोलनांवर नेऊन ठेवले होते. परंतु ती जिवंत राहावी हे तिच्या दैवयोगात लिहिलेले असावे. कसेबसे तिकिटापुरते पैसे गोळा करून ती आईला घेऊन स्वीडनच्या दिशेने मार्गस्थ झाली. कारण तिच्याकडे स्वीडन देशाचे, तिकडे येण्याच्या निमंत्रणाचे पत्र होते. स्वीडनची नोबेल विजेती लेखिका 'सेलमा लॅगरलॉफ'मुळे तिची जर्मनीतून सुटका होत होती. सेलमाचे 'गोस्टा बर्लिंग सॅगा' हे पुस्तक तिच्या संकटमुक्तीचे कारण ठरेल, हे तिला तिच्या पूर्वायुष्यातील स्वप्नातही वाटले नसेल. किंबहुना आपला देश सोडून पळून जायची अशी दुःखद वेळ तिच्यावर येईल, असे तिला कधीच वाटले नव्हते.

वयाच्या एकोणपन्नासाव्या वर्षी आपला देश कायमचा सोडताना तिच्यासोबत काय होते? आजारी वृद्ध आई, मित्र-मैत्रिणी, नातेवाईक यांची 'होलोकॉस्ट'मधील छळाची अदृश्य दृश्ये आणि साऱ्या ज्यू बांधवांचा अंधःकारमय भविष्यकाळ! तिचे स्वतःचे भवितव्य तरी तिला कोठे माहीत होते? हिटलरच्या तावडीतून सुटली एवढा एकच सुखद धागा हाताशी धरून ती सेलमा लॅगरलॉफच्या स्वीडनमध्ये उतरली.

१० डिसेंबर, १८९१ रोजी बर्लिन, जर्मनीमध्ये जन्म झालेली नेली– एका सुसंपन्न उद्योगपतीची (विल्यम) एकुलती एक मुलगी. तिची आई मार्गारिटा ही सुशिक्षित स्त्री होती. टियरगार्टन येथे राहणारे हे वैभवसंपन्न कुटुंब होते. नेलीच्या शिक्षणासाठी त्यांनी गृहशिक्षकाची सोय केली होती. वडील व्यवसायाने कारखानदर असले, तरी त्यांचे स्वतःचे मोठे ग्रंथालय होते. आपला फावला वेळ ते ग्रंथालयात व्यतीत करत. त्यांच्या सहवासात असलेली नेली आपोआपच वाचनाच्या छंदाकडे वळली. गूढकथा, परीकथा, दंतकथा, लोककथा अशा प्रकारचे साहित्य वाचता-वाचता तिला एके दिवशी सुप्रसिद्ध स्वीडिश नोबेल विजेती लेखिका सेलमा

लॅगरलॉफचे 'गोस्टा बर्लिंग सॅगा' हे पुस्तक वाचायला मिळाले. हे पुस्तक तिला इतके आवडले, की तिने लगेचच सेलमाला पत्र पाठवले. पुढे सेलमाला साहित्याचा नोबेल पुरस्कार मिळाला. त्यानंतर तिचा आणि नेलीचा पत्रव्यवहार चालूच राहिला. वयाने आणि अनुभवाने ज्येष्ठ व श्रेष्ठ असलेल्या सेलमाचा सल्ला घेणारी नेली तिला भेटण्यासाठी नेहमीच उत्सुक असे. लहानपणी नृत्य व संगीताचे वेड असणारी नेली वयाच्या अठराव्या वर्षापासून मात्र लेखनाकडे वळली. निसर्गावर आधारित प्राणी, पक्ष्यांच्या, फळा-फुलांच्या कविता लिहिणे, मध्ययुगातील लोकजीवनावर आधारित गोष्टी लिहिणे, त्याचप्रमाणे कळसूत्री बाहुल्यांच्या प्रयोगासाठी छोटी छोटी नाटके लिहिणे हे तिचे सुरुवातीचे साहित्य. (ज्यू लोकांची घरेदारे जाळणे, संपत्ती नष्ट करणे या नाझी लोकांनी केलेल्या संहारात तिचे सुरुवातीचे कितीतरी साहित्य नष्ट झाले.) योहान गटे, शिलर हे तिचे आवडते साहित्यिक.

गटेच्या काव्याचे पारायण करणारी नेली शोकसंदेशात्मक व्यथेच्या, वेदनेच्या कवितांचेही वाचन करत असे. आपल्या आईवडिलांच्या सान्निध्यात समृद्ध जीवन व्यतीत करणाऱ्या नेलीने 'लिजेंड अँड स्टोरीज' हे आपले पहिले पुस्तक १९२१ साली प्रकाशित केले. हे पुस्तक तिने सेलमा लॅगरलॉफला अर्पण केले होते. त्याच सुमारास तिच्या अनेक मृदू भावकविता बर्लिनमधील वृत्तपत्रांमध्ये छापून येत असत. तारुण्याच्या काळात तिची लेखनकला बहराला येत असताना अचानक तिच्या वडिलांचे १९३० साली निधन झाले. त्याच सुमारास जग आर्थिक मंदीचा सामना करत होते. जर्मनीत या मंदीचे परिणाम दिसू लागले. अनेकांच्या नोकऱ्या गेल्या, व्यवसाय बंद पडले, बँकांचे व्यवहार ठप्प झाले. अन्नधान्याचे प्रचंड दुर्भिक्ष निर्माण झाले. पहिल्या महायुद्धाच्या वेळी साधा सैनिक असलेल्या हिटलरची महत्त्वाकांक्षा आता हळूहळू वाढू लागली होती. ज्यू लोकांचा नि:पात करून जर्मनीची प्रगती साध्य होईल असा विखारी प्रचार करून तो सत्ताधीश बनण्याचे स्वप्न पाहू लागला. गरिबी, दारिद्र्य, बेकारी यांना कंटाळलेल्या जर्मन लोकांचा त्यावर विश्वास बसू लागला. १९३४-३५च्या सुमारास क्रूरकर्मा हिटलर जर्मनीचा सर्वेसर्वा झाला. राजसत्ता हातात आल्यामुळे त्याचा ज्यूंच्या शिरकाणाचा वेग वाढीला लागला.

वंशाने ज्यू असलेली नेली दिवसेंदिवस घराच्या बाहेर पडत नसे. दैनंदिन जीवनाला लागणारे सामान कसेतरी मिळवून ती आणि तिची आई स्वतःला घरात कोंडून घेत असत. याच काळात अनेक तत्त्वज्ञांचे, विचारवंतांचे ग्रंथ तिने वाचले. मार्टिन ब्यूबेर, जेकब बॉल्ने यांचे ग्रंथ, मध्ययुगीन भक्ती साहित्यातील स्तोत्रे, जर्मन भाषेतील 'कब्बाला', ज्यू परंपरेतील बायबलचा गूढवादी अन्वयार्थ– अशा व्यापक आणि वैचारिक उंची गाठणाऱ्या साहित्याचे तिने अवलोकन केले.

हिटलरचा जर्मनीवरील पाश दिवसेंदिवस आवळला जात होता. नाझी अत्याचाराच्या,

डेथ कँपमधील छळाच्या घटना वाढतच चालल्या होत्या. हजारो ज्यू देश सोडून परागंदा होत होते. नेलीनेसुद्धा स्वीडनची राजधानी स्टॉकहोम येथे जायचे ठरविले. त्यासाठी तिने सेलमाशी आणि तिथल्या राजाशी पत्रव्यवहार सुरू केला. अखेर तिला तिथे जायची परवानगी मिळाली.

अल्पावधीत ती स्वीडिश भाषा शिकली. अनेक स्वीडिश साहित्यकृतींचे तिने जर्मन भाषेत भाषांतर केले. यातून तिला तिची आणि तिच्या आईची जेमतेम गुजराण करता येण्याइतका पैसा मिळे.

हिटलरची दहशत, ज्यूंवर होणारे अत्याचार यांविषयीची माहिती तिला स्वीडनमध्ये मिळे. त्या बातम्यांनी कविमनाच्या नेलीचे भावविश्वच हादरून जात असे. शरीराने नाजूक असलेली नेली या दुःखद घटनांच्या आघाताने आणखीनच खचली. दुःखभोग सहन करत असलेल्या आपल्या धर्मबांधवांची दृश्ये तिच्या डोळ्यासमोर येत. शरीराने ती स्टॉकहोममध्ये होती, परंतु मनाने कायम जर्मनीत.

सतत मृत्यूच्या दहशतीखाली वावरणारे ज्यू बांधव तिला दिसत. छळ छावण्यांमधून त्यांच्यावर होणाऱ्या अत्याचारांच्या, जुलमांच्या वेदनांचे तरंग तिच्या अंतरंगापर्यंत पोहोचत. तिची मनस्थिती इतकी ढासळलेली असे की, कित्येक वेळा तिला मानसोपचाराची गरज पडे. या साऱ्यातून बाहेर पडण्यासाठी तिला तिच्या कवितेचे साहाय्य झाले. ज्यूंच्या क्लेशाच्या, दुःखाच्या, वेदनेच्या शोकात्मिकेतून पुन्हा काही बदलेल, नवं अंकुरेल असा आशावाद व्यक्त करणाऱ्या कविता तिने केल्या. पुढे १९४७ साली 'इन द हॅबिटेशन्स ऑफ डेथ' हा कवितासंग्रह तिने प्रसिद्ध केला. प्रलयातून सृष्टीची जीवनबीजे तरतात, जगबुडीतही नवनिर्माणाची साक्ष असते याचा प्रत्यय देणाऱ्या या साऱ्या कविता. ज्यू लोक पूर्णपणे कधीच विनाश पावणार नाहीत. आजवरच्या ज्यू लोकांच्या इतिहासावरून त्यांचा वारसा खडतरातील खडतर परिस्थितीत अबाधित राहिला आहे, हे सत्य तिने कवितेतून मांडले.

या कवितासंग्रहाच्या आधी १९४३ साली तिने 'एली' नावाचे दीर्घ काव्यात्मक नाटक लिहिले. 'एली' नावाच्या आठ वर्षे वयाच्या पोलीश मुलाची ही कथा. त्याच्या आईवडिलांना जर्मन शिपायांनी नेऊन मारलेले असते. अजाण वयात दुःख पेलण्याची क्षमता नसलेला हा मुलगा बासरी वाजवून देवाला साद घालतो. तो काहीतरी गूढ, सांकेतिक सूचना देत असल्याचा संशय सैनिकांना येतो आणि ते त्याला मारून टाकतात. पुढे त्याचे गावही उद्ध्वस्त होते. परंतु कालांतराने त्या गावात नवजीवन उदयाला येते. पुन्हा नवी माणसे, नवी घरे, नवी स्थळे यांची पुनर्स्थापना होते. ही संगीतिका अतिशय गाजली. जर्मनीतील आकाशवाणीवर ती सादर झाली. पुढे ऑपेराच्या रूपात रंगमंचावरही सादर झाली. १९५०च्या सुमारास पुस्तकाच्या रूपातही ती प्रकाशित झाली.

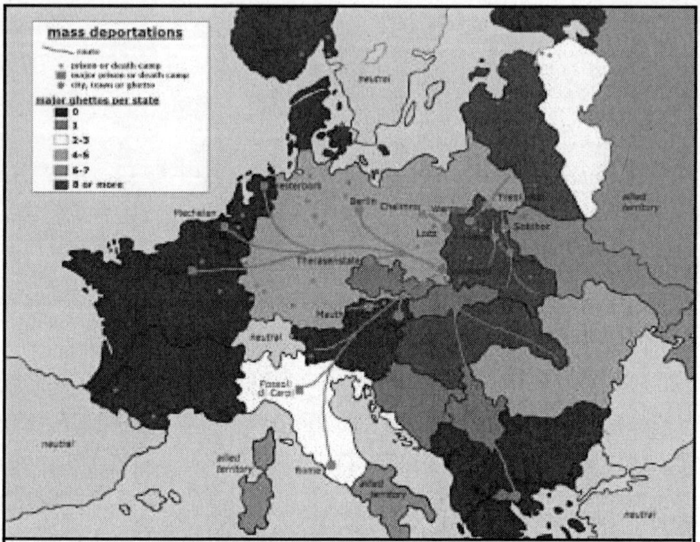


**होलोकॉस्टच्या छळछावण्यांची ठिकाणे**

होलोकॉस्टच्या भीषण घटनांवर आधारित असलेला 'इन द हाउसेस ऑफ डेथ' हा १९४७ साली लिहिलेला तिचा आणखी एक कवितासंग्रह. सामूहिक दु:खभोगांच्या विदारक स्मृतींमधून उतरलेल्या त्यातील कवितांना त्यात वापरलेल्या अनेकविध प्रतिमा आणि रूपकांमुळे वैश्विक परिमाण लाभलेले आहे. जुन्या ग्रंथातील भाषा व लयीचा वापर केल्यामुळे या कवितांमधून मानवी दु:खभोगांचे कालातीत्व अधोरेखित होते.

नाझी छळ छावण्यांतील जिवंत माणसांना, त्याचप्रमाणे प्रेतांना जाळणाऱ्या भट्ट्यांचे हृदयद्रावक वर्णन करणारी 'ओ द चिमनीज' ही धुराड्यासारख्या निर्जीव वस्तूला उद्देशून केलेली कविता यातनांच्या धूररूपी तरंगांतून सजीव होते.

**'हे धुराड्यांनो**
**अतिशय कल्पकबुद्धीने**
**शोधलेल्या या मृत्यूच्या**
**वसतीस्थानातून..**
**इस्त्राएलचा देह धूर बनून**
**वर जातोय,**
**त्याचे स्वागत एक तारा करतोय**

**धुराड्यातल्या परीघ कक्षेतला!**
**तो तारा काळवंडला!!**
**का तो सूर्याचा एक किरण होता?'**

१९५०च्या सुमारास तिची आई वारली. स्वीडनमध्ये आता ती एकाकी होती. एका छोट्याशा सदनिकेत ती एकटीच राहत असे. अनेक स्वीडिश साहित्यकृतींचे जर्मन भाषेत भाषांतर करून तिने स्वीडिश साहित्य वर्तुळात स्थान मिळवले होते. ज्यू नरसंहारावरील तिच्या कवितांची तिने स्वीडिश भाषेत भाषांतरे केली. शोकात्म काव्य रचणारी, दु:खभोगांचे वास्तव पण विखारी भावापासून मुक्त असलेले काव्य रचणारी कवयित्री म्हणून ती स्वीडनमध्ये प्रस्थापित झाली.

एक्लिप्स ऑफ द स्टार्स (१९४९), अॅण्ड नो वन नोज व्हेअर टु गो (१९५७), फ्लाईट अँड मेटॅमॉर्फसिस (१९५९), जर्नी टू बियाँड (१९६१) या तिच्या एकापाठोपाठ आलेल्या कवितासंग्रहांमधून तिची कविता वेदनेच्या दाहकतेकडून अध्यात्माच्या शाश्वत शीतलतेकडे प्रवास करीत असल्याचे जाणवते. मृत्यू व दु:ख या अपरिहार्य, अटळ वास्तवाचा स्वीकार आणि मग त्यातून पुढे झालेला ईश्वराचा साक्षात्कार अशा अंतिम चरणापर्यंत ही कविता पोचते.

स्वीडन आणि जर्मनी या दोन्ही देशांमध्ये तिचा गौरव झाला. तिला अनेक पारितोषिके आणि सन्मानपदके मिळाली. १९६०मध्ये तिला जर्मन ग्रंथप्रेमींनी 'ड्रोस्ट-ह्युल्सओफ' हे पारितोषिक प्रदान केले. जर्मन प्रकाशकांच्या संघटनेने तिला शांततेचे पारितोषिक दिले. डॉटमन शहरातील जर्मन रसिकांनी नेलीच्या नावे साहित्य पुरस्कार द्यायला सुरुवात केली. तिच्यावर गौरव ग्रंथही लिहिला गेला. तत्कालीन अनेक प्रसिद्ध लेखकांनी त्यात लेख लिहिले.

तिला १९६६ साली मिळालेल्या साहित्यातील नोबेल पुरस्काराने या साऱ्यांवर कळस चढविला. हा पुरस्कार तिला दुसरे एक ज्यू लेखक 'सॅम्युअल अॅग्नन' यांच्याबरोबर विभागून मिळाला. आजपर्यंत एकूण आठ जर्मन लेखकांना साहित्याचा नोबेल पुरस्कार मिळाला आहे. नेली सॅक्स ही त्यांपैकी एकमेव महिला, त्याचप्रमाणे पहिली ज्यू स्त्री. साहित्याचा नोबेल पुरस्कार मिळविणाऱ्या महिलांमधल्या तीन कवयित्रींपैकी एक. (पहिली गॅब्रिएला मिस्त्राल (चिली - १९४५), दुसरी नेली (जर्मनी- १९६६), तिसरी विस्लावा झिंबॉरस्का (पोलंड - १९९६).

नेलीला नोबेल पुरस्कार मिळाला तेव्हा ती ७५ वर्षांची होती. अर्थात वयाच्या पन्नासाव्या वर्षी तिच्या साहित्यनिर्मितीला सुरुवात झाली होती आणि वयाच्या पंचावन्नाव्या वर्षी तिचा पहिला कवितासंग्रह प्रसिद्ध झाला होता.

**"I represent the tragedy of the Jewish peopl."** असे ती

नोबेल पुरस्कार वितरणाच्या समारंभात केलेल्या छोटेखानी भाषणात म्हणाली, तेव्हा सारे सभागृह हेलावून गेले.

स्वीडिश ॲकॅडमीचे सदस्य 'अँडर्स ऑस्टरलिंग' यांनी नेलीच्या काव्याचा गौरव केला. ते म्हणाले, ''नेलीने आपल्या समग्र काव्यामधून प्रतिमांचे एक विलक्षण जग उभे केले आहे. तिची कविता छळछावण्यांमध्ये पाशवी अत्याचार करून प्रेतांचे कारखाने निर्माण करणाऱ्या लोकांच्या कृत्यांकडे लक्ष तर वेधते, परंतु असे हिणकस व नीचतम पातळीवरील कृत्य करणाऱ्या लोकांचा ती तिरस्कार करत नाही. उलट द्वेषाच्या हलक्या भावनेच्या पाशातून मुक्त होऊन ती एक वेगळीच अलौकिक पातळीवरील उंची गाठते!''

**खरंच कविता किती शक्तीशाली असते! प्रेमात पडल्यानंतर ती सावरते, शोकसागरात बुडाल्यावर तारते. आनंदाची तर कविता होतेच होते, पण क्रोधाचीही कविता होते, रागाचीही कविता होते. मानवी वर्तन व्यवहारांच्या जंजाळातून मुक्ती देण्याचे सामर्थ्य तिच्यात असते. काम, क्रोध, लोभ, मोह, मद, मत्सर या षड्‌रिपूंपासून कवितेच्या जनकाला सोडविणारी कविता जणू तिच्या सृजनकर्त्याचे ऋण फेडते!**

*आयर्लंडची अहिंसावादी कन्या*

# बेटी विल्यम्स
**(Betty Williams)**

देश – आयर्लंड
जन्म – २२ मे, १९४३
**नोबेल पुरस्कार – शांतता (१९७६)**

१० ऑगस्ट, १९७६; बेलफास्ट (उत्तर आयर्लंड) शहरातील एक नेहमीचा दिवस. नित्य व्यवहारांच्या गडबडीत बुडालेला रस्ता. रस्त्यावरची शिस्तीत ये-जा करणारी वाहने. ट्रॅफिक सिग्नलचे नियम पाळणारे वाहनचालक... सगळं कसं आखीव रेखीव. अपघात-घातपाताचा विचारसुद्धा चुकूनही कोणाच्या मनात नसेल. तेवढ्यात एका वाहनचालकाचा ताबा सुटलेली गाडी वेडीवाकडी वळणे घेत फुटपाथवर येऊन धडकते. आकाशाला भेदत जाणाऱ्या किंकाळ्यांचा आवाज येतो. ती गाडी फुटपाथवरून चालणाऱ्या तीन लहान मुलांवर आदळलेली असते. त्यांना झालेल्या जखमांमधून होणारा रक्तस्राव बघून त्यांच्या आईचे रक्तच थिजते. क्षणापूर्वी आनंदात रमतगमत आईचा हात धरून फिरणारी मुले तिच्यासमक्ष छिन्नविच्छिन्न अवस्थेत पडलेली असतात.

मन विदीर्ण करणारे, अंगावर शहारे आणणारे हे दृश्य. हा अपघात होतो तरी कसा? गाडी चालवणाऱ्या आयरिश शिपायावर कोणी ब्रिटिश अधिकाऱ्याने गोळी झाडलेली असते, म्हणून त्याचा गाडीवरील ताबा सुटून हा अपघात घडून येतो. शहरातल्या भर गजबजाटाचा तो रस्ता सुन्न होतो. मुलांच्या आणि आईच्या किंकाळ्यांनी आसमंत थरथरलेला असतो.

या भीषण घटनेच्या वेळी बेटी त्या रस्त्यावरूनच जात होती. धावतपळत ती

अपघातस्थळी गेली. त्या मुलांच्या आईला (ॲन मॅगॉयर) सावरून तिने पोलिसांना आणि इतर लोकांना मदतीसाठी बोलावले.

आयर्लंडमध्ये चाललेल्या अनेक वर्षांच्या झगड्यांच्या दुर्दैवी परिणामांतून ही अपघाताची घटना घडली होती. आयर्लंडमधील उत्तर आयर्लंडच्या काही भूभागावर ब्रिटिशांचे साम्राज्य होते. त्यांच्या वसाहतवादाच्या लालसेतून मूळच्या आयरिश लोकांवर अन्याय, अत्याचार होत असत. आयर्लंडमध्ये कॅथॉलिक त्याचप्रमाणे प्रोटेस्टंट धर्माचे लोक राहतात. कॅथॉलिक धर्माच्या लोकांचा नॅशनलिस्ट पक्ष आणि प्रोटेस्टंट लोकांचा युनियनिस्ट पक्ष. या दोन्हींमध्येही कलह होत असे. तेथे 'द ट्रबल्स' नावाची अतिरेकी संघटना जवळजवळ तीस वर्षे अस्तित्वात होती. अंतर्गत झगडे आणि परकीयांशी सतत द्यावा लागणारा लढा, त्यातच अतिरेकी संघटनेच्या कारवाया यांमुळे आयरिश जनता जेरीस आली होती. कोणतेही सरकार सत्तेवर आले, तरी धार्मिक कलहातून एककल्ली निर्णय घेतले जात आणि या किंवा त्या समाजाला शासकीय अत्याचाराला बळी पडावे लागे. प्रगतीचे सारे मार्ग कुंठित करणारी ही आयर्लंडमधील अशांतता थोपवण्यासाठी पुढाकार घेणे हे अगदी धाडसाचे काम ठरणार होते.

तीन निरपराध, अल्पवयीन मुलांची हत्या झाल्याच्या घटनेनंतर परिस्थिती काबूत आणणाऱ्या बेटीने शांतता मार्गाचा अवलंब करायचे ठरवले. अपघात झाल्यानंतर दोनच दिवसांत तिने शांततावादी पत्रकावर जवळजवळ सहा हजार लोकांच्या सह्या मिळविल्या. सर्व माध्यमांचे लक्ष तिच्याकडे वेधले गेले. तिच्या कार्याने मेयरिड कॉरिगन ही त्या अपघातातील मुलांची मावशी खूप प्रभावित झाली आणि तिने बेटीबरोबरच शांततेचे कार्य करायचे ठरवले. महिलांचा सहभाग असलेली 'द कम्युनिटी फॉर पीस पीपल' ही शांततेचा प्रसार करणारी संस्था पुढे त्यांनी स्थापन केली.

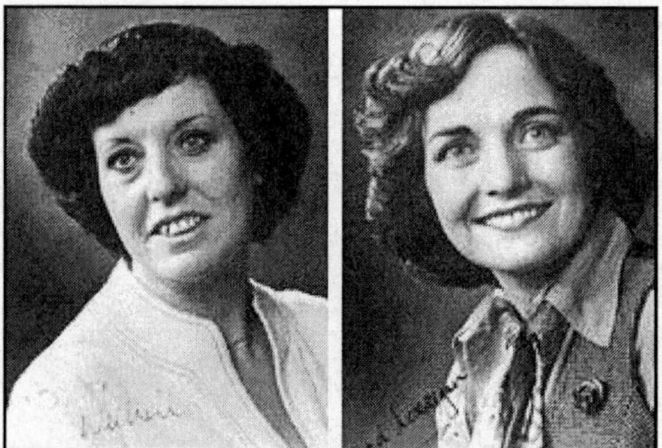

**बेटी विल्यम्स** **मेयरिड कॉरिगन**

त्या दोघींनी मिळून एक शांतता मोर्चा काढायचे ठरवले. अपघातातील मुले जेथे चिरनिद्रा घेत होती, त्या स्थळापर्यंत हा मोर्चा काढायचे ठरले. या मोर्चामध्ये दहा हजार कॅथॉलिक, त्याचप्रमाणे प्रोटेस्टंट महिलांचा सहभाग होता. धर्मवादाला तिलांजली

देऊन शांततेचे प्रयत्न करण्यासाठी इतक्या मोठ्या प्रमाणावरील महिलांचा समावेश असलेला हा बहुधा एकमेव मोर्चा म्हणता येईल. आयरिश सरकारने ब्रिटिश लोकांकडून फसवणूक झालेल्या आणि भरकटलेल्या महिला म्हणून त्यांची संभावना केली. परंतु पुढच्याच आठवड्यात त्यांनी काढलेल्या दुसऱ्या मोर्चामध्ये पस्तीस हजार महिला उपस्थित राहिल्या. आयर्लंडमधील घराघरात आणि घरातील प्रत्येकात शांततेच्या महत्त्वाची जाणीव जागी झाल्याचे हे द्योतक होते. महिलांमध्ये जागी झालेली ही ऊर्मी आणि कुटुंबातील इतर सदस्यांचा त्यांना मिळणारा पाठिंबा हे बेटी विल्यम्सच्या शांतता मोहिमेचे सर्वांत मोठे यश होते.

तिने स्थापलेल्या **'The Community for Peace people'** तर्फे शांततेचा एक आठ कलमी मसुदा तयार करण्यात आला.

- या चळवळीद्वारे आम्ही जगाला शांततेचा संदेश देऊ इच्छितो.
- आम्हाला जगायचे आहे, इतरांना जगू द्यायचे आहे आणि न्यायप्रिय व शांततावादी समाजाची रचना करायची आहे.
- आम्हाला आमच्यासाठी, भावी पिढीसाठी घरीदारी, कार्यालयात, सर्वत्र आनंदी आणि शांततापूर्ण वातावरण हवे आहे.
- अशा प्रकारच्या समाजाची रचना करण्यासाठी धैर्य, कष्ट आणि जिद्द यांची आवश्यकता आहे, याची आम्हाला जाणीव आहे.
- आपल्या समाजात झगडे आणि हिंसा उत्पन्न करणाऱ्या काही समस्या आहेत, याची आम्हाला जाणीव आहे.
- समस्या निस्तारण्यासाठी केलेला गोळीबार आणि बॉंबच्या स्फोटांचा वापर अधिकाधिक अशांततेकडे आणि समस्यांच्या गुंतागुंतीकडे नेणार आहे.
- हिंसेच्या वापराचा आम्ही निषेध आणि प्रतिकार करत आहोत.
- गतकालीन शोकघटनांचा विसर पडण्यासाठी आम्ही चांगले कार्यक्रम हाती घेऊ, ज्यात दिवसेंदिवस एकमेकांविषयीची सद्भावना वाढीस लागेल. शांततापूर्ण समाजाच्या स्थापनेतून आपण उज्ज्वल भविष्याकडे वाटचाल करू.

बेटीने आणि मेयरिडने तयार केलेल्या या शांतता पत्रकाचा सर्वत्र गौरव झाला. नुसते पत्रक तयार करून ती स्वस्थ बसली नाही. या कलमांचा पाठपुरावा करण्यासाठी तिने आयर्लंडमध्ये अनेक लहान-लहान संघटनांची स्थापना केली. वांशिक कलहाच्या आणि अतिरेकी कारवायांच्या पार्श्वभूमीवर तिने केलेले हे काम खूप महत्त्वाचे ठरते.

ती स्वत: जन्माने कॅथॉलिक नव्हती, तिच्या आईचे वडील ज्यू धर्मीय, तर

**मेयरिड व बेटीचे चरित्र**

आईची आई कॅथॉलिक होती. तिचे वडील प्रोटेस्टंट होते. तिने पुढे कॅथॉलिक धर्माचा बाप्तिस्मा घेतला होता. तिच्या काही ज्यू धर्मीय नातेवाईकांची हिटलरच्या होलोकॉस्ट अभियानात हत्या झाली होती. मिश्रधर्मीय परंपरा असलेल्या कौटुंबिक वातावरणात वाढलेल्या बेटीला सर्वधर्मसमभावाची दीक्षा तर लहानपणीच मिळाली होती. हिंसेचे मूळ कडवेपणात असते, या जाणिवेतून तिने 'द कम्युनिटी फॉर पीस पीपल'ची स्थापना केली.

तिच्या अफाट धैर्यशाली कार्यामुळे तिला १९७६ चा शांतता नोबेल पुरस्कार मिळाला. हा पुरस्कार तिला आणि तिच्याबरोबर काम करणाऱ्या मेयरिड कॉरिगनला संयुक्तपणे दिला गेला.

"As far as we are concerned, every single death in the last few years & every death in every war that was ever faught represents life needlessly wasted, a mother's labour spurned....", असे उद्गार तिने नोबेल पुरस्कार स्वीकारताना काढले.

**कलहातून आणि युद्धातून होणारी प्रत्येक हिंसा आईच्या गर्भाशयाला झिडकारत असते, असे म्हणणाऱ्या बेटीची १९९२ साली 'टेक्सास कमिशन फॉर चिल्ड्रन अँड यूथ' या समितीवर नेमणूक झाली. पीपल्स पीस पुरस्कार ऑफ नॉर्वे (१९७६), मार्टिन ल्यूथर किंग ॲवार्ड (१९८४) आणि फ्रँक फाउंडेशन चाईल्ड केअर इंटरनॅशनल ऑलीव्हर ॲवॉर्ड असे पुरस्कारही तिला मिळाले. २००४ नंतर ती बेलफास्ट (उत्तर आयर्लंड) या तिच्या जन्मगावी स्थायिक झाली. आजपर्यंत तिच्या शांततेच्या कार्यात खंड पडलेला नाही.**

*बेटीची साथीदार*

# मेयरिड कॉरिगन
## (Maired Corrigan)

देश – आयर्लंड
जन्म – २७ जानेवारी, १९४४
**नोबेल पुरस्कार – शांतता (१९७६)**

**''जेव्हा मी नोबेल पुरस्कार स्वीकारण्यास गेले, तेव्हा खरं तर मी खूप घाबरले होते. अर्थात मला सत्ताधारी लोकांची किंवा हिंसक कारवाया करणाऱ्या लोकांची भीती वाटत नव्हती, तर मला भय अशासाठी वाटत होते की, जेथे मी पुरस्कार स्वीकारणार आहे तेथे अनेक बुद्धिमंत, प्रज्ञावान लोक असतील आणि मी तर कितीतरी गोष्टींपासून अनभिज्ञ होते. ना मी जागतिक राजकारण जाणत होते, ना मला देशांमधील अंतर्गत आर्थिक घडामोडींची कल्पना होती. आत्मविश्वासाच्या अभावामुळे मला तेव्हा अगदी असुरक्षित वाटत होते. मी अगदी उदास होते. तेव्हा बेटीने (Betty Williams) मला धीर दिला, 'हिंसक कारवाया रोखून शांतता प्रस्थापित करण्यासाठी तू जे धैर्य दाखवलेस त्या धैर्यासाठी हा पुरस्कार आहे अन् अजून आपल्याला शांततेसाठी खूप मोठे कार्य करायचे आहे. ते करण्यासाठीची जिद्द तुझ्या हृदयात आहे ना? मग बुद्धिमंतांची भीती बाळगण्याचे कारण नाही.''**

१९७६ साली शांततेचा नोबेल पुरस्कार मिळविणाऱ्या मेयरिड कॉरिगनच्या भाषणातील हा उतारा. तिला हा पुरस्कार आयर्लंडच्याच बेटी विल्यम्सबरोबर

विभागून मिळाला.

धर्माने रोमन कॅथॉलिक असलेल्या मेयरिडचा जन्म बेलफास्ट (उत्तर आयर्लंड) येथे झाला. तिचे वडील अँड्र्यू कॉरिगन घराची दारे-खिडक्या बनविण्याचे कॉन्ट्रॅक्टर होते. त्यांना एकूण सात मुले झाली (पाच मुले आणि दोन मुली) 'सेंट व्हिन्सेंट प्रायमरी स्कूल' या शाळेत शिक्षण घेतलेल्या मेयरिडने पुढे नोकरी करण्यासाठी एक वर्षाचा व्यावसायिक अभ्यासक्रम पूर्ण केला. 'मिस गार्डन्स कमर्शियल 'कॉलेज' येथून तिने शॉर्टहँड आणि टायपिंगचा कोर्स पूर्ण केला. वयाच्या सोळाव्या वर्षीच ती नोकरीसुद्धा करू लागली. त्या काळी युरोपमधील देशांमध्ये उच्च शिक्षण घेणे आर्थिकदृष्ट्या परवडत नसे. (आणि आजही परवडत नाही.) त्यामुळे तेथील तरुण पिढीतील लोक वेगवेगळे व्यावसायिक अभ्यासक्रम पूर्ण करून अर्थार्जनाला सुरुवात करत. मेयरिडला 'आर्थर गिनेस अँड कंपनी'मध्ये सेक्रेटरीची नोकरी मिळाली.

त्या वेळी उत्तर आयर्लंडमध्ये कमालीचे हिंसक वातावरण होते. मूळच्या कॅथॉलिक आणि प्रोटेस्टंट धर्मीय लोकांमध्ये तर अंतर्गत कलह आणि झगडे होतेच. शिवाय देशातील काही भागावर ब्रिटिशांची सत्ता होती. तिथेही कायम अतिरेकी कारवाया चालू असत. १९६९ सालापासून तिथे 'द ट्रबल्स' ही अतिरेकी संघटना कार्यरत होती. खरेतर उत्तर आयर्लंड हा अगदी छोटासा देश. त्याची लोकसंख्याही त्या वेळी तुलनेने खूप कमी होती. परंतु तेथील लोक सततच्या हिंसक कारवायांमुळे जेरीस आले होते. कोणाचाच कोणावर विश्वास उरला नव्हता. धार्मिक, राजकीय आणि आंतरराष्ट्रीय कलहाची कटु फळे मिळत असल्यामुळे प्रगतीच्या साऱ्या वाटा खुंटल्या होत्या. लोकांमध्ये उत्साह कमी होऊन उदासीनता पसरली होती. १० ऑगस्ट, १९७६ रोजी भर रस्त्यावर डॉनी लॅनन या आय.आर.ए. (आयरिश रिपब्लिकन आर्मी)च्या शिपायाला गाडी चालवताना ब्रिटिश ट्रुपच्या अधिकाऱ्याने गोळ्या घातल्या. तेव्हा गाडीवरील त्याचा ताबा सुटून मोठा अपघात झाला. त्या अपघातात मेयरिडचे तीन भाचे (तिची बहीण ॲन मॅगॉयरची मुले) जागच्याजागी मरण पावले. सततच्या हिंसाचाराने कावलेली आयरिश जनता या निरपराध मुलांच्या हत्येनंतर स्तंभित झाली. त्या वेळी त्या रस्त्यावरून जाणाऱ्या बेटी विल्यम्सने परिस्थिती काबूत आणून पुढील हालचाली केल्या. या घटनेनंतरच तिने 'द कम्युनिटी फॉर पीस पीपल' ही शांततेचा प्रसार करणारी संस्था स्थापन केली. या वेळी मेयरिडसुद्धा त्यात सहभागी झाली. पुढे तिने व बेटीने मिळून एक मोर्चा काढला, ज्यात दहा हजार कॅथॉलिक आणि प्रोटेस्टंट महिलांचा समावेश होता. बंदुकींच्या आणि बॉंबगोळ्यांच्या दहशतीत अशा प्रकारचा शांतता मोर्चा, तोही महिलांनी काढणे याला फार मोठे धाडस लागते.

मेयरिड आणि बेटीच्या सुरुवातीच्या शांतता चळवळीकडे काही लोक हेटाळणीने पाहत. अहिंसक मार्गांचा अवलंब करून हिंसेवर मात कशी करता येईल, प्रोटेस्टंट आणि कॅथॉलिक या दोन प्रखर धर्मवादींमधील कलह व्याख्यानांनी, प्रबोधनांनी आणि लिखाणाने कमी कसा होईल असे प्रश्न आयरिश लोकांना पडत. परंतु सततच्या हिंसेला कंटाळलेले लोक (विशेषत: महिला) या त्यांच्या चळवळींना सक्रिय पाठिंबा देत. अपघातात मरण पावलेल्या मुलांच्या दफनविधीच्या वेळी काढलेला पस्तीस हजार महिलांचा शांतता मोर्चा म्हणजे तर आयर्लंडच्या इतिहासातील एक मोठी विलक्षण घटना मानली जाते. मेयरिड आणि बेटीने केलेले शांततेचे मनापासूनचे प्रयत्न हळूहळू यशस्वी ठरू लागले. कॅथॉलिक आणि प्रोटेस्टंट धर्मीय लोकांच्या कित्येक सभा एकत्रितपणे त्यांनी घेतल्या.

**"Violence is only the flower of the root of injustice."** असे मेयरिड म्हणत असे. अल्पसंख्याकांचे प्रश्न सोडविण्यावर त्यांनी भर दिला, न्यायाधिष्ठित समाजरचना करण्यासाठी सरकारपुढे अनेक प्रस्ताव ठेवले. अन्याय झाला नाही, तर हिंसाही होणार नाही या भूमिकेतून त्यांनी न्याय प्रस्थापित करण्याच्या अभ्यासपूर्ण योजना तयार केल्या. द कम्युनिटी फॉर पीस पीपलच्या स्थापनेनंतर आयर्लंडमधील हिंसाचार सत्तर टक्क्यांनी कमी झाला.

१० ऑगस्ट, १९७६च्या घटनेनंतर वर्षभरातच परिस्थिती बदलली होती. या दोघींच्या कार्याची साऱ्या जगभर प्रशंसा होऊ लागली. नोबेल समितीनेही त्यांची नोंद घेतली आणि १९७६ चा नोबेल पुरस्कार त्यांना जाहीर झाला.

पुढे सप्टेंबर, १९८१मध्ये मेयरिडने 'जॅकी मॅगॉयर' यांच्याशी लग्न केले.

**बांगलादेशातील नोबेल पुरस्कार विजेते महंमद युनूस यांच्या समवेत मेयरिड**

तिची बहीण ॲनाचे ते पती! कारण दरम्यानच्या काळात अपघातात मरण पावलेल्या मुलांच्या या आईने, ॲनाने आत्महत्या केली होती. मेयरिडने आपल्या बहिणीची तीन मुले, त्याचप्रमाणे स्वत:ची दोन मुले यांचा सांभाळ केला. कौटुंबिक जबाबदाऱ्या सांभाळूनच तिने आपले शांततेचे प्रयत्न चालू ठेवले.

'कमिटी ऑन द ॲडमिनिस्ट्रेशन ऑफ जस्टीस' या बिगर सरकारी समितीचीही तिने स्थापना केली. सरकारी अन्यायकारक नियमांना अहिंसक मार्गाने विरोध करणे, मानवाधिकारासाठी सतत प्रयत्नशील राहणे आणि धार्मिक वादांना अग्रक्रमाने सोडविणे अशी कार्ये या संस्थेने केली.

कॅथॉलिक आणि प्रोटेस्टंट यांच्यातील धार्मिक वाद मिटविण्यासाठी तर तिने जवळजवळ २५ देशांना भेटी दिल्या. अमेरिका, न्यूझीलंड, ऑस्ट्रेलिया, जपान, इस्राएल, ऑस्ट्रिया, क्रोएशिया, स्लोवेनिया अशा देशांमध्ये जाऊन अनेक प्रकल्पांची आखणी केली. तेथील विद्यापीठांमध्ये जाऊन तरुणांचे प्रबोधन केले.

शांततेच्या प्रयत्नांच्या या काळात पोप जॉन पॉल II, क्वीन एलिझाबेथ II, अमेरिकेचे राष्ट्राध्यक्ष जिमि कार्टर यांच्यासारख्या मोठमोठ्या लोकांना ती भेटली. आजवर केलेल्या कामामुळे तिच्यात आत्मविश्वास निर्माण झाला होता. हिंसेचे उत्तर अहिंसा असू शकते हे जगभरातल्या अनेक उदाहरणांवरून सिद्ध झालेले आहे. परंतु अहिंसेचा मार्ग पत्करायला हिंसक माणसापेक्षाही जास्त धाडस लागते हेही लक्षात घेतले पाहिजे. अहिंसेचा मार्ग हा भित्र्यांचा नसून कोणतीही समस्या कायमची सोडविण्याचा तो एक राजमार्ग आहे.

द कॉलेज ऑफ न्यू रोशेल आणि सेंट मायकल्स कॉलेज या अमेरिकेतील कॉलेजेसनी तिला डॉक्टरेट प्रदान केली. 'युनायटेड नेशन्स प्रोग्रम फॉर विमेन ऑफ अचिवमेंट' चा पुरस्कार (१९७८), पीस अँड फ्रीडम ॲवॉर्ड, आयोवाचा पेसिमिन टेरिस हा पुरस्कार (१९९०), 'न्यूक्लियर एज पीस फाउंडेशन ऑफ सँटा बार्बरा' या संस्थेचा पीस लीडरशीप पुरस्कार (१९९२) असे गौरवाचे अनेक पुरस्कार तिला मिळाले. हेलसिंकी येथे आयोजित केलेल्या तिसऱ्या आंतरराष्ट्रीय 'कॉन्फरन्स ऑफ ह्युमन राईट्स'मध्ये ती प्रमुख व्याख्याती होती.

"We need people of courage, people to take a stand for right & a stand for human dignity." असे म्हणणारी मेयरिड म्हणते, "We also need prophets in the world." स्वदेशात केलेला शांततेचा प्रसार आपसूकच विश्वशांतीसाठी सीमापार होतो. कारण माणसाचे मूलतत्त्व हिंसा आणि क्रौर्याच्या सीमेपार असते, असे जगातील सर्व धर्म सांगतात.

*'आर.आय.ए.'ची जननी*

# रोझालिन सुसमॅन यॅलो

## (Rosalyn Sussman Yalow)

देश – अमेरिका
जन्म – १९ जुलै, १९२१, मृत्यू – ३० मे, २०११
**नोबेल पुरस्कार – वैद्यकीय (१९७७)**

**''संकलित केलेली माहिती कुठे आहे? हे कधी घडले? तू असा निष्कर्ष कशावरून काढला आहेस? परीक्षानळीतील द्रवाची तपासणी केली का?'' त्या दोघांची इतकी एकतानता होती की, एकमेकांना भेटल्यानंतर औपचारिक संवादांना फाटा देऊन ते थेट अशा प्रकारचीच बोलणी करत.**

डॉ. बर्सन यांनी एखादे वाक्य म्हटले की रोझालिन ते पूर्ण करी आणि रोझालिनचे वाक्य डॉ. बर्सन! त्या दोघांनी हातात घेतलेले काम त्यांना एखाद्या 'मिशन'सारखे वाटे. परस्परांवर प्रगाढ विश्वास आणि कामावर अतीव श्रद्धा! जवळजवळ बावीस वर्षे त्यांचे हे सहकार्य चालू होतं. एखाद्या नवागताला ते पतीपत्नीच वाटत. पण ते होते आर.आय.ए (Radio Immuno Assay)च्या पद्धतींच्या शोधकार्यातील एकमेकांचे सहकारी; डॉ. सोलोमॉन बर्सन आणि रोझालिन सुसमॅन यॅलो.

रोझालिन सुसमॅन यॅलोला या शोधासाठी १९७७ साली नोबेल पुरस्कार मिळाला (दरम्यानच्या काळात डॉ. बर्सन यांचे निधन झाले होते.).

डॉ. बर्सन हे वैद्यकीय तज्ज्ञ. रोझालिनला ते शरीरशास्त्र, औषधनिर्माणशास्त्र, जैवरासायनिक दृष्टिकोन यांविषयीची माहिती देत. तर ती भौतिकशास्त्रातील तज्ज्ञ.

ती गणित, रसायन, अभियांत्रिकी, भौतिक या शाखांमधील माहिती डॉ. बर्सन यांना पुरवत असे. दोघेही एकमेकांना विचारांच्या देवाणघेवाणीतून समृद्ध करत. अशा परस्परपूरक वातावरणात त्यांची संशोधन प्रक्रिया चालू असे. ज्ञानाच्या परस्पराभिसरण प्रक्रियेची परिणती अशी झाली की मूळची वैद्यकीय शाखेतील विद्यार्थिनी नसलेली रोझालिन 'असोसिएशन ऑफ अमेरिकन फिजिशियन्स' ची सदस्य झाली, तर मूळच्या डॉक्टर असलेल्या डॉ. बर्सनच्या गणित व भौतिकशास्त्राच्या नोट्स विद्यार्थी तसेच प्राध्यापक वर्गातही वाचल्या जाऊ लागल्या.

**"Stick with me, and I'll have your name up in lights." असे डॉ.बर्सन यांनी म्हटलेले वाक्य तिला नोबेल पुरस्कार स्वीकारताना आठवले.**

भौतिकशास्त्रात अत्युच्च पदवी मिळवून वैद्यकीय शाखेतील नोबेल पुरस्कार मिळेपर्यंतचा रोझालिनचा सारा प्रवास हा स्वरचित व स्वघटितच म्हणावा असा. १९ जुलै, १९२१ साली अमेरिकेत (साऊथ ब्रॉंक्स) जन्मलेल्या रोझालिनचे वडील सायमन यांनी आठव्या इयत्तेतच शिक्षण सोडले होते. आई क्लॅरा हिचेही फक्त सहाव्या इयत्तेपर्यंतच शिक्षण झाले होते. पण दोघांनाही वाचनाची खूप आवड होती. रोझालिनला तिच्या वयाच्या पाचव्या वर्षापासूनच ते ग्रंथालयातील पुस्तके आणून देत.

रोझालिन प्राथमिक शाळेत असल्यापासूनच खूप स्वतंत्र वृत्तीची आणि स्वावलंबी होती. संशोधन कार्यात लागणाऱ्या अनेक गुणांची झलक तिच्यात लहानपणापासूनच दिसत असे. सुसमॅन कुटुंबीय हे ज्यू धर्मीय, त्यात रोझालिन ही मुलगी. परंतु तिला शिक्षणाची संधी देताना तिच्या वडिलांनी कधीच कुचराई केली नाही. केवळ मुलगी आहे म्हणून कधीच भेदभावही केला नाही. वयाच्या पंधराव्या वर्षी तिने हायस्कूलची पदवी संपादन केली. अर्थातच तिला शाळेची शिक्षिका बनण्याचा सल्ला दिला गेला. कारण त्या वेळी हुशार विद्यार्थिनी शिक्षिका व्हायचेच ठरवत आणि हुशार विद्यार्थी डॉक्टर अथवा वकील बनत. परंतु रोझालिनला पुढे विज्ञानात, विशेषत: भौतिकशास्त्र या विषयात शिक्षण घ्यायची इच्छा होती. त्यामुळे तिने खास मुलींच्या अशा 'हंटर कॉलेज'मध्ये ॲडमिशन मिळविली.

**रोझालिनचे
मार्गदर्शक सहकारी
डॉ. सॉलोमन बर्सन**

ऑटोहान (Ottohan) आणि स्ट्रासमन (Strassmann) यांनी नुकताच (१९३९) अणुविखंडनाचा शोध लावला होता. एनरिको फर्मीचे पण अणुकेंद्रकाच्या विभाजनाविषयी संशोधन चालू होते. १९३८ साली इव्ह क्यूरीने (मेरी क्यूरीची मुलगी) आपल्या आईचे चरित्र प्रसिद्ध केले होते. किरणोत्सारी पदार्थांविषयी रोझालिनला खूप कुतूहल वाटत असे. एनरिको फर्मी जेव्हा न्यू यॉर्कमध्ये अणुकेंद्रकांच्या विभाजनाविषयी व्याख्याने देत असत, तेव्हा रोझालिन अगदी उत्कंठेने ती ऐकायला जात असे. अर्थात तिला भौतिकशास्त्र या विषयात खूप रस होता, तरी वैद्यकीय शिक्षण घेण्याची तिची मनापासून इच्छा होती. पण अमेरिकन वैद्यकीय महाविद्यालयात ज्यू धर्मीय मुलींना सहजासहजी प्रवेश मिळत नसे आणि प्रवेश मिळाला तरी जबरदस्त फी आकारली जात असे. हा सर्व विचार करून तिने भौतिकशास्त्र शाखेची निवड केली. तिथे तिला असिस्टंटशिपही मिळाली.

१९४१ साली हंटर कॉलेजमधून भौतिक व रसायनशास्त्र शाखेची पदवी मिळाल्यानंतर रोझालिनने कोलंबिया मेडिकल स्कूलमध्ये सचिवासाठी लागणाऱ्या अभ्यासक्रमासाठी प्रवेश घेतला. तेथील काही विज्ञान शाखांमधील अभ्यासविषयांसाठी प्रवेश मिळवावा हा तिचा अंतस्थ हेतू होता. तिथे तिने सेक्रेटरी पदाचा अभ्यासक्रम पूर्ण केला. पण नंतर तिला 'इलिनॉय' येथे भौतिकशास्त्राचे प्राध्यापकपद मिळाले. त्या अभियांत्रिकी महाविद्यालयात अशी नोकरी मिळविणारी ती पहिली महिला. अर्थात अभियांत्रिकी विद्यार्थ्यांना शिकविण्याऐवजी तिला थोडे दिवस कनिष्ठ महाविद्यालयातील प्री-मेडिकल विद्यार्थ्यांना शिकवावे लागले. एकतर ती ज्यू धर्मीय, त्यातून स्त्री. त्यामुळे तिला सामाजिक आणि लैंगिक भेदाचा सामना करावा लागला.

"भेदातून होणाऱ्या अन्यायाचे मला फारसे वाईट वाटत नाही. कारण तो अस्तित्वात आहे, याची मी सतत जाणीव ठेवत आले आणि त्यातूनच मग मार्ग काढत गेले." असे ती या अन्यायकारक परिस्थितीबाबत म्हणते. सुदैवाने तिला नशिबाची साथ मिळाली. दुसऱ्या महायुद्धाच्या वेळी 'इलिनॉय'मधील काही प्राध्यापक युद्धखात्यातील संशोधन विभागात काम करण्यास गेले आणि मग रोझालिनला आपोआपच अभियांत्रिकी शाखेतील प्राध्यापकाची नोकरी मिळाली. याच महाविद्यालयात तिचे भावी पती ॲरॉन यॅलो यांची तिच्याशी भेट झाली. दोघांनीही भौतिकशास्त्रात डॉक्टरेट (Ph.D.) मिळविली. त्यानंतर दोघांनी विवाह केला.

जानेवारी, १९४५च्या सुमारास ते न्यू यॉर्क शहरात गेले. रोझालिनला पाहिजे असलेल्या 'न्यूक्लिअर फिजिक्स' या शाखेत नोकरी मिळत नव्हती. मग तिने थोडा काळ 'इंटरनॅशनल टेलिफोन अँड टेलिग्राफ कॉर्पोरेशनच्या' फेडरल टेलिकम्युनिकेशन लॅबोरेटरीमध्ये अभियंता म्हणून नोकरी केली. या लॅबोरेटरीमध्ये अशा प्रकारची

नोकरी करणारी ती पहिलीच महिला. अर्थात इथे थोडे दिवस नोकरी करून ती पुन्हा तिच्या मूळ 'न्यूक्लिअर फिजिक्स' या विषयाकडे वळली. न्यू यॉर्क येथील हंटर कॉलेजमध्ये तिने प्रवेश घेतला.

दरम्यानच्या काळात किरणोत्सारी पदार्थांचा वैद्यकीय क्षेत्रात उपयोग होऊ लागला होता. वेगवेगळ्या देशांतील संशोधक त्यावर प्रयोग करीत होते. नवनव्या संशोधनातून आश्चर्यकारक निष्कर्ष बाहेर पडत होते. आयरिन क्यूरी आणि तिचे पती फ्रेडरिक यांनी या संदर्भात खूपच संशोधन केले होते. वैद्यकीय क्षेत्रात, त्याचप्रमाणे सामान्य जनांतही त्याविषयी खूप उत्सुकता होती. किरणोत्सारी पदार्थांची क्षमता, गुणधर्म तपासून पाहण्यासाठी वेगळ्या प्रकारची प्रयोगशाळा असणे आवश्यक असते. 'व्हेटेरन अफेअर्स मेडिकल सेंटर' ही अशाच प्रकारची प्रयोगशाळा अमेरिकेत ब्राँक्स येथे १९४७ साली सुरू झाली.

तेथे काम करत असलेल्या अनेक वैद्यकीय तज्ज्ञांबरोबर रोझालिनने काम करायचे ठरवले. न्यूक्लिअर भौतिकीची डॉक्टरेट ही पदवी तिच्याकडे होतीच आणि किरणोत्सारी समस्थानिकांचा वैद्यकीय क्षेत्रातील उपयोग यात तिला अत्यंत रस होता. परंतु ती वैद्यकीय पदवीधारक नसल्यामुळे आणि स्त्री असल्यामुळे तिथेही तिला परकीयत्वाचा सामना करावा लागला. भेदभावामुळे ज्यांच्यावर अन्याय होतो, ते स्वत:ला द्वितीय श्रेणीचे मानू लागतात. विशेषत: ते संशोधन कार्यात असतील, तर याचा त्यांच्यावर नक्कीच परिणाम होतो. परंतु प्रचंड आत्मविश्वास, जिद्द, कामातील नीटनेटकेपणा, स्पष्टवक्तेपणा यांच्या जोरावर रोझालिनने त्यावर सदैव मात केली.

प्रयोगशाळेत काम करताना (नोबेल पुरस्कार मिळाल्याची बातमी समजल्यानंतर रोझालिन १३/१०/७७)

जानेवारी, १९५०च्या सुमारास हंटर कॉलेजमधून बाहेर पडून तिने VAच्या (व्हेटेरन ॲडमिनिस्ट्रेशनच्या) प्रयोगशाळेत पूर्ण वेळ काम स्वीकारले. याच सुमारास डॉ. सॉलोमन बर्सन या रशियन ज्यू धर्मीय डॉक्टरची आणि तिची भेट झाली. पियानो वादन करणारे, बुद्धिबळ खेळणारे, कलासक्त आणि तत्त्वज्ञ अशा डॉ. बर्सन या हुशार डॉक्टरांची आणि तिची मैत्री जुळली.

व्ही.ए.च्या प्रयोगशाळेत दोघांनी एकत्र काम करण्याचे ठरले.

स्त्री संशोधकांना प्रोत्साहन देणारे डॉ. बर्सन आणि रोझालिन दोघे मिळून आठवड्याला ऐंशी तास काम करत. त्यांच्या कामाची पद्धत परस्परपूरक असे. एकमेकांच्या धन-ऋण गुणांची त्यांना योग्य माहिती असल्यामुळे ते कामाची आखणी त्या प्रकारे करत. एकमेकांशी जुळलेल्या त्यांच्या संशोधन तारांमधून कितीतरी वैज्ञानिक प्रकल्प प्रवाही झाले. रोझालिनला ज्यामुळे नोबेल पुरस्कार मिळाला, तो आर.आय.ए. (Radio immuno assay) चा शोध म्हणजे या एकसूर, एकताल मैफिलीचा उत्कट बिंदू!

आर.आय.ए.च्या चाचणीमुळे मानवी शरीरातील संप्रेरकांचे (hormones) प्रमाण निश्चित करण्यास मदत झाली. आर.आय.ए.च्या चाचणीची पद्धत थोडक्यात अशी– रुग्णांचे नैसर्गिक संप्रेरक (उदा. रक्तातील इन्शुलिन) एका परीक्षानळीत घ्यायचे. त्यात त्या संप्रेरकाचे प्रतितत्त्व (antibody) टाकायचे. मग या मिश्रणात किरणोत्सारी संप्रेरक (अल्प प्रमाणात) घालायचे. काही दिवस किंवा तासांच्या मुदतीनंतर मिश्रणातील किरणोत्सारी संप्रेरक किती शिल्लक आहे, याचे मापन केले जाई. जर रुग्णाच्या रक्तात नैसर्गिक इन्शुलिनचे प्रमाण जास्त असेल, तर ते तेवढ्याच प्रमाणात प्रतितत्त्वाशी बद्ध झाल्यामुळे किरणोत्सारी संप्रेरक जास्त प्रमाणात उरेल आणि नैसर्गिक इन्शुलिन कमी असेल, तर किरणोत्सारी संप्रेरक कमी प्रमाणात उरेल. कारण ते आता जास्त प्रमाणात प्रतितत्त्वाशी बद्ध झालेले असेल. असे या चाचणीचे सर्वसाधारण गणिती सूत्र. अर्थात हे सोपे वाटणारे सूत्र प्रत्यक्षात उलगडायला डॉ. बर्सन आणि रोझालिनला वर्षानुवर्षे प्रयोगशाळेत काम करावे लागले. दरवेळी दोन-तीन हजार परीक्षानळ्यांमधून द्रवांची तपासणी केली जाई. रुग्णांचे रक्त गोळा केले जाई, किरणोत्सारी संप्रेरके तयार केली जात. अनेक घटकांचा विचार करून शास्त्रीय कसोट्या लावल्या जात. हे सर्व केल्यानंतरच ते प्रयोगाच्या अंतिम निष्कर्षाप्रत पोहोचले होते.

थोड्याच दिवसात आर.आय.ए.चे तंत्र वैद्यकीय क्षेत्रात मोठ्या प्रमाणात वापरले जाऊ लागले. या चाचणीसाठी रुग्णाच्या अगदी थोड्याच रक्ताची आवश्यकता असते. एका ग्रॅमसाठी एक कोट्यांश इतकी अचूकता या चाचणीद्वारे समजू शकते अन् महत्त्वाचे म्हणजे ही चाचणी परीक्षानळीतच घेतली जात असल्यामुळे किरणोत्सारी संप्रेरक रुग्णाच्या शरीरात जाण्यापासून बचाव होत असे. शरीरातील सर्व प्रकारच्या संप्रेरकांचे प्रमाण ठरविण्यासाठी आर.आय.ए.चा वापर होऊ लागला. जसे की अवटुग्रंथी (Thyroid glands), पीयूषिका ग्रंथी (Pituitary glands) इत्यादी ग्रंथींमधून होणाऱ्या स्त्रावांचे अचूक मापन करता येणे शक्य होऊ लागले.

आर.आय.ए.ची चाचणी 'संप्रेरकशास्त्र' (endocrinology) या वैद्यकीय शाखेसाठी

**नोबेल पुरस्कार स्वीकारताना रोझालिन यॅलो**

वरदान ठरली. आज मानवी शरीरातील शेकडो प्रकारची संप्रेरके (hormones), विकर (enzymes), जीवनसत्त्वे (Vitamins), विषाणू (Viruses) यांचे प्रमाण ठरविण्यासाठी आर.आय.ए. चाचण्यांचा उपयोग केला जातो. रोगनिदान आणि उपचार करणे त्यामुळे खूप सुलभ झाले आहे. खेळाडूंच्या रक्तातील स्टिरॉइड्स (उत्तेजक द्रव्य)चे अंश शोधणे किंवा व्यसनी माणसाच्या रक्तातील हेरॉईनसारखे द्रव्य शोधणे यासाठीही आर.आय.ए. चाचणीचा उपयोग होतो.

आर.आय.ए. चाचणीच्या शोधाद्वारे आधुनिक संप्रेरकशास्त्राचा पाया रचणाऱ्या रोझालिन व डॉ. बर्सन यांनी त्याचे पेटंट घेण्यासाठी नम्रपणे नकार दिला. कितीतरी व्यावसायिक प्रयोगशाळा या चाचणीच्या आधारे श्रीमंत झाल्या; परंतु **"We did it for the people. What would we have done with the money except pour into research?"** असे रोझालिन म्हणत असे आणि पेटंट घेण्यास नकार देत असे.

आर.आय.ए.च्या प्रकल्पाच्या दिवसात रोझालिनने कुटुंबाकडे मुळीच दुर्लक्ष केले नाही. त्या दरम्यान तिला दोन मुले (बेंजामिन आणि एलना) झाली. प्रयोगशाळेतील काम सांभाळत तिने त्यांचे संगोपन केले. दोघेही ब्रॉंक्स येथील प्रतिष्ठित सायन्स पब्लिक स्कूल येथे शिकले आणि दोघांनीही आपापल्या क्षेत्रात डॉक्टरेट मिळविली.

दरम्यानच्या काळात रोझालिनबरोबर वीस-बावीस वर्षे अव्याहतपणे काम करणाऱ्या डॉ. बर्सनचे एप्रिल, १९७२मध्ये निधन झाले. त्यानंतर रोझालिनने आपल्या प्रयोगशाळेला 'सोलोमन ए बर्सन रिसर्च लॅबोरेटरी' हे नाव दिले. १९७२ ते १९७६ या चार वर्षांच्या कालावधीत तिने एकूण साठ शोधनिबंध सादर केले. वैज्ञानिक क्षेत्रातील डझनावारी बक्षिसे तिला मिळाली. वैद्यकीय क्षेत्रासाठीचा नोबेल पुरस्कार तिला १९७७ साली मिळाला. तीस वर्षांनंतर वैद्यकीय क्षेत्रात पुन्हा एका महिलेला हा पुरस्कार मिळाला होता.

विज्ञान आणि तंत्रज्ञानामुळे माणसाचे आयुष्यमान वाढले आहे असे म्हणणाऱ्या

रोझालिनला स्वतःच्या 'स्त्री'त्वाचा सार्थ अभिमान होता. **"You can have it all! Super scientist, Super mother & Super wife---"** कर्तव्य बजावण्यातूनच असे खास हक्क मिळवता येतात, हा स्त्रीपणाचा लाभ आहे असे म्हणणारी रोझालिन, "विद्वान व हुशार स्त्रिया जेव्हा मुले होऊ देत नाहीत तेव्हा वाईट वाटते.", अशी खंत व्यक्त करते. मुलांसाठी 'डे केअर' केंद्र आहे का? अशी ती प्रत्येक विद्यापीठात गेली की चौकशी करत असे.

अनेक वेळा स्त्री-पुरुष भेदाचा सामना कराव्या लागणाऱ्या रोझालिनने केवळ स्त्री आहे म्हणून मिळणारे पुरस्कार (फेडरल विमेन्स अ‍ॅवॉर्ड-१९६१, लेडीज होम जर्नल पुरस्कार - १९७८) नाकारले हे विशेष. 'स्त्री-पुरुषांना कोणत्याही क्षेत्रात समान संधी आणि समान परिस्थिती मिळावी' या तिच्या स्त्री-पुरुष समानतेच्या व्याख्येला ती किती बांधील होती याचेच हे निदर्शक.

**१९७८ साली, सहा हजार संप्रेरक शास्त्रज्ञ असलेल्या संस्थेची ती अध्यक्ष झाली. "I feel secure enough to be one of the few chairpersons who dares to be a chairman." असे ती अध्यक्षीय भाषणात म्हणाली. अडचणींचा बाऊ न करता निरलसपणे काम करण्याची निश्चयी वृत्ती असेल, तर यशाची माळ कोणत्याही गळ्यात स्वतःला गुंफवून घेण्यासाठी स्त्री-पुरुष हा भेद मानत नाही, असा निष्कर्ष तिच्या जीवनावरून काढता येईल.**

*विश्वमाता*

# मदर तेरेसा
## (ॲग्नेस गोन्खा वयान्खीऊ)
## (Agnes Gonxha Bojaxhiu)

देश – अल्बानिया (मॅसाडोनिया), भारत
जन्म – २६ ऑगस्ट, १९१०, मृत्यू – ५ सप्टेंबर, १९९७
**नोबेल पुरस्कार – शांतता (१९७९)**

- २५ जानेवारी, १९६२ रोजी भारत सरकारने पद्मश्री किताब देऊन गौरव केला. बक्षिसाची रक्कम कोलकत्यामधील झोपडपट्टीतील लोकांसाठी वापरली.
- १९६४ साली धर्मगुरू पोप भारतात आले असता त्यांनी त्यांना भेट मिळालेली आलिशान रोल्सराईस गाडी मदर तेरेसा यांना दिली. त्या गाडीचा लिलाव करून हाती आलेले पैसे त्यांनी गोरगरिबांना वाटून टाकले.
- १९७१मध्ये मिळालेल्या 'रेमन मॅगसेसे ॲवॉर्ड'ची २१,५०० डॉलर्सची रक्कम आग्रा येथे कुष्ठरोग्यांसाठी आश्रम उभारण्यात खर्च केली.
- रासायनिक प्रयोगशाळेसाठी बांधलेली एक इमारत १९७३ साली भेट मिळाली. त्या इमारतीचे 'प्रेमदान' असे नाव ठेवून ती असाध्य रोगांनी ग्रासलेल्या लोकांवर उपचार करण्यासाठीचे केंद्र म्हणून वापरली जाऊ लागली.
- 'जोसेफ केनेडी अकादमी'कडून मिळालेल्या १५,००० डॉलर्सच्या पारितोषिकाच्या रकमेतून कोलकत्याच्या डमडम उपनगरात मनोदुर्बल मुलांसाठी रुग्णालय उभारले.
- १९७९ साली मिळालेल्या नोबेल पुरस्काराची १,९०,००० डॉलर्सची रक्कम समाजातील बहिष्कृत, त्याज्य आणि एकाकी अशा कुष्ठरोग्यांसाठी घरे बांधण्याकरिता खर्च केली.

- याच पुरस्काराच्या वेळी आयोजित केलेली मेजवानी रद्द करून, मेजवानीसाठी लागणाऱ्या खर्चाची रक्कम देणगी म्हणून स्वीकारली आणि ती रक्कम ज्यांना अन्न मिळत नाही, अशा गरिबांच्या जेवण खर्चासाठी वापरली. हा प्रसंग दूरचित्रवाणीवरून ज्यांनी पाहिला, त्यांनी देखील देणग्यांचा वर्षाव केला. केवळ मुलांच्या खाऊच्या पैशातून मिळालेल्या देणग्यांचे एकूण ३६,००० डॉलर्स जमा झाले.

ही यादी आहे त्यांना मिळालेल्या अनेक पुरस्कारांपैकी काही मोजक्या, निवडक पुरस्कारांची! कोणत्याही बक्षिसाच्या रकमेचा प्रवास 'एका हाताने घेऊन दुसऱ्या हाताने गरिबांकडे, गरजूंकडे' अशाच मार्गाने चलमान झाल्याची साक्ष. त्यांच्या अमित कार्यकर्तृत्वाला कोणत्या कक्षेच्या, चौकटीच्या मर्यादेत परिमित करणार?

'आपण प्रेम कसे व्यक्त करू शकतो? त्यासाठी आकाश पाताळ धुंडाळण्याची गरज नाही. छोट्या छोट्या कृतींत आपण आपलं सारं प्रेम ओतलं की त्या कृती महान होतात. आपल्या सर्वांच्या अंत:करणात प्रेमाचे प्रचंड साठे भरलेले आहेत, म्हणून प्रेम व्यक्त करताना संकोचू नये.' ही उक्ती एखाद्या स्वघोषित धार्मिक संताची नसून कृतीतूनच अध्यात्माची वाटचाल करणाऱ्या विश्वमातेची स्वसंवेद्या आहे. प्रेम देण्याने आणि वाटण्यानेच वाढते हा त्यांच्या अंतरात्म्याला लागलेला शोध. या शोधाचे सुमधुर फलित म्हणजे त्यांच्या चेहऱ्यावरील स्नेहाळ सुरकुत्यांमधून दिसणारे समाधानाचे स्मितहास्य. निरंतर कृतीशीलतेतून झंकारलेले आनंद तरंगच जणू! विश्वाच्या विवेकाची वाणी बनलेल्या 'मदर तेरेसा' म्हणजे 'ॲग्नेस गोन्खां'चा जन्म २६ ऑगस्ट, १९१० रोजी एका अल्बेनियन कुटुंबात झाला. वडील निकोलस अत्यंत उत्साही आणि राजकारणाच्या व्यापात गुंतलेले. आई रोझा हुशार, पण कडक शिस्तीची, तरीही दयाळू स्वभावाची. नित्यनेमाने चर्चमध्ये जाऊन प्रार्थना करणे, स्तोत्रपाठ म्हणणे, धार्मिक सण-उत्सव साजरे करणे, त्याचप्रमाणे आपल्यापेक्षा वाईट परिस्थितीत असलेल्या लोकांना मदत करणे, गरिबांना जेवायला घालणे, गरजूंना मदत करणे असा या कुटुंबीयांचा दिनक्रम असे. थोरली बहीण 'ॲगे' व भाऊ 'लाझार' यांच्यासमवेत ॲग्नेसचे आयुष्य सुखात जात होते.

**मदर तेरेसा आई-वडील व बहिणीसमवेत**

**भाऊ लाझार व बहीण ॲगे समवेत मदर तेरेसा (१९२४)**

दुर्दैवाने ॲग्नेस नऊ वर्षांची असतानाच तिचे वडील वारले. मग ॲग्नेसच्या आईने छोटे घरगुती व्यवसाय करून प्रपंचाचा भार सांभाळला. पुढे भाऊ लाझार १९२४ साली सैनिकी शाळेत दाखल झाला आणि ॲग्नेस व ॲगे या दोघी बहिणी स्थानिक माध्यमिक शाळेत शिक्षण घेऊ लागल्या.

ॲग्नेसला लेखनाची उत्तम देणगी लाभली होती. तिने शिक्षक व्हावे आणि आपली लेखनकला जोपासावी अशी तिच्या आईची इच्छा होती. परंतु ईश्वराच्या मनात काही वेगळेच होते. माध्यमिक शिक्षण पूर्ण झाल्यानंतर ॲग्नेसने धर्मोपदेशिका बनण्याचा निर्णय घेतला होता. या वेळी ॲग्नेसचे वय होते अवघे सतरा. इतक्या अल्पवयात भावी समर्पित आयुष्याचा निर्णय घेणे हे परिपक्वतेचे लक्षण तर आहेच, शिवाय अलौकिक संतत्वाच्या बीजदर्शनाचेही चिन्ह आहे.

आयर्लंड येथील 'आयरिश ऑर्डर ऑफ द सिस्टर्स ऑफ लोरेटो' या संस्थेची एक शाखा कोलकता येथे असल्याचे ॲग्नेसला समजले होते. या संस्थेत दाखल होण्यापूर्वी ॲग्नेसला डब्लिन येथील चर्चमध्ये प्रशिक्षण घ्यावे लागणार होते. मठवासिनी होण्यासाठी घ्याव्या लागणाऱ्या सेवाव्रतांची आणि कार्यपद्धतीची माहिती घेऊन तिने प्रशिक्षण पूर्ण केले. १ डिसेंबर, १९२८ रोजी १८ वर्षांची ॲग्नेस भारतात येण्यासाठी बोटीने रवाना झाली. त्यावेळचा नाताळ तिने बोटीवरच केला. केवळ भारतीयांसाठीच नव्हे तर अखिल विश्वातील मानवासाठी ती ईश्वराची अलौकिक देणगी बनून येत होती.

पुढे चार महिन्यांनंतर, २३ मे, १९२९ रोजी तिने नवउपदेश घेतला आणि 'तेरेसा' हे नाव धारण केले. सामान्यातल्या सामान्य लोकांसाठी काम करायचे, दारिद्र्य, नैतिकता आणि आज्ञापालन यांसाठी स्वत:ला वाहून घ्यायचे अशी शपथ घेऊन ॲग्नेसने 'सिस्टर तेरेसाच्या' रूपात व्रतस्थपणाची दीक्षा घेतली. त्यानंतर त्यांना हिमालयाच्या कुशीत असलेल्या दार्जिलिंग येथील 'लोरेटो कॉन्व्हेंट स्कूल'मध्ये शिक्षिका म्हणून नेमण्यात आले. इतिहास, भूगोल, इंग्रजी शिकविणाऱ्या तेरेसांनी

बंगाली भाषाही शिकून घेतली. अत्यंत कार्यमग्न आणि आनंदित असणाऱ्या सिस्टर तेरेसा पुढे १४ मे, १९३७ रोजी सेंट मेरीज स्कूलच्या प्राचार्या झाल्या.

दरम्यानच्या काळात भारतीय स्वातंत्र्य चळवळीचा वेग वाढला होता. तशातच कोलकत्यामध्ये १९४३ साली महाभयंकर दुष्काळ पडला. रस्तोरस्ती भुकेल्या आणि मरणोन्मुख माणसांचे थवे दिसू लागले. लोरेटो कॉन्व्हेंटमध्ये असलेल्या अनेक सिस्टर्सनी या लोकांना आपल्या शाळेत आश्रय देण्यास सुरुवात केली. १९४६च्या सुमारास पुन्हा दुसरे संकट उद्भवले. हिंदुस्थानची फाळणी होण्यापूर्वी हिंदू-मुसलमानांत प्रचंड दंगली उसळून आल्या. लोकांची घरे-दारे जळू लागली. भर रस्त्यावर एकमेकांच्या कत्तली होऊ लागल्या. रक्ताचे पाट वाहू लागले. प्रेतांचा तर इतका खच पडू लागला, की त्यामुळे गटारेही तुंबू लागली. या भीषण कत्तलीनंतर सिस्टर तेरेसा आणि इतर मठवासिनींनी आपल्या राहत्या जागांमध्ये शुश्रूषा केंद्रे उभारली. हजारो निर्वासितांसाठी रोज स्वयंपाक केला जाई. जखमी लोकांना औषधे देणे, मानसिक धीर देणे, मृतांची विल्हेवाट लावणे, अनाथ मुलांची व्यवस्था करणे यांसारख्या कामांमध्ये सिस्टर तेरेसा अखंड व्यग्र असत.

दु:खाच्या, यातनांच्या आणि वेदनेच्या या भयावह पर्वानंतर सिस्टर तेरेसा मन:शांतीसाठी आणि एकांत प्रार्थनेसाठी दार्जिलिंगमधील त्यांच्या नेहमीच्या चर्चमधील प्रार्थना स्थळी जाण्यास रवाना झाल्या. निरपराध, दीनदुबळ्या लोकांच्या कत्तलीची दृश्ये त्यांच्या मनावर कोरली गेली होती. बोगद्याच्या अंधारात आगगाडी गेली आणि त्यांचे मन अधिकच झाकोळून गेले. इतक्यात त्यांना काहीतरी वेगळेच जाणवले. अंतर्यामीच्या काळोखाला उजळविणारे काहीतरी स्फुरदीप्त. त्यातून साद आली. 'गरिबातल्या गरिबांमध्ये राहून तू माझी सेवा करावीस, ही माझी तुझ्याकडून अपेक्षा आहे!' ईश्वर आपल्या हातून काहीतरी विलक्षण घडून येण्याची वाट पाहत आहे, अशी सिस्टर तेरेसांना जाणीव झाली. तो दिवस होता ५ सप्टेंबर, १९४६.

या दिवसानंतर सिस्टर तेरेसांमध्ये आमूलाग्र बदल झाला. शाळेचे प्राचार्यपद सोडावे, कॉन्व्हेंट सोडावे आणि कोलकत्यामधील गलिच्छ वस्त्यांमध्ये राहणाऱ्या लोकांची सेवा करावी अशीच प्रभूची इच्छा आहे; याची त्यांना वारंवार जाणीव होऊ लागली. अर्थात जिथे अनेक वर्षे काम केले, त्या कॉन्व्हेंटचा भावनिक संबंध तत्काळ तोडणे हे सोपे काम नव्हते. परंतु परमेश्वराने त्यांना जी थेट आज्ञा दिली होती, त्याचे विस्मरणही होणे त्यांना अवघडच जात होते. अखेर १२ एप्रिल, १९४८ रोजी त्यांनी धर्मपीठाकडून आश्रमाच्या बाहेर जाण्याची परवानगी घेतली.

कॉन्व्हेंटच्या बाहेर पडताना मदर तेरेसाने निळ्या किनारीची पांढरी सुती साडी नेसली. कोणीही गरीब बंगाली स्त्री वापरेल अशी वस्त्रे धारण करून दीनदुबळ्यांची, गरजूंची जीर्णशीर्ण झालेली जीवनसत्त्वे विणण्यास सज्ज झालेल्या मदरजवळ ना

पैसा होता ना सामाजिक संस्थेचे पाठबळ! परंतु एक अढळ श्रद्धा मात्र जरूर होती, की ज्या कार्याची प्रत्यक्ष परमेश्वराकडून आज्ञा झाली आहे, ते साध्य होणारच!

अर्थात चेहऱ्यावर प्रसन्न हसू व मायेचे चार शब्द एवढ्यावरच आपण काम करू शकणार नाही, याचे त्यांना व्यवहारज्ञान होतेच. रोग्यांची सेवा, शुश्रूषा करायची, तर तशा प्रकारचे वैद्यकीय ज्ञानही आत्मसात करायला हवे, म्हणून पाटणा येथील 'होली फॅमिली' या हॉस्पिटलमध्ये राहून तेथील अनेक प्रकारची कामे त्यांनी शिकून घेतली.

आता कोलकत्याला परतावे लागणार होते. पुढील कामासंबंधी त्यांनी चिंतन केले. सर्वांत प्रथम निवड केली 'मोती झील' नावाच्या वस्तीची. तेथील गरीब मुलांना एकत्र केले. मोकळ्या अंगणातील गवत काढून शाळा सुरू केली. टेबल, खुर्ची, खडू, फळ्याविना असलेली ही अंगणशाळा. गरीब पण उत्साही मुलांनी 'धुळाक्षरे' गिरविण्यास सुरुवात केली.

त्या वस्तीजवळ राहणाऱ्या (१४, क्रीकलेन) 'मायकल गोम्स' या सहृदय माणसाला सिस्टर तेरेसांचे परिश्रम दिसत होते. जागेअभावी उघड्या मैदानात शाळा चालवताना त्यांचे होणारे हाल पाहून त्यांनी आपल्या राहत्या घराचा दुसरा मजला मदरना देऊ केला. गरिबांसाठी गरिबांत राहायचे हे खरे; परंतु असे काही कार्य करायचे म्हणजे एका निश्चित पत्ता असलेल्या जागेची गरज असते. अशी जागा त्यांना आता मिळाल्यावर लोक त्यांना भेटू शकत होते, केव्हाही! अन् त्यांच्या कार्यात त्यांना मदत करू इच्छिणारेही!

१९ मार्च, १९४९ला एका अत्यंत श्रीमंत कुटुंबातील 'सुभाषिनी दास' नावाची तरुण मुलगी (त्यांची माजी विद्यार्थिनी) त्यांच्याकडे आली. आपल्या उंची कपड्यांचा आणि दागिन्यांचा त्याग करून 'सिस्टर ॲग्नेस' हे नाव तिने धारण केले. 'मिशनरीज ऑफ चॅरिटीजच्या' संप्रदायातील ती पहिली सिस्टर.

काही आठवड्यांनंतर त्यांची आणखी एक विद्यार्थिनी 'मॅग्डालेना', 'सिस्टर गर्टुड' हे नाव धारण करून आली. तिचा स्वत:चा अभ्यास (वैद्यकीय शिक्षण) चालू ठेवत तिने सिस्टरच्या कार्यात मदत केली.

मागोमाग सिस्टर डोराथी आणि सिस्टर मार्गरिट मेरी या दोघी आल्या.

'मिशनरीज ऑफ चॅरिटीजचे' काम या पंचकन्यांद्वारे आता जोरात सुरू झाले. त्या घरोघरी जाऊन सांगत, 'उरलेले अन्न फेकू नका!' ज्यांना सबंध दिवसात अन्नाचा एकही कण मिळाला नाही, त्यांच्यासाठी त्या अन्न गोळा करत. वस्तीमध्ये, झोपड्यांमध्ये जाऊन वृद्धांची, रुग्णांची सेवा करत. योग्य ती औषधे आणून देत. गरज असेल, तर आजारी लोकांना इस्पितळात दाखल करत.

कोलकत्यात जागोजागी काम करताना त्यांना दिवसभर उनाडक्या करणारी,

शाळेत न जाणारी बेकार मुले दिसत. पालकांच्या नियंत्रणात नसलेली, चोऱ्यामाऱ्या करणारी आणि पोलिसांची डोकेदुखी ठरलेली ही मुले! त्यांच्यासाठी खास 'प्रोतिमा सेन' ही शाळा काढायचे ठरले. त्यांना सुधारणे, विविध व्यावसायिक अभ्यासक्रम शिकविणे हे त्या शाळेचे मुख्य उद्देश. अल्पावधीतच या शाळेतील मुले योग्य मार्गाला लागू लागली.

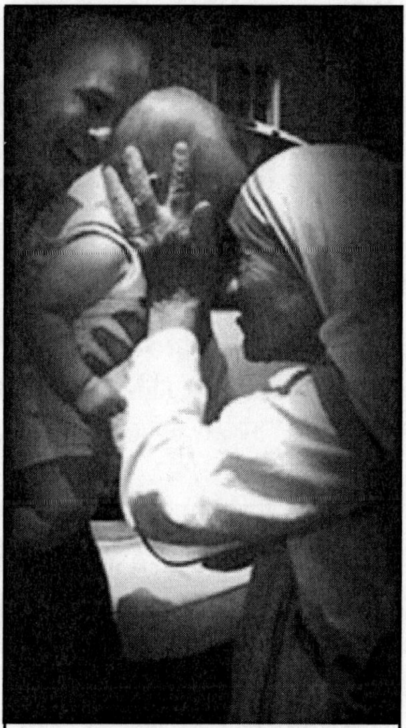

बालकावर वात्सल्याचा वर्षाव करणाऱ्या मदर तेरेसा

कामाचा व्याप वाढत होता. कोलकत्यामध्ये पांढऱ्या सुती साड्या नेसलेल्या या सिस्टर्स सर्वांच्या आदरास पात्र होत्या. सुरुवातीला केवळ बाराच मदतनीस असणारी संस्था आता हळूहळू वाढून शंभराच्या घरात पोचली. मरणासन्न, इतरांनी नाकारलेल्या, तिरस्कृत, गरीब, अपंग, रोगी, निराधार लोकांना मदत करताना या निर्भय आणि उत्साही सिस्टर्स कधीही कंटाळत नसत. 'प्रत्येक माणूस हा मौल्यवान आहे.', ही मदर तेरेसांची शिकवण त्यांनी अंगभूत सेवाव्रत म्हणून स्वीकारली होती.

१४, क्रीकलेनमधील घर आता लहान पडू लागले. मग 'फादर वॅन एक्झेम' यांच्या एका मुस्लीम मित्राने देणगी दिलेल्या एका इमारतीत 'मदर हाउस' स्थापन करण्यात आले. '५४, ए लोअर सर्क्युलर रोड, कोलकता' ह्या पत्त्याचे मदर हाउस शांतता आणि पावित्र्याचे नंदनवन ठरू लागले.

मदर हाउस हे व्यस्त ठिकाण असले, तरी या कार्याची जेथून सुरुवात झाली, त्या 'शिशुभवन'कडेही सिस्टर्सचे तितकेच लक्ष असे. कुपोषित, रोगी, मानसिक विकलांग, अपंग, निराधार, अनाथ-गरीब मुलांसाठी शिशुभवन म्हणजे हक्काचे माहेरघर. रस्त्यावर टाकून दिलेली अर्भके काही वेळा इतकी छोटी, दुबळी आणि अशक्त असत, त्यांना वाढवताना खास परिश्रम घ्यावे लागत. अशी मुले सुदृढ झाल्यानंतर त्यांना खेळताना, बागडताना पाहून सिस्टर्सना कोण आनंद होई.

मिशनरीज ऑफ चॅरिटी आता कोलकत्यामधील प्रमुख स्थळ बनले होते.

तेथील सिस्टर्सनी आता सियाल्डा रेल्वेस्थानकातील बेघर लोकांसाठी मदतकार्य करायला सुरुवात केली. दररोज सरासरी चार हजार निराश्रित लोक तेथे येत. दुष्काळात तर आणखी हजारो लोकांची त्यात भर पडे. सिस्टर्स तेथे जाऊन निर्वासितांना गव्हाचे पीठ आणि सोयामिक्श्चर देत. ज्यांच्याजवळ भांडीकुंडी नाहीत, त्यांच्यासाठी अन्न शिजवले जाई. अतिशय आजारी आणि छोट्या मुलांना शिशुभवनामध्ये नेले जाई. कोलकत्यामध्ये हजारो अत्यंत गरीब व भुकेकंगाल लोकांची नित्य भर पडत असे. त्यांच्यासाठी शासनाने कितीही योजना राबविल्या, तरी काहीच फरक पडत नसे.

त्या वेळी कोलकत्यात सत्तर ते ऐंशी लाख लोक राहत. त्यांपैकी दोन लाख लोकांचे रस्ता हेच घर होते. असाध्य व्याधी झालेले रोगी उपचाराविना रस्त्यावरच मरून जात. सरकारी रुग्णालयातही त्यांना दाखल करून घेतले जात नसे. हे रोगी ओंगळ, गलिच्छ असत. उभ्या आयुष्यात प्रेम, दया, करुणा यांचा स्पर्शही न लाभलेल्या या रोग्यांसाठी मदरने एका धर्मशाळेत 'निर्मल हृदय' स्थापन केले. त्या रोग्यांच्या आयुष्याच्या अखेरच्या घटका तरी शांततेत जाव्यात हा हेतू. कपड्यांची लक्तरे झालेल्या, अंगावरील जखमांमध्ये वळवळणारे किडे, उवा घेऊन आलेल्या, वेदनांनी तडफडणाऱ्या या रोग्यांची तेथील सिस्टर्स वात्सल्याने सेवा करत.

हळूहळू मदर तेरेसांची कीर्ती जगभर पसरत गेली. गरिबांना मदत करण्यासाठी आपले सर्वस्व त्यागून काम करू इच्छिणाऱ्या जगभरातील अनेक युवकांचे 'ब्रदर्स ऑफ चॅरिटी' स्थापन करण्यात मदरने पुढाकार घेतला. १९६३ साली स्थापन झालेल्या या संस्थेचे काम लगेच सुरू झाले.

भारतात दहा ठिकाणी त्यांच्या शाखा उघडण्यात आल्या. तेथे आजारी, मरणोन्मुख लोक, कुष्ठरोगी, बालगुन्हेगार, व्यसनाधीन झालेले लोक, मनोरुग्ण यांची सेवा होऊ लागली. मिशनरीज ऑफ चॅरिटीजच्या सर्व जगभर शाखा उघडण्यात आल्या. व्हेनेझुएला (१९६५), श्रीलंका (१९६७), रोम (१९६८) अशा अनेक देशांमध्ये ही संस्था कार्यान्वित झाली. विकसनशील देशांमध्ये गरिबी ही सर्वांत मोठी

**नोबेल पारितोषिक स्वीकारताना मदर तेरेसा**

समस्या तर श्रीमंत देशांमध्ये एकाकीपणा, अमली द्रव्यांचं व्यसन, गुन्हेगारी, निराशा अशा वेगवेगळ्या प्रकारच्या अनेक समस्या. सर्व जगभर जिथे जिथे म्हणून भूक, भीती, एकाकीपणा आणि निराशा होती; तिथे तिथे त्यांनी कॉन्व्हेंट उघडली. न्यूगिनी, ऑस्ट्रेलिया, फ्रान्स, स्पेन, चिली, पनामा, केनिया, इथिओपिया,व्हेनेझुएला, पेरु.... जगभरात अनेक ठिकाणी. निराशा, दु:ख फक्त कोलकत्याच्या गल्लीबोळातच नांदत नाही, तर इतरत्रही ते आहे याची त्यांनी जाणीव करून दिली.

समाजाने बहिष्कृत केलेल्या कुष्ठरोग्यांसाठी काहीतरी भरीव करण्याची गरज आहे असे वाटून मदरनी कोलकता शहरभर कुष्ठरोग्यांसाठी आठ रुग्णालये स्थापन केली. 'कुष्ठरोग्यांना तुमच्या सहानुभूतीचा स्पर्श होऊ द्या.' अशा आशयाचे फलक शहरभर जागोजागी लागले आणि मग त्यांच्याकडे मदतीचा ओघ सुरू झाला. टिटाघर येथील रेल्वे अखत्यारीतील जागेत या रुग्णांसाठी खास केंद्र उभारले. हजारो रोगी संस्थेने बरे केले. त्यांना व्यवसाय मिळवून दिले.

१९४८च्या ऑगस्ट महिन्यात कॉन्व्हेंटमधून बाहेर पडताना सुती पांढरी साडी नेसलेल्या सिस्टर ॲग्नेसजवळ फक्त पाच रुपये, एक सँडलचा जोड आणि एक पिशवी होती. अर्थात लोककल्याणाचा मार्ग पत्करण्याचा लाखमोलाचा परमेश्वरी आदेश घेऊन त्यांनी अनोळखी जगात प्रवेश केला होता. निर्धन, बहिष्कृत, अपंग, दुर्बल आणि बेघर लोकांसाठी त्यांनी ज्या प्रेमाने आणि ममतेने कार्य केले, त्यातून त्यांना मातृत्वाची उपाधी मिळाली. लोक त्यांना गुरुमाऊली मानत. लौकिकार्थाने ना त्यांचा शिष्यपरिवार होता, ना त्यांनी कधी सभासंमेलने भाषणबाजी करून गाजवली. त्यांचे स्वत:चे जीवनच एक चालतेबोलते प्रवचन होते.

**'अध्यात्म म्हणजे काही जगावेगळी बाब असून ती केवळ बुद्धिवंत, प्रकांड पंडित किंवा विद्वान ह्यांच्यापुरतीच मर्यादित आहे असे मुळीच नाही. सर्व वेळी, सर्व ठिकाणी परमेश्वर भरून उरला आहे, ह्याची जाणीव ठेवून हसतमुख राहणं ह्यालाच 'अध्यात्म' हे नाव आहे.' अशी अध्यात्माची व्याख्या जगलेल्या मदर तेरेसांची वाट कोणीही चोखाळावी. त्यांनी केलेल्या अफाट कार्यातील एक तरी कृती अनुभवावी. आनंदाच्या शाश्वत क्षणांची फुले मिळणारच! कारण निरपेक्ष प्रेमाच्या बीजाचं रूपांतरण 'सुफुल' सुखदायी असतं.**

*स्वीडिश शांतीनायिका*

# अल्वा मिरडॅल
# (Alva Myrdal)

देश – स्वीडन
जन्म – ३१ जानेवारी, १९०२, मृत्यू – १ फेब्रुवारी, १९८६
**नोबेल पुरस्कार – शांतता (१९८२)**

"I have, despite all disillusionment, never, never allowed myself to feel like giving up. This is my message today, it is not worthy of a human being to give up!"

'हार' हा शब्द तिच्या शब्दकोशात नव्हता. किंबहुना हार पत्करणे हे मनुष्याला शोभत नाहीच असे तिचे म्हणणे होते. शांततेचा पहिला आईनस्टाईन पुरस्कार स्वीकारताना तिने काढलेले हे उद्‌गार म्हणजे 'शब्द बापुडे केवळ वारा' असे हल्लक थिल्लर नसून आयुष्यभर केलेल्या अणुशस्त्रबंदीच्या अथक परिश्रमांतून आलेली 'सकस फलाक्षरे' आहेत. कोणत्याही बिकट परिस्थितीत हार न मानणाऱ्या विजिगीषू वृत्तीच्या या 'अल्वा मिरडॅल'च्या गळ्यात पुढे दोनच वर्षांनी (१९८२) शांततेच्या नोबेल पुरस्कारपदाचा हार पडला. अर्थात हे कार्य तिने कोणत्याही पुरस्कारासाठी केलेले नव्हते.

अल्वा रायमेर (Alva Reimer) चा जन्म ३१ जानेवारी, १९०२ रोजी स्वीडनमधील उप्पाला (Uppala) गावी झाला. पहिल्या महायुद्धापूर्वीचा हा काळ. युरोपीय राष्ट्रांमध्ये सुधारणांना नुकतीच कुठे सुरुवात झाली होती. जर्मनी, फ्रान्स, इंग्लंड या देशांमध्ये औद्योगिक क्रांतीने समाज जीवनात झपाट्याने सुधारणा झाली

होती. परंतु त्यामानाने स्कँडेनेवियन राष्ट्रांमध्ये (उत्तर युरोपीय राष्ट्रे) अजूनही मागासलेले वातावरण होते.

स्वीडनसारख्या छोट्या देशात मुलींचे शिक्षण तितकेसे समाजसंमत नव्हते. त्यात अल्वाचे आईवडील ग्रामीण भागातून आलेले. जुजबी, लिहिण्यावाचण्यापुरते प्राथमिक शिक्षण देऊन अल्वाला घरीच बसवावे, अशा मताची तिची आई. परंतु अल्वा जसजसे शिक्षण घेऊन वरच्या वर्गात जाऊ लागली, तसतशी तिला अभ्यासाची गोडी लागू लागली. तिच्या बुद्धिमत्तेची चुणूक आणि धाडसी स्वभावाचे दर्शन शालेय काळातच दिसे. माध्यमिक शिक्षण घेणाऱ्या मुलींची शाळेबाहेर लांब दुसऱ्या इमारतींमधून व्यवस्था केली जाई. एवढेच नव्हे तर त्यासाठी त्यांना पुन्हा वेगळी फी द्यावी लागे. ही अन्यायकारक बाब खटकल्यामुळे पंधरा वर्षांच्या अल्वाने इतर वर्गमैत्रिणींच्या सहकार्याने वर्गशिक्षकांचे आणि प्राचार्यांचे मन वळवून मुलींच्या शिक्षणाची सोय शाळेच्या मूळ इमारतीतच करण्यास भाग पाडले.

शालांत शिक्षण पूर्ण झाल्यानंतर अल्वाला महाविद्यालयात पुढील शिक्षणासाठी प्रवेश घ्यायचा होता. 'स्टॉकहोम' विद्यापीठातील कॉलेज तिला खुणावू लागले होते. परंतु आईचा प्रखर विरोध! मग तिने तात्पुरती नोकरी पत्करली. त्या काळातही ग्रंथालयातील भाषेची, अभ्यासाची, समाजशास्त्राची पुस्तके आणून ती वाचत बसे. या विषयांची ओढ तिला स्वस्थ बसू देईना आणि मग तिने पालकांचा विरोध पत्करून स्टॉकहोम कॉलेजमध्ये प्रवेश घेतला. १९२४मध्ये ती पदवीधर झाली. त्याच कॉलेजमध्ये तिला 'गुनार मिरडॅल' (Gunnar Myrdal) भेटले. प्रखर बुद्धिमत्ता, समाजशास्त्राची आवड, देशासाठी काहीतरी सकारात्मक करायचा विचार अशा या दोघांच्या समान स्वभाववैशिष्ट्यांमुळे त्यांची नाळ जुळली. त्याच वर्षी (१९२४) त्यांचा विवाहही झाला. पुढे जागतिक कीर्तीचे अर्थतज्ज्ञ आणि समाजशास्त्रज्ञ झालेल्या पती 'गुनार'चा अल्वाच्या आयुष्यावर खूप प्रभाव पडला. तिच्या वयाच्या सतराव्या वर्षापासून ते तिला परिचित होते. एकाच

**अल्वाचे पती गुनार मिरडॅल (१९७३ साली त्यांना अर्थशास्त्राचा नोबेल पुरस्कार मिळाला.)**

धाटणीची प्रखर विचारशीलता असल्यामुळे त्यांचे अनेक वेळा खटके उडत. परंतु त्यांची कार्यक्षेत्रे सर्वसाधारण एकाच प्रकारची असल्यामुळे त्यांच्यातील समान तत्त्वांचा त्यांना परस्परपूरकही उपयोग होत असे.

पहिल्या महायुद्धानंतर (१९१५) जगातील सर्वच देशांमध्ये (विशेषत: युरोपीय) गरिबी, लोकसंख्या, बेकारी असे प्रश्न वाढू लागले होते. नैसर्गिक साधनसंपत्तीचे समान वाटप करणे अशक्य होत होते. युद्धकालीन खर्चामुळे, खंडण्यांमुळे आणि करांच्या अन्यायकारक रचनांमुळे प्रत्येक देश जेरीस येत होता. उत्पन्नाची अपुरी साधने, जागांची वाढती टंचाई यांमुळे राहत्या घरांचे प्रश्न वाढले होते. खरं तर कमी लोकसंख्या असलेला चिमुकला देश म्हणून प्रसिद्ध असलेला स्वीडन! पण आता मात्र ज्यांना तीन-चार मुले आहेत त्या कुटुंबांना दैनंदिन खर्चातही कपात करावी लागत होती. या साऱ्या समस्यांचा अभ्यास करून अल्वाने 'क्रायसिस इन द पॉप्युलेशन क्वेश्चन' हे पुस्तक लिहिले (१९३०). त्यात लिहिलेल्या अनेक प्रभावी योजनांमुळे तिचे हे पहिलेच पुस्तक खूप गाजले आणि ती प्रकाशात आली.

उद्योगधंदे आणि शेती हे तेथील प्रमुख व्यवसाय. या दोन्ही क्षेत्रांतील प्रत्येक बाबीचा सांगोपांग विचार करून तिने मते मांडली. सामाजिक स्तरीकरण, सरकारी धोरणांमधील तपशीलवार गोष्टी, अर्थविषयक धोरणे, स्त्री-पुरुष कामगारांचे प्रश्न या साऱ्या विषयांवरील व्यवहारात उपयोगात आणता येतील असे अनेक तोडगे तिने सुचविले.

'मिरडॅल हाउस' ही तिची अशीच एक सुप्रसिद्ध ठरलेली योजना! स्वीडनमध्ये त्या काळी इमारतींमधून सदनिका घेऊन राहणाऱ्या लोकांचे प्रमाण जास्त होते. या सदनिकांसाठी तिने वेगवेगळ्या प्रकारचे फर्निचर, पार्टीशन, पडदे, सोफासेट इत्यादी वापरून जागेचा जास्तीतजास्त वापर कसा करता येईल याविषयी योजना आखल्या. आज आधुनिक काळात छोट्यात छोट्या जागांचा जास्तीतजास्त योग्य वापर करण्याचे तंत्र विकसित झालेले आहे. परंतु त्या काळी अशा प्रकारची गृहांतर्गत सजावट करणारी ती आद्य 'इंटिरियर डेकोरेटर' म्हणावी लागेल. राहत्या जागेच्या टंचाईमुळे तिने फर्निचरची वेगवेगळ्या प्रकारे रचना करून जागेचा सुयोग्य वापर करता येईल अशा विविध योजना सादर केल्या. गरजेतून नावीन्याचा शोध, शोधातून उद्योगधंदे, व्यवसायाला चालना, बेकारांना काम, कामातून पैसा अशा 'अर्थ'पूर्ण साखळीची निर्मिक अल्वा तिच्या 'मिरडॅल हाउस' या योजनेमुळे खूप प्रसिद्ध झाली.

मध्यमवर्गीय लोकांसाठी खास त्यांना परवडतील अशा प्रकारच्या घरांच्या वेगवेगळ्या रचना तिने स्वीडनमधील प्रसिद्ध वास्तुविशारद 'व्हेन मार्केलियस' (Ven Markelius) याच्यासोबत आखल्या. त्याप्रमाणे तयार केलेली सुंदर, सुबक

आणि सुटसुटीत घरे 'स्वीडिश डिझाईन' म्हणून पुढे प्रसिद्ध झाली. पुढे १९५०च्या सुमारास अल्वाची भारताची राजदूत म्हणून नेमणूक झाल्यानंतर तिने स्वीडिश दूतावास तिच्या स्वीडिश डिझाईनप्रमाणेच तयार केला.

नोकरी करणाऱ्या पालकांसाठी तिने 'कलेक्टिव्ह हाऊसिंग'ची योजना केली. 'Kollectivnus' म्हणून प्रसिद्ध झालेल्या या घरांचे वैशिष्ट्य म्हणजे त्यातील सामाईक 'चाईल्ड केअर सेंटर'. घरांच्या प्रत्येक सोसायटीमध्ये अशा प्रकारची बालसंगोपन केंद्रे असल्यामुळे दोन्ही पालकांना निर्धास्तपणे नोकरी / व्यवसाय करता येऊ लागला. त्या काळी स्वीडनमध्ये असलेल्या वाढत्या लोकसंख्येला आळा घालण्यासाठी तिने कुटुंबनियोजनाचा कार्यक्रम फार मोठ्या प्रमाणात राबविला. काही वेळा कडव्या धार्मिक लोकांची तिला टीकाही सहन करावी लागली. परंतु तरीही तिने लोकसंख्या हा देशाच्या प्रगतीतील एक मोठ्ठा अडथळा असल्याचे आणि त्यामुळे कुटुंबनियोजन करणे आवश्यक असल्याचे लोकांना पटवून दिले.

लोकसंख्या वाढीला आळा घालण्याबरोबर तिने देशात जन्माला आलेल्या मुलांचे उत्तम संगोपन होण्यासाठी 'बालसंगोपन योजना' राबविली. ती आणि तिचे पती गुनार मिरडॅल शाळाशाळांमध्ये जाऊन त्या योजनेचे महत्त्व पटवत. मुलांसाठी त्यांनी काही कार्यक्रम अनिवार्य केले. त्या अंतर्गत,

- गरोदर स्त्रियांची मोफत तपासणी.
- मुलांचा जन्म घरी न होऊ देता हॉस्पिटलमध्ये व्हावा म्हणून प्रयत्न.
- तीन वर्षांपर्यंतच्या मुलांची मासिक आरोग्य तपासणी आणि पुढे अकरा वर्षांपर्यंत वार्षिक तपासणी मोफत.
- मुलांसाठी शिशुवर्ग.
- खेळण्यासाठी क्रीडांगणे, मैदाने तयार करणे.
- शाळेसाठी सुरक्षित, भक्कम इमारती.
- मुलांना शाळेतच मोफत भोजनाची सोय.

हे कार्यक्रम मिरडॅल पती-पत्नींनी जीवापाड मेहनत घेऊन राबविले. स्वीडनला पाळणाघरातून समृद्धीच्या आकाश पाळण्याकडे नेणारे दांपत्य म्हणून त्यांचा गौरव झाला.

स्त्री हक्कासाठी जागरूक असणाऱ्या अल्वाने प्रत्येक शाळा आणि महाविद्यालयांमध्ये स्त्री शिक्षणाची सोय करण्याचा आग्रह धरला. सामाजिक कार्य-कर्तृत्वाच्या व्याप्तीमुळे तिला आपोआपच नेतृत्वाचाही सन्मान मिळाला. युनेस्कोच्या 'सोशल वेलफेअर' या विभागाच्या प्रमुखपदी तिची नेमणूक झाली (१९४९-५०). तेथे पुढे ती समाजशास्त्र विभागाची संचालिकाही झाली (१९५०-५६). भारत, बर्मा, नेपाळ, श्रीलंका या देशांमध्ये तिची स्वीडिश राजदूत म्हणून नेमणूक झाली.

१९५५-६१ या काळात स्वीडिश पार्लमेंटची ती सदस्य होती. १९६७-७३ या काळात ती कॅबिनेट दर्जाची मंत्री (तिसरी महिला मंत्री) झाली. दुसऱ्या महायुद्धानंतरच्या काळात तिने अणुशस्त्रबंदीसाठी जागतिक पातळीवर प्रयत्न केले. युनोच्या मीटिंग्जमध्ये आपले हे धोरण तिने वारंवार मांडले. तिचे पती गुनार स्वीडनमधील अर्थतज्ज्ञ आणि समाजशास्त्रज्ञ म्हणून प्रसिद्ध झाले. त्यांच्या कित्येक आर्थिक योजना त्यांनी अल्वाच्या साहाय्याने तयार केल्या. १९७३मध्ये त्यांना अर्थशास्त्राचा नोबेल पुरस्कार मिळाला.

स्वीडनचा आज जो समाजवादी आर्थिक धोरणे राबवणारा चेहरामोहरा दिसतो त्याच्या पाठीमागे मिरडॅल पतीपत्नींचा खूप मोठा सहभाग आहे.

**वयाच्या ऐंशीव्या वर्षी (१९८२) अल्वाला शांततेचा नोबेल पुरस्कार मिळाला खरा; परंतु त्याआधी तिच्या जीवनातील प्रत्येक दिवस तिने शांतिदूताच्या भूमिकेतच व्यतीत केला. आल्फ्रेड नोबेल आणि सेलमा लॅगरलॉफचा स्वीडन हा अल्वा मिरडॅलचा स्वीडन म्हणूनही ओळखला जातो ते उगाच नव्हे!**

*निश्चयाची महामेरू*

# बार्बरा मॅक्लिंटॉक
## (Barbara McClintock)

देश – अमेरिका
जन्म – १६ जून, १९०२, मृत्यू – २ सप्टेंबर, १९९२
**नोबेल पुरस्कार - वैद्यकीय (१९८३)**

**''माझा जन्म झाला, तेव्हा माझ्या कुटुंबीयांना खूप वाईट वाटले. विशेषत: माझ्या आईला... कारण दोन मुलींनंतर तिला तिसरा मुलगाच व्हावा, असे वाटत होते. तिने तर मुलगाच होणार हे गृहीत धरून त्याचे नावही ठरवले होते... पुढे मी दोन वर्षांची झाल्यावर आईला मुलगा झाला आणि मग कुठे घरात आनंदी आनंद झाला.**

**मी शालेय शिक्षण पूर्ण झाल्यानंतर पुढील उच्च शिक्षणासाठी महाविद्यालयात प्रवेश घ्यायचे ठरवले आणि मग आई खूप घाबरली... आता उच्च शिक्षण घेतल्यानंतर हिच्याशी कोण लग्न करणार? मग मी महाविद्यालयात प्रवेश घेऊ नये, म्हणून तिने खूप विरोध केला.**

**मिसुरी विद्यापीठात नोकरी करत असताना एका दैनिकात माझ्यासारखे नाव असलेल्या एका स्त्रीच्या साखरपुड्याची बातमी छापून आली आणि मग कॉलेजच्या चेअरमनने मला कार्यालयात बोलावून खडसावले, लग्न केलेस तर तुला कॉलेजमधून काढून टाकण्यात येईल...'**

ही सगळी आत्मकथने कोणा भारतीय स्त्रीची नसून अमेरिकेसारख्या पुढारलेल्या देशातील स्त्री संशोधिकेची आहेत! वाटले ना आश्चर्य? लहानपणापासून लिंगभेदासारख्या

आणि शिक्षणाचे फारसे महत्त्व नसलेल्या वातावरणातील परिस्थितीवर मात करून, यशाची एकेक पायरी चढत नोबेल पुरस्कारासारख्या सर्वोच्च पायरीपर्यंत पोहोचलेली डॉ. बार्बरा मॅक्लिंटॉकची कथने आहेत ही! बार्बरा ही अमेरिकेतील पहिली स्त्री जनुकतज्ज्ञ. १९८३ सालचा नोबेल पुरस्कार तिला मिळाला. विशेष म्हणजे हा पुरस्कार तिला इतर कोणाबरोबरही विभागून न मिळता स्वतंत्रपणे, एकटीला दिला गेला. 'जनुक स्थानांतरण' (genetic transposition) या तिच्या शोधासाठी हा पुरस्कार तिला दिला गेला.

१६ जून, १९०२ रोजी जन्म (हॅर्टफोर्ड, अमेरिका) झालेल्या बार्बराचे वडील 'डॉ. थॉमस हेन्री मॅक्लिंटॉक' हे व्यवसायाने डॉक्टर होते, तर आई 'सारा' ही गृहिणी. लहानपणापासून एकटेच राहण्याची आवड असणाऱ्या बार्बराला स्वत:ची कामे स्वत:च करण्याची सवय होती. मोठी होत असताना घरकामात ती फारशी रमत नसे. मुलांचे खेळ आवडणारी, त्यांच्यात रमणारी, शाळेतसुद्धा मुलांचे म्हणून मानले गेलेले विज्ञान, गणित हे विषय आवडणारी बार्बरा 'टॉमबॉईश' होती.

**लहानपणी बार्बरा आपल्या भावंडांसमवेत (डावीकडून तिसरी)**

ती आठ वर्षांची असताना मॅक्लिंटॉक कुटुंबीय ब्रुकलीन (न्यू यॉर्क) येथे राहण्यास गेले. तेथील 'इरॅसमस हॉल हायस्कूल' या शाळेतून तिने शालांत शिक्षण पूर्ण केले. शाळेत असतानाच तिला विज्ञानाच्या विषयांमध्ये खूप आवड निर्माण झाली. याच शाखेत पुढील उच्च शिक्षण घेण्यासाठी तिला 'कॉर्नेल विद्यापीठात' प्रवेश घ्यायचा होता. अर्थातच आईने खूप विरोध केल्यामुळे तिने थोडे दिवस थांबण्याचा निर्णय घेतला. कारण त्याच दरम्यान तिचे वडील युद्धकालीन परिस्थितीमुळे (पहिले महायुद्ध) सैनिकांवर उपचार करण्यासाठी इंग्लंडला गेले होते. तिच्या मोठ्या बहिणींनी शालेय शिक्षण पूर्ण करून शिक्षणाला रामराम ठोकला होता. बार्बरानेही आता शिक्षण घेणे थांबवावे असे तिच्या आईला वाटे. म्हणून ती दरवेळी तिला विरोध करत असे. दरम्यानच्या काळात तिचे वडील अमेरिकेत परतले आणि मग केवळ त्यांच्या पाठिंब्यावर तिने कॉर्नेल विद्यापीठात १९१९ साली प्रवेश घेतला.

या विद्यापीठात 'जनुकशास्त्र' हा नवाच विषय शिकवला जात असे. अशा प्रकारच्या विषयाचे शिक्षण देणारे ते अमेरिकेतील त्यावेळचे एकमेव कॉलेज होते. सी. बी. हचिसन (C. B. Hutchison) हे प्राध्यापक तो विषय शिकवत. बार्बराला

हा विषय खूप आवडला. तिची त्या विषयातील अभ्यास करण्याची गती पाहून त्यांनी तिला त्यात पदव्युत्तर शिक्षण घेण्याची सूचना केली. १९२३ साली तिने विज्ञान शाखेत पदवी मिळविली. पुढे १९२५मध्ये पदव्युत्तर पदवी, तर १९२७मध्ये पीएच.डी. अशी पदव्यांची शिडी तिने भराभर पार केली. मात्र या साऱ्या पदव्या तिने विज्ञानाच्या वनस्पतीशास्त्र (Botany) या विषयात मिळविल्या. कारण जनुकशास्त्र हा केवळ मुलांसाठीचा अभ्यासक्रम होता. परंतु एक गोष्ट खरी की १९२०-३०च्या दशकांत अमेरिकेत एकूण पदवीधारकांपैकी ३० ते ४० टक्के या स्त्रियाच होत्या. त्यातील विज्ञान आणि अभियांत्रिकी या शाखेत जवळजवळ १२ टक्के स्त्रियांनी डॉक्टरेट मिळविली होती. खूप जणींनी जीवशास्त्र आणि त्यातल्यात्यात वनस्पतीशास्त्र या विषयात पदव्या मिळविल्या होत्या. अमेरिकेतील १९२०-३०चे दशक हे स्त्रियांच्या शिक्षणासाठी सुवर्णकाळ मानले जाते.

अर्थात उत्तम विज्ञान शिक्षण मिळविणे हे स्त्रियांना तुलनेने सोपे असले, तरी 'संशोधनाच्या' क्षेत्रात मात्र त्यांना सहजासहजी प्रवेश मिळत नसे. शिक्षण घेतलेल्या स्त्रियांची मुलींच्या कॉलेजमध्ये प्राध्यापक, सहप्राध्यापक, इन्स्ट्रक्टर किंवा डेमॉन्स्ट्रेटर अशा पदांवर नेमणूक होई अन् मग अतिरिक्त कामाच्या बोजामुळे त्यांना संशोधनावर लक्ष केंद्रित करणे अवघड जाई. शिष्यवृत्ती मिळवून केवळ संशोधन करणे हे फक्त पुरुषांनाच करता येत असे. कारण स्त्रियांना शिष्यवृत्ती अभावानेच मिळत असे.

वनस्पतीशास्त्रातील सर्वोच्च पदवी मिळाल्यानंतर बार्बराला तिच्या मूळ आवडीच्या विषयात (जनुकशास्त्र) संशोधन करायचे होते. 'मक्यातील जनुके' हा अभ्यासविषयही तिने निवडला. कॉर्नेल विद्यापीठातील रॉलिन्स इर्मसन, चार्ल्स बर्नहॅम, मार्क ऱ्होड्स आणि जॉन बेडले या वनस्पतीसंकर तज्ज्ञ, त्याचप्रमाणे पेशीशास्त्रात रुची असणाऱ्या अभ्यासकांचा तिने स्वत: पुढाकार घेऊन गट स्थापन केला. मक्याच्या गुणसूत्रांतील वैशिष्ट्यांचा अभ्यास हे या गटाने मुख्य उद्दिष्ट ठरवले.

सजीवांचे अवयव पेशींनी बनलेले असतात. प्रत्येक पेशीसमूहामध्ये अनेक पेशिका (Cell) असतात अन् प्रत्येक पेशिकेला केंद्र (Nucleus) असते. या केंद्रात गुणसूत्रे (chromosomes) असतात. या गुणसूत्रांची प्रत्येक सजीवात एक ठरावीक संख्या असते. उदाहरणार्थ गोल्डफिशमध्ये चौऱ्याण्णव, माणसात सेहेचाळीस तर मक्यात दहा. या गुणसूत्रांच्या टोकाला जनुके (genes) असतात. सजीवांमधील रंग, रूप, आकार, रचना, गुणवैशिष्ट्ये – उदा. वनस्पतीतील पिकांची गुणवत्ता, झाडांची उंची, रुंदी, फळे, फुलांचे आकार, रंग, त्याचप्रमाणे प्राण्यांमधील त्वचेचा रंग, डोळ्यांचा रंग, केस, अवयवांची रचना, बुद्धिमत्ता, स्वभाव... असे अनेक घटक - या जनुकांद्वारे ठरत असतात. 'जनुकशास्त्र' ही विज्ञान शाखा आता खूप मोठ्या प्रमाणावर विस्तारीत आणि विकसित झाली आहे. उत्तम पिकांच्या निर्मितीसाठी,

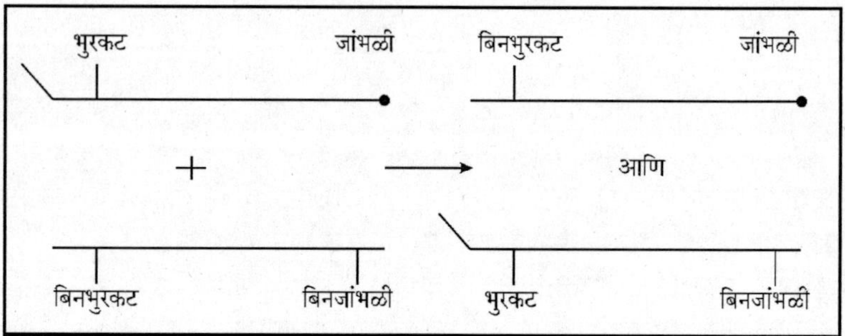


**मक्याच्या दोन भिन्न जातींमधील संकरातून निर्माण होणारी कणसे**

त्याचप्रमाणे उत्तम प्राण्यांच्या प्रजननासाठी या शास्त्रातील संशोधनांचा वापर होतो. बार्बरा ज्या काळात या विषयाचा अभ्यास करत होती, त्या काळी फारशी आधुनिक साधने उपलब्ध नव्हती. आज उच्च प्रतीची सूक्ष्मदर्शक यंत्रे, क्ष-किरण यंत्रे आणि संगणक यांच्या साहाय्याने या क्षेत्रात भराभर प्रगती होत आहे. तिने ज्या काळात मक्यातील जनुकांचा शोध लावला; त्यानंतर पुढे काही दशकांनी जनुकांच्या रसायनसूत्राच्या रचनांचा शोध लागला. पुढे ५०च्या दशकात डॉ. वॅटसन आणि क्रिक्स यांनी जनुकांच्या डीएनए (डीऑक्सी न्यूक्लिईक ॲसिड)च्या रेणूरचनांचे सूत्र मांडले. मक्यातील गुणसूत्रांचा अभ्यास करताना बार्बराच्या लक्षात आले की, त्यातील दहाही गुणसूत्रे सूक्ष्मदर्शकाच्या साहाय्याने ओळखता येतात. त्यासाठी तिने स्टेनिंगचे तंत्र वापरले. प्रत्येक गुणसूत्रातील सूक्ष्म फरक (लांबी, रुंदी व त्यावरील गाठी) आणि त्या गुणसूत्रावरील जनुकांशी असलेला संबंध तिला शोधता आला. अर्थातच हे सारे निष्कर्ष काढण्यासाठी तिला खूप परिश्रम करावे लागले. मक्याच्या विविध जातींची लागवड करून तिने हे संशोधन केले. प्रत्येक रोपाच्या टोकाशी पुंकेसर आणि बाजूला स्त्रीकेसर असते. पुंकेसरातील परागकणांचे स्त्रीकेसरातील अंडाशयात असलेल्या बीजाशी फलन होते. त्या वेळी गुणसूत्रांमध्ये वेगवेगळ्या प्रकारचे बदल होतात.

मक्याच्या दोन भिन्न जातींच्या रोपांचे संकर घडवून आणताना तिला या बदल-वर्तनाच्या शोधाचा उपयोग झाला. उदाहरणार्थ भुरकट आणि जांभळी अशी कणसे येणाऱ्या रोपाचा भुरकट व जांभळ्या नसणाऱ्या रोपाशी संकर घडवून आणला असता तिला नव्या प्रकारची रोपे तयार झाल्याचे आढळून आले.

या संकर क्रियेत बिनभुरकट व जांभळ्या रंगाची कणसे असणारी, त्याचप्रमाणे भुरकट व बिनजांभळ्या रंगाची कणसे असणारी रोपे तयार झाली. गुणसूत्रे आपली

जागा बदलतात हे सिद्ध करणारा हा प्रयोग (१९३१) खूप गाजला. यावरील शोधनिबंधही तिने प्रसिद्ध केला. अमेरिकेतील शाळांमधील पाठ्यपुस्तकांमध्येही या प्रयोगाचा समावेश करण्यात आला. मक्याच्या गुणसूत्रातील संशोधनामुळे बार्बराला अमेरिकेतील 'नॅशनल रिसर्च कौन्सिल' या संस्थेने शिष्यवृत्ती दिली. त्यामुळे तिने आता मिसुरी-कोलंबिया विद्यापीठात, त्याचप्रमाणे 'कॅलिफोर्निया इन्स्टिट्यूट ऑफ टेक्नॉलॉजी' या संस्थांमध्ये पुढील संशोधन करायचे ठरवले. कारण तिथे क्ष-किरण यंत्रांची आणि तत्सम अभ्यास करण्याची सोय होती.

बार्बरा आपल्या विद्यार्थ्यांसमवेत

गुणसूत्रांवर क्ष-किरणांचा मारा केला, तर त्यांची टोके विभागतात; परंतु पेशी विभाजनाच्या वेळी (mitosis) ही टोके पुन्हा जोडली जातात. त्यांची वर्तुळाकार रचना होते, हे तिच्या लक्षात आले. गुणसूत्रांची टोके विभागल्यानंतर पुन्हा जुळून येतात, याचा अर्थ त्या गुणसूत्रांवर काही तरी स्थायी किंवा स्थिर रचनेकडे कल असणारा वैशिष्ट्यपूर्ण घटक असला पाहिजे; त्याला तिने टेलोमियर (telomere) असे संबोधन दिले. तिने पेशीकेंद्रकातील इतर अनेक घटकांचा शोध घेण्यास सुरुवात केली.

दरम्यानच्या काळात तिला गुगेनहेईम (Guggenheim) शिष्यवृत्ती मिळाली. (१९३३) त्याआधारे ती जर्मनीत गेली. तेथे कर्ट स्टर्न (Curt Stern) यांच्याबरोबर तिला संशोधन करायचे होते. कारण ड्रेसोफिलियाच्या संकरित रोपांवर त्यांनी काम केले होते. परंतु त्याच सुमारास जर्मनीत हिटलर सर्वेसर्वा झाला होता. जर्मनीतील प्रयोगशाळा, विद्यापीठे, महाविद्यालये येथे गोंधळाचे वातावरण होते. सततच्या अस्थिर राजकीय वातावरणात संशोधकांना काम करणे अवघड जात होते. अनेक ज्यू धर्मीय शास्त्रज्ञ, वैज्ञानिक यांनी जर्मनी सोडून इतर देशांमध्ये आश्रय घेतला होता. तीसुद्धा त्या भीतिदायी आणि तणावपूर्ण वातावरणाला कंटाळून अमेरिकेला परतली. किमानपक्षी तिच्या देशात (लिंगभेदाचा त्रास असला तरी) संशोधनावर एकाग्रचित्त करता येणे शक्य होते. १९२०-३०च्या दशकांत युरोपमध्ये वातावरण अस्थिर असले, तरी अमेरिकेत मात्र तुलनेने स्थैर्य, सधनता, विपुलता असल्यामुळे

विज्ञान आणि तंत्रज्ञानात खूप प्रगती होत होती.

अमेरिकेत परतल्यावर तिला मिसुरी विद्यापीठात नोकरी मिळाली. प्रसिद्ध जनुकतज्ज्ञ 'लेविस स्टॅडलर' यांनी तेथे 'जनुकशास्त्र' हा विभाग सुरू केला होता. त्या विभागाचे ते प्रमुख होते. त्यांनी बार्बराला तेथे येण्याची विनंती केली. तेथे ती रुजू झाली. परंतु डॉक्टरेट मिळवून किंवा जनुकशास्त्रात महत्त्वाचे शोध लावूनही तिला उपप्राध्यापक पदावर समाधान मानावे लागले. पद आणि वेतनापेक्षा संशोधन कार्यात रस असलेली बार्बरा तेव्हा म्हणाली,

**"If you want to do something, you have to pay the price & never take it seriously. I never worried. I couldn't compete with men, so I don't try!"**

मात्र निश्चयाच्या या महामेरूला पुढे मिसुरी विद्यापीठात खूप त्रास सहन करावा लागला. मक्यातील गुणसूत्रांवर होणाऱ्या क्ष-किरणांच्या प्रभावाचा अभ्यास करणे हे तिचे मुख्य उद्दिष्ट होते. त्या विद्यापीठात क्ष-किरण यंत्रांची आणि आधुनिक साधनांची उपलब्धता होती. मक्याच्या बीजावर क्ष-किरणांचा मारा केला, तर त्यातील पेशीमधील गुणसूत्रांचे टोकाशी विभाजन होते आणि पुन्हा पेशीनिर्मितीच्या काळात (mitosis) ही टोके जुळून येतात. याचा अर्थ गुणसूत्रांना पुन्हा मूळ स्वरूप प्राप्त करून देणारे काही स्थिर घटक त्याच्या टोकाशी असतात. त्या 'टेलोमियर' या घटकांमुळे गुणसूत्रांतील मोड-जोड साखळी अबाधित राहते यावर तिने संशोधन केले. तिचे संशोधन कार्य वेगात चालू होते; परंतु तिचे उपप्राध्यापकपद हे कायमस्वरूपी नव्हते. तिला मिळणारे वेतन तिच्या सहाध्यायींपेक्षा खूप कमी असे. केवळ वेतनातील तफावत एवढेच नव्हे तर इतर अनेक बाबतीत तिच्यावर अन्याय होत असे. तिच्या संशोधन कार्याकडे दुर्लक्ष करणे, तिला महत्त्वाच्या मीटिंग्जमध्ये सहभागी करून न घेणे, मोठे निर्णय घेताना तिचे मत विचारात न घेणे यांसारख्या गोष्टींनी ती अस्वस्थ झाली.

**कोल्ड स्प्रिंग हार्बर**
**(बार्बराने सर्व संशोधन कार्य येथेच केले.)**

गुणसूत्रांतील 'टेलोमियर'चा (मोड-जोड साखळीसाठी लागणारा स्थिर घटक) शोध लावणाऱ्या बार्बरामध्ये त्याच प्रकारचा 'पेशन्स कोशंट' होता; परंतु क्ष-किरणांपेक्षाही जास्त घातक असणाऱ्या अन्याय आणि अवमानाच्या माऱ्यामुळे तो घटक निष्प्रभ व्हायची वेळ आली.

आपल्या कामावर पूर्ण विश्वास असणाऱ्या स्वाभिमानी बार्बराने मिसुरी विद्यापीठाला रामराम ठोकायचा असे ठरवले.

१९४१च्या सुमारास तिने दीर्घ सुट्टी घेतली आणि कॉर्नेल विद्यापीठातील तिचे माजी सहकारी मार्क्सऱ्होड्स (जनुकतज्ज्ञ) यांना ती भेटली. ते लाँग आयलंड येथील 'कोल्ड स्प्रिंग हार्बर' येथे काम करत होते. वॉशिंग्टनच्या सुप्रसिद्ध 'कार्नेजी इन्स्टिट्यूट'ने या प्रकल्पाला आर्थिक पाठिंबा दिला होता. तेथे काम करणाऱ्या संशोधकांना शिष्यवृत्तीच्या रूपात भरघोस वेतन तर मिळेच; शिवाय त्या प्रकल्पाला लागणारी शास्त्रीय उपकरणे, साधनसामग्री, मक्याच्या शेतीसाठी लागणारी बियाणे, खते, कीटकनाशके आणि इतर संसाधने यांचा सर्व भार ही संस्था उचलत असे. असे सुफलित वातावरण असल्यानंतर संशोधकांच्या परिश्रमांना मधुर फळे येणारच!

डिसेंबर, १९४१मध्ये बार्बरा येथे पूर्ण वेळ संशोधिका म्हणून रुजू झाली. 'कोल्ड स्प्रिंग हार्बर' लाँग आयलंडमधील एक निसर्गरम्य ठिकाण! बार्बराने तेथे आल्यावर एक दीर्घ श्वास घेतला. मिसुरी विद्यापीठातल्या घुसमटीतून ती बाहेर पडली होती. आता हेच ठिकाण तिची कर्मभूमी ठरणार होते. एकांतात, निसर्गाच्या सान्निध्यात संशोधकांच्या बुद्धीला धुमारे फुटतात. हे धुमारे म्हणजे ज्ञान-खजिन्याच्या किल्ल्याच! त्यांच्या आधारे ते निसर्गातील 'गुपित गुहा' उघडतात आणि मग त्यांचे स्वत:चे व मानवजातीचे जीवन धवल होते.

उन्हाळ्यात मक्याची लागवड करणे आणि पुढे हिवाळ्यात कणसे आल्यानंतर संशोधन करणे, लागवड करताना विविध जातींच्या, आकारांच्या, रंगांच्या अन् वेगवेगळ्या प्रकारांच्या रोपांचे संकर करणे, त्यातून निर्माण होणाऱ्या नव्या रोपांवरील कणसांच्या गुणसूत्रांचा, जनुकांचा अभ्यास करणे हे 'कोल्ड स्प्रिंग हार्बर' येथील प्रकल्पाचे प्रमुख उद्दिष्ट. बार्बराने या हार्बरामध्येच एक दोन खोल्या असलेली प्रयोगशाळा तयार केली. एका खोलीत सूक्ष्मदर्शक यंत्रे, परीक्षानळ्या, रसायने, उपकरणे इ. ठेवलेले असे. तर दुसऱ्या खोलीत मक्याची बियाणे, फलन झालेली कणसे, रोपे इत्यादी सर्व पेट्यांमध्ये व्यवस्थित रचून ठेवलेले असे.

आठवड्यातले सातही दिवस ती रात्रंदिवस प्रयोगशाळेतच असे. प्रयोगशाळेच्या शेजारी बांधलेल्या छोट्या घरात ती फक्त झोपण्यापुरती जात असे. तिचा फोनही तिने प्रयोगशाळेतच ठेवला होता आणि प्रयोगशाळेतच जेवायची, स्वयंपाकाची व्यवस्था केली होती. स्वयंपाकघरातील भांड्यांची आणि इतर उपकरणांची मांडामांड आणि रचनाही तिच्या प्रयोगशाळेतील सामानाच्या रचनेइतकीच उत्तम असे. चांगल्या दर्जाच्या यंत्रांची आणि आधुनिक सामानाची तिला खूप आवड होती. 'प्रयोगशाळा' आणि 'भोजनशाळा' या दोन्ही ठिकाणी तिच्यातील या नावीन्याचे आणि आधुनिकतेचे प्रतिबिंब पडलेले दिसे. वयाच्या ८०व्या वर्षापर्यंत ती तिच्या गाडीची देखभाल

स्वत: करत असे. टायर बदलणे, वेळोवेळी डागडुजी करणे, अंतर्गत रचना सुस्थितीत ठेवणे यांवर तिचे स्वत:चे खास लक्ष असे.

सकाळी उठून निसर्गरम्य वातावरणात एक फेरफटका मारणे किंवा पोहणे, टेनिस खेळणे असे व्यायाम करून ती कामाला लागत असे. लागवड केलेली मक्याची रोपे म्हणजे जणू तिची मुलेच! उन्हाळ्यात त्यांना स्वत: पाणी घालणे, कणसे आल्यानंतर त्यांची तोडणी करून त्यांच्या जात, आकार, रंग, तोडणीचा काळ यांविषयीच्या नोंदी करून पेट्यांमध्ये भरणे, त्याचप्रमाणे प्रयोगातील माहिती, निष्कर्ष, अनुमान यांच्याविषयीची सांख्यिकी (statistical data) तयार करणे यांत तिचा दिवस संपत असे. अनेक लोक तिच्या कामाच्या पद्धतीचा अभ्यास करण्यासाठी कोल्ड स्प्रिंग हार्बरला भेट देत. ती सूक्ष्मदर्शक यंत्राखाली तासन्तास सूक्ष्म पेशींमधील निरीक्षण करत असे, लोक तिला विचारत, ''सूक्ष्मातिसूक्ष्म केंद्रकाच्या आतील गुणसूत्रे आणि जनुके यांविषयीची इतकी सखोल माहिती तुला कशी मिळते?'' यावर ती म्हणे, ''पेशीच्या केंद्रकापेक्षाही सूक्ष्म होऊन मी पेशीत शिरते आणि मग तेथूनच बाहेरचे जग बघते!'' 'विशाल कार्यकर्तृत्व कवेत घ्यायचे असेल, तर सूक्ष्मरूपी कणदेह धारण करावा लागतो' हा बीजमंत्र सांगणारे तिचे हे वाक्य!

येथे केलेल्या संशोधनाच्या आधारे तिने अनेक शोधनिबंध तयार केले. 'जनुकतज्ज्ञ' म्हणून तिला विज्ञानविश्वात मान्यता मिळू लागली. 'नॅशनल ॲकॅडमी ऑफ सायन्सेस' या संस्थेने तिला अध्यक्ष म्हणून निवडले. १९४५मध्ये ती 'जेनेटिक्स सोसायटी ऑफ अमेरिका' या संस्थेची अध्यक्ष झाली. या संस्थेची अध्यक्ष होणारी ती पहिलीच महिला.

मक्याच्या गुणसूत्रांवरील तिचे संशोधन चालूच होते. १९४८च्या सुमारास तिला एक वेगळाच आश्चर्यकारक शोध लागला. गुणसूत्रांवरील जनुके आपली जागा बदलतात. पेशीविभाजनाच्या वेळी हे बदल झाले, तर कणसांचे वेगवेगळे रंग निश्चित होतात. हे बदलही ठरावीक नसून 'at random' होतात, हा शोध तिला

जंपिंग जीन्स

लागला. या शोधाची सत्यासत्यता पटण्यासाठी तिने मक्याच्या हजारो रोपांची लागवड केली. तिच्या असे लक्षात आले की, मक्याच्या नवव्या गुणसूत्रात क्रियात्मक (activator) आणि विस्थापक (dissociator) अशी दोन प्रकारची जनुके असतात. क्रियाचालक जनुकांमुळे विस्थापक आपली मूळ जागा सोडतात आणि विस्थापित होतात. त्यामुळे रंगघटकांमध्ये बदल होतात. तयार होणाऱ्या कणसांवरील रंगांच्या ठिपक्यांचे प्रमाण, आकार, तीव्रता ही विस्थापित झालेल्या रंगजनुकावर अवलंबून असते आणि विस्थापित होणारी जनुके क्रियाचालक जनुकांच्या प्रमाणावर अवलंबून असतात. 'Transposition' किंवा 'jumping genes' म्हणून गणला गेलेला तिचा हा शोध जनुकशास्त्रात अत्यंत उपयुक्त ठरला. मक्याच्या त्याचप्रमाणे इतर झाडांच्या संकर प्रयोगात ही माहिती खूप लाभपूर्ण ठरली. जंपिंग जीन्स म्हणजे जनुकशास्त्रातील एक महत्त्वाची जंप ठरली. हा शोध तिने ५०च्या दशकांत लावला खरा, पण तिच्या या शोधासाठी तिला १९८३ साली म्हणजे वयाच्या ऐंशीव्या वर्षी नोबेल पुरस्कार मिळाला. "खूप उशिरा हा पुरस्कार तुम्हाला मिळाला असे वाटते का?" असे एका पत्रकाराने विचारल्यावर ती लगेच मान हलवून म्हणाली, "नाही नाही! उलट आधी पुरस्कार मिळाला असता, तर नंतरचे माझे तीस वर्षांचे संशोधन कार्य म्हणावे तितके चांगले झाले नसते. अखंडपणे काम करत असताना काही वेळा पुरस्कार हे अडथळ्यासारखे ठरतात!'

त्याआधी तिला नॅशनल मेडल ऑफ सायन्स (१९७१), अल्बर्ट लास्कर अॅवॉर्ड फॉर बेसिक मेडिकल रिसर्च, वुल्फ अॅवॉर्ड इन मेडिसिन, थॉमस हंट मॉर्गन मेडल, लुई ग्रॉस हॉर्वीट्झ पुरस्कार अशी अमेरिकेतील अनेक गौरवाची मानचिन्हे आणि बक्षिसे मिळाली होती. एकूण १४ वेळा तिला मानाच्या 'डॉक्टर ऑफ सायन्स' या पदव्या मिळाल्या. १९८६ला तिचे नाव 'नॅशनल विमेन्स हॉल ऑफ फेम'मध्ये गेले. तिने जीवनभर काम केलेल्या कोल्ड स्प्रिंग हार्बर येथे तिच्या नावे एक मोठी इमारत बांधण्यात आली.

**'जनुकाच्या विस्थापनाचा शोध लावणाऱ्या बार्बराच्या गुणसूत्रांतील जनुके अत्यंत मौल्यवान व गुणकारी होती' हे तिने केलेल्या आयुष्यभराच्या संशोधनावरून सिद्ध झाले.**

*चिरतरुण संशोधिका*

# डॉ. रिटा लेव्ही मॉन्टॅलसिनी
# (Dr. Rita Levi Montalcini)

देश – इटली
जन्म – २२ एप्रिल, १९०९
**नोबेल पुरस्कार – वैद्यकीय (१९८६)**

**'ती बघा वेष बदलून आलेली ग्रेटा गार्बो!' कॉलेजमधली मुले तिच्यावर कॉमेंट्स करत. तो काळ होता १९३०चा. 'टायरिन मेडिकल कॉलेज'(इटली)मध्ये असलेल्या केवळ सात विद्यार्थिनींमधील ती एक विद्यार्थिनी आणि मुलांची संख्या जवळजवळ ३००, मग या सात मुलींची काय अवस्था होणार? अन् ही तर मुळातच खूप लाजाळू, मितभाषी, कोणाशीही कधीही वादविवाद न करणारी, कमीतकमी लोकांच्या संपर्कात असणारी मुलगी. अशा कॉमेंट्स ऐकून ती अधिकच कॉन्शस होई. एखाद्या ननसारखा पेहराव करून, खाली मान घालून पुस्तके सावरत कॉलेजमध्ये येणारी ही मुलगी म्हणजे 'डॉ. रिटा लेव्ही मॉन्टॅलसिनी'. नर्व्ह ग्रोथ फॅक्टरचा (NGF) मौल्यवान शोध लावल्यामुळे तिला पुढे नोबेल पुरस्कार मिळाला.**

खरं तर वैद्यकीय महाविद्यालयात प्रवेश घेणे आणि ते शिक्षण पूर्ण करणे हे तिच्यासाठी अंमळ अवघडच होते. अर्थात हे शिक्षण घेण्याची पात्रता तिच्यात नव्हती म्हणून नव्हे, तर तिच्या घरच्या वातावरणामुळे, खास करून तिच्या वडिलांच्या स्वभावामुळे ते अवघड होते.

प्रखर बुद्धिमत्ता आणि परिश्रमशीलता हे उपजत गुण लाभलेल्या रिटाचा जन्म २२ एप्रिल, १९०९ रोजी उत्तर इटलीमधील टायरिन (Turin) या गावी झाला. लेव्ही कुटुंबीय हे ज्यू धर्मीय. ते टायरिन या गावी एकत्र वस्ती करून राहत असत. लेव्ही वंशातील आणि कुटुंबातील सर्व व्यक्ती अत्यंत हुशार, कष्टाळू आणि आधुनिक विचारसरणीच्या होत्या. टायरिन या गावाचा कायापालट करण्यात या साऱ्या कुटुंबीयांचा खूप मोठा हातभार होता.

रिटाचे वडील ॲडम लेव्ही हे इंजिनियर होते. ते स्वत:चा बर्फाचा कारखाना चालवत. कडक शिस्तीचे आणि नियमांचे पालन करायला लावणाऱ्या ॲडमचा साऱ्या कुटुंबीयांवर धाक होता. उंच धिप्पाड व्यक्तिमत्त्व, भेदक नजर, आवाजातील गंभीर घोगरेपणा अन् स्वभावातील आक्रस्ताळेपणा यांमुळे त्यांचे टोपण नाव 'डॅमिनो द टेरिबल' असे पडले होते. त्यांच्या नाकपुड्या फेंदारू लागताच लहानगी रिटा थरथरू लागे. आता आपले वडील चिडणार आणि खूप मोठा स्फोट होणार! रिटाची जुळी बहीण पावला आणि भाऊ गिनो हेही वडिलांच्या कायम आज्ञेत असत. (पुढे पावला प्रसिद्ध चित्रकार झाली तर गिनो हा प्रसिद्ध वास्तुविशारद झाला.)

मुलींनी उत्तम पत्नी आणि उत्तम आई बनावे या मताचे ॲडम लेवी! अन् मग तशाच प्रकारचे शिक्षण देणारी शाळा शोधून त्यांनी मुलींना तेथेच शिक्षण घेण्यास आज्ञा केली. साहित्य आणि गणित यांसारख्या विषयांमध्ये डॉक्टरेट मिळविणाऱ्या त्यांच्या घराण्यातील ज्येष्ठ महिला उत्तम पत्नी बनू शकल्या नाहीत असे त्यांना वाटे, म्हणून हा सारा आटापिटा. दरम्यानच्या काळात त्यांच्या कुटुंबातील एक स्त्री कर्करोगाने मरण पावली. अल्पवयातच निधन झालेल्या या महिलेकडे बघून रिटाने 'डॉक्टर' व्हायचा निर्णय घेतला अन् तो घाबरत घाबरत आईच्या द्वारे वडिलांपर्यंत पोहोचवला. अर्थात मोठ्या मुश्किलीने त्यांनी त्याला मान्यता दिली.

परंतु तिचे आजवरचे जे शिक्षण झाले होते, ते मेडिकल कॉलेजची प्रवेश परीक्षा देण्यास पुरेसे नव्हते. ना ती ग्रीक शिकली होती, ना लॅटिन, ना उच्च गणित, ना विज्ञान! त्यामुळे तिच्यासाठी गृहशिक्षक नेमायचे ठरवले. वर्षभर ती आणि तिची चुलत बहीण इयुजेनिया यांनी प्रवेश परीक्षेची भरपूर तयारी केली. दोघींच्या परिश्रमांना फळ आले. अगदी उत्तम रीतीने त्या दोघीही प्रवेश परीक्षेत उत्तीर्ण झाल्या (१९३०), टायरिन मेडिकल कॉलेजमध्ये त्यांनी प्रवेश घेतला.

तिच्या योगायोगाने त्या कॉलेजमध्ये तिला तिच्या वडिलांसारखेच कडक शिस्तीचे, नियमांचे भोक्ते असलेले आणि धारदार व्यक्तिमत्त्व असलेले प्राध्यापक गिऊसेपे लेव्ही (Giuseppe Levi) भेटले. घरी वडिलांना घाबरणारी रिटा या प्राध्यापकांनाही अतिशय घाबरत असे. मात्र आपल्या विषयात अत्यंत हुशार

असणारे हे प्राध्यापक विद्यार्थ्यांच्या हुशारीला, सुप्त गुणांना अप्रत्यक्षपणे चालना देत. उत्साहाने आणि उत्स्फूर्तपणे काम करणाऱ्या विद्यार्थ्यांना ते सदैव प्रोत्साहन देत. वैज्ञानिक आणि वैद्यकीय संशोधनात त्यांना अत्यंत रस होता. सूक्ष्मदर्शकाखाली पेशींचा अभ्यास करणे हा त्यांचा आवडता विषय. रिटाला त्यांनी स्टेनिंगच्या नवनव्या पद्धती शिकवल्या. 'क्रोम सिल्व्हर' या रंगद्रव्याच्या मदतीने कोंबडीच्या भ्रूणामधील चेतापेशींची रचना समजून घेण्याचे तंत्र रिटा त्यांच्यामुळेच शिकली. पेशींमधील कोलॅजेन तंतूवरील प्रबंध लिहिताना रिटाला प्रा. गिऊसेपेंचे अनमोल मार्गदर्शन लाभले.

वैद्यकीय अभ्यासक्रम पूर्ण केल्यानंतर (१९३६) रिटाची द्विधा मन:स्थिती झाली. खासगी प्रॅक्टीस सुरू करावी का अजून दोन वर्षे 'न्यूरॉलॉजी' आणि 'सायकियॅट्री' या विषयांमध्ये अभ्यास करून पदव्युत्तर पदवी मिळवावी? दुसऱ्या महायुद्धाचा तो काळ होता. इटलीमध्ये फॅसिस्ट मुसोलिनीची सत्ता होती. त्याचा जर्मनीतील सत्ताधीश मित्र हिटलर याच्या धोरणाप्रमाणेच तो आपल्या देशातील ज्यू धर्मीयांचा नि:पात करू पाहत होता. १९३८ साली त्याने "Manifesto per la difesa della razza - (The Manifesto for the Defense of the Race) हा वटहुकूम जारी केला. त्याच्या अन्वये ज्यू धर्मीयांना शिक्षण घेण्याची, शिकविण्याची, सरकारी संस्थांमध्ये काम करण्याची, त्याचप्रमाणे संशोधन करण्याची बंदी घातली गेली.

आता रिटाला प्रायव्हेट प्रॅक्टीसही गुप्तपणे करावी लागणार होती. गरीब रुग्णांना ती तपासत असे, पण औषधांसाठी ती प्रिस्क्रिप्शन देऊ शकत नसे. ना तिला विद्यापीठात जायची परवानगी होती, ना ग्रंथालयात शिरण्याची मुभा होती. वैद्यकीय शिक्षण पूर्ण करूनही कोंडीत अडकलेल्या रिटाला एका मित्राने सुचवले, 'तू स्वत:ची एखादी लहानशी प्रयोगशाळा तयार कर व त्यात संशोधनाचे काम कर.'

आपल्या घराच्या शयनगृहाचे रूपांतर तिने प्रयोगशाळेत केले. तिची उपकरणे म्हणजे शिवणाच्या बारीक सुया. त्याचा ती स्कॅल्पेल आणि स्पॅच्युलासारखा उपयोग करी. एका नेत्रतज्ज्ञाकडून घेतलेली छोटी कात्री आणि घड्याळजीकडून घेतलेले छोटे छोटे चिमटे ही तिच्या 'मायक्रोस्कोपिक सर्जरीची' हत्यारे! तिच्या भावाने तिच्यासाठी खास इनक्यूबेटर (अंडी उबविण्यासाठीचे कृत्रिम यंत्र) तयार केले होते. पोलिसांच्या नजरेपासून दूर असलेली तिची ही गृहप्रयोगशाळा! तिच्या कामात व्यत्यय येऊ नये म्हणून तिची आई या प्रयोगशाळेबाहेर पहारा देत असे. दरम्यानच्या काळात तिच्या वडिलांचे निधन झाले होते.

दूरवर सायकलवरून प्रवास करून ती डोंगरावरच्या शेतकऱ्यांकडून अंडी

आणत असे. 'संकरित केलेली अंडी जास्त सत्त्वयुक्त असतात. माझ्या मुलांना देण्यासाठी हवी आहेत.' असे ती शेतकऱ्यांना ठोकून देत असे. अंडी हातात पडली, की ती प्रयोगशाळेकडे धूम ठोकत असे. अपरिपक्व पेशींची वाढ कशी होते? वाढीसाठी कोणते घटक जबाबदार असतात यांबाबत संशोधन करीत असे. चेतापेशींच्या वाढीच्या कार्यकारण भावांवर भर देणारे तिचे संशोधन पुढे अनेक प्रकारच्या व्याधींच्या निदानासाठी उपयुक्त ठरले. 'अल्झामायर' (स्मरणशक्तीचा ऱ्हास), 'त्वचारोपण' (जळलेली त्वचा सांधणे) किंवा प्राण्यांमधील नष्ट होत असलेल्या चेतापेशींची दुरुस्ती यांसाठी तिच्या शोधांचे निष्कर्ष अत्यंत उपयोगाचे ठरले.

तिच्या गृहप्रयोगशाळेत कोंबड्यांच्या चेतापेशींवर संशोधन करताना एके दिवशी अमेरिकेच्या सेंट लुई (मिसुरी विद्यापीठ) येथील सुप्रसिद्ध एम्ब्रियॉलॉजिस्ट 'व्हिक्टर हॅम्बर्गर' यांचा एक वैज्ञानिक लेख तिच्या वाचनात आला. चेतासंस्थेवर काम करणाऱ्या डॉ. हॅम्बर्गर यांनी अशी कल्पना मांडली होती की, चेतासंस्था विकसित होण्यासाठी स्नायू आणि संवेदना केंद्रातून सूचना (signals) दिल्या जातात आणि मग चेतापेशींचे विभाजन व विभेदन (division & differentiation) होते. हा लेख वाचल्यानंतर रिटाला त्या प्रकारचा प्रयोग कोंबडीच्या भ्रूणावर करून बघायचा होता.

तिच्या इनक्युबेटरमध्ये वाढवलेल्या तीन दिवसांच्या भ्रूणाचे तिने तिची हत्यारे वापरून विच्छेदन केले. नंतर तिने त्यातील स्पायनल कॉर्डचा छेद घेतला. त्यांना स्टेन करून सूक्ष्मदर्शक यंत्राखाली त्यांचे अवलोकन केले. हा प्रयोग करताना तिचे प्राध्यापक लेव्ही यांचे सहकार्य तिला लाभले. त्या दोघांनी असा निष्कर्ष काढला की चेतापेशी वाढतात, गुणात्मक आणि आकारात्मकही! आणि मग मृतप्राय होतात. परंतु या प्रयोगासंबंधातील त्यांचा लेख छापण्यास इटलीतील पत्रकारांनी नकार दिला, कारण ते दोघेही ज्यू धर्मीय होते. मग त्यांनी बेल्जियन व स्वीस प्रकाशकांकडून त्याचे प्रकाशन केले आणि रिटाच्या ते पथ्यावरच पडले. कारण तिचा हा लेख अमेरिकेपर्यंत पोहचला. अमेरिकेतील जीवशास्त्रतज्ज्ञ डॉ. हॅम्बर्गर यांनी तिला १९४६ साली अमेरिकेत वॉशिंग्टन येथील सेंट लुई महाविद्यालयात संशोधन करण्यास निमंत्रण दिले.

डॉ. व्हिक्टर हॅम्बर्गर हे एम्ब्रियॉलॉजीतील तज्ज्ञ तर रिटा न्यूरॉलॉजिस्ट, त्या दोघांची काम करण्याची पद्धत भिन्न होती. अतिशय काळजीपूर्वक, टप्प्याटप्प्याने आणि पूर्ण विचारांती निर्णय घेऊन काम करणारे डॉ. हॅम्बर्गर आणि एकदम मोठी झेप घेऊन उत्साहाने, अधीरतेने काम करणारी रिटा. तरीसुद्धा या दोघांचे विशेष मैत्र जुळले. जवळजवळ २६ वर्षे वॉशिंग्टन विद्यापीठात काम करणारी रिटा म्हणते,

**“They were happiest & most productive years of my life. There is great cordiality, generosity in America & merit is genuinely rewarded here!”**

भल्या पहाटे प्रयोगशाळेत येऊन कामाला सुरुवात करणारी रिटा अगदी मध्यरात्रीपर्यंत तिथेच असे. मध्यवर्ती चेतासंस्था (Central nervous system) हा तिच्या कामाचा गाभा. चेतातंतू (nerve fibre) आणि चेतापेशींच्या (nerve cell) जीवशास्त्रीय प्रक्रिया दिवसेंदिवस, तासन्तास न्याहाळताना तिचे भान हरपत असे.

एके दिवशी सूक्ष्मदर्शक यंत्राखाली स्लाईड न्याहाळताना तिला एक विलक्षण दृश्य दिसले. कोंबडीच्या भ्रूणाच्या (Embryo) चेतातंतूची ती स्लाईड होती. चेतातंतू हे चेतापेशींनी बनलेले असतात. अचानक तिच्या लक्षात आले की, असंख्य चेतापेशी मरत आहेत. त्यांच्यातील केंद्रकांचे पटल विच्छेदित होत आहेत आणि अमीबासारख्या पेशी या पेशींना गिळंकृत करत आहेत. तिने पळत जाऊन ऑफिसमध्ये बसलेल्या डॉ. हॅम्बर्गरना बोलावले आणि ते दृश्य दाखवले. चेतापेशींची वाढ होतानाच त्या मृत होण्याचे प्रमाण वाढते आणि एखादा अवयव तोडला, तर पेशी मृत होण्याचे प्रमाण वाढत जाते. याचा अर्थ त्या अवयवातून स्रवणाऱ्या हार्मोनमुळे त्या पेशी जिवंत राहतात. तिला लागलेल्या या शोधामुळे ती खूप आनंदित झाली. तिला वाटले जणू अमेरिकेतल्या सेंट लुई येथील वाऱ्याच्या झुळकीत इटालियन फुलांचा सुगंध मिसळला आहे! रिटाने आणि डॉ. हॅम्बर्गर यांनी या शोधासंबंधात १९५३ साली निबंध सादर केला.

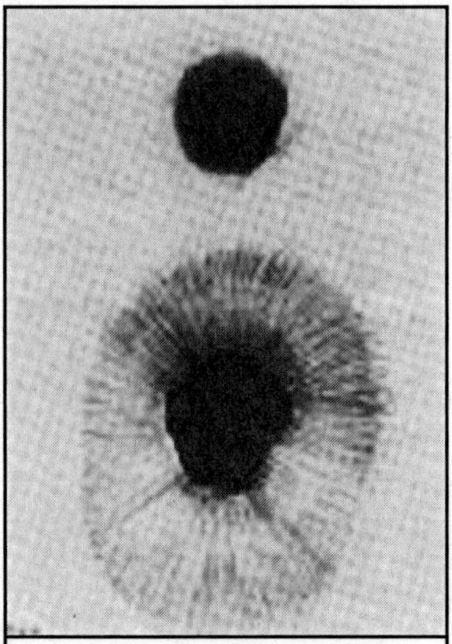

**सूक्ष्मदर्शक यंत्रातून दिसणारा ‘हॅलो’ (एनजीएफ)चा फोटो**

तिला लागलेला हा शोध तिच्या पुढील महत्त्वाच्या म्हणजे नर्व्ह ग्रोथ फॅक्टर (NGF)च्या शोधातील एक मोठा टप्पा होता.

१९५० साली ‘एल्मर ब्यूकर’ या डॉ. हॅम्बर्गरच्या विद्यार्थ्याने चेतापेशींच्या संदर्भात एक प्रयोग केला होता. चेतापेशींजवळ जर ट्यूमरच्या पेशी ठेवल्या, तर त्यांची खूप वाढ होते, हा तो प्रयोग. या प्रयोगाने

तिचे कुतूहल वाढले. तिने स्वत: हा प्रयोग करून पाहायचे ठरवले. भ्रूणातील चेतापेशींना तिने उंदराच्या ट्यूमरजवळ ठेवले, तेव्हा तिच्या लक्षात आले की या पेशी इतक्या भराभर वाढतात व त्या ट्यूमर पेशींवर जणू हल्ला करतात. त्यांचा रक्तप्रवाह थांबवितात, याचा अर्थ 'ट्यूमर'मधून काही घटक मुक्त होत असतील ज्यांच्यामुळे या चेतापेशींची वाढ होते.

रिटा लेव्ही मॉन्टॅलसिनी

चेतापेशींची वाढ करणाऱ्या घटकांच्या शोधामुळे तिच्यासमोर एक अनोखे विज्ञान दालन खुले झाले.

एनजीएफचे प्रयोग तिने वेगवेगळे घटक वापरून केले. काही वेळा भ्रूणांच्या पेशींना ट्यूमरच्या पेशींच्या अगदी जवळ ठेवून, तर काही वेळा ट्यूमरला वेगळ्या 'membrane'मध्ये किंवा भ्रूणपेशींना रक्ताच्या थेंबात ठेवून दर वेळी चेतापेशींची भरपूर वाढ झाली. हा प्रयोग करण्यासाठी तिला एकदा ब्राझीलमध्ये असलेल्या तिच्या डॉक्टर मैत्रिणीने बोलावले. त्या वेळी ट्यूमर झालेल्या दोन उंदरांना खिशात घालून तिने अमेरिका ते ब्राझील असा प्रवास केला. या वेळी तिने भ्रूणाला आणि ट्यूमरपेशींना पेट्रीडिशमध्ये ठेवून प्रयोग केला. रक्ताच्या थेंबात ठेवलेली चेतापेशी ट्यूमरच्या जवळ परंतु स्पर्श न करता ठेवली. तेव्हा तिला चेतापेशींची सर्व दिशांनी वलयांकित वाढ झालेली दिसली. वैद्यकीय क्षेत्रातील एक अत्यंत महत्त्वाचा शोध तिला लागला होता. १९५३ साल तिच्या दृष्टीने सुवर्ण वर्ष होते.

आता या शोधावरच लक्ष केंद्रित करायचे असे तिने ठरवले. डॉ. हॅम्बर्गर यांचा एक तरुण विद्यार्थी 'स्टॅनले कोहेन' हा याच क्षेत्रात प्रयोग करू पाहत होता. वॉशिंग्टन विद्यापीठात पीएच.डी. करत असलेला स्टॅनले हा जीवरसायनतज्ज्ञ (Biochemist) होता. रिटा आणि स्टॅनले या दोघांनी मिळून एनजीएफचे प्रयोग करायचे ठरवले. त्यांनी वेगवेगळ्या परिस्थितीत आणि वेगवेगळ्या घटकांच्या सान्निध्यात चेतापेशींची वाढ कशी होते, याचे अनेक प्रयोग केले. उंदरांच्या ट्यूमरऐवजी सापाचे विष (Venom) आणि उंदराच्या लाळग्रंथी (Salivary glands) ठेवूनही त्यांनी प्रयोग केले. नर उंदराच्या लाळग्रंथीतील केवळ एक थेंब

(५० लिटर द्रावणातील) चेतापेशींची जवळजवळ तीन हजारपट वाढ करतो, असे तिच्या लक्षात आले.

एनजीएफच्या आश्चर्यकारक शोधामुळे सगळ्या विज्ञानविश्वात ती प्रसिद्ध झाली. १९६८ साली नॅशनल ॲकॅडमी ऑफ सायन्ससारख्या प्रतिष्ठित संस्थेमध्ये तिची निवड झाली. अनेक युरोपीय देशांनी तिला निमंत्रणे दिली. वैज्ञानिक परिषदांमधून ती व्याख्याने देऊ लागली.

इटलीतील एक आधुनिक महिला वैज्ञानिक म्हणून तिचा त्या देशात तर खूपच गौरव झाला. तिचे वैयक्तिक आयुष्यही बदलून गेले. तिच्या राहणीमानात, वेशभूषेत, केशभूषेत बदल झाला. हायनेक असलेले इटालियन सिल्कचे स्लीवलेस ड्रेसेस आणि त्यावर जाकीट, पायात उंच टाचेच्या चपला तर केसांची आधुनिक रचना असलेला 'बन' अशा पेहरावात ती वावरू लागली. 'उच्चशिक्षित संशोधक डॉक्टर' ही तिची तिच्या देशातील प्रतिमा उजळून निघाली. लोक तिचा 'La Regina' (The Queen) असा उल्लेख करत. इटलीतल्या प्रत्येक महत्त्वाच्या सामाजिक, राजकीय कार्यक्रमात तिची उपस्थिती आवश्यक ठरू लागली.

**नोबेल समारंभात भाषण करताना रिटा**

इटालियन सरकारच्या मदतीने तिने रोम येथे लॅबोरेटरी ऑफ सेल बायॉलॉजी स्थापन केली. ती १९७९पर्यंत त्याची संचालक होती. इटलीमधील ते एक सगळ्यात मोठे जीवशास्त्रीय संशोधन केंद्र आहे.

तिने शोधलेला एनजीएफ हा घटक मेंदूच्या विकारांच्या, त्याचप्रमाणे कर्करोगाच्या अभ्यासकांसाठी उपयुक्त ठरला. चेतापेशींच्या संबंधात खूप संशोधन होत असताना तिच्या शोधाचे महत्त्व अधिकच जाणवत गेले. चेतासंस्था आणि त्यांचे कार्य यात एनजीएफ हा एक महत्त्वाचा वैज्ञानिक शोध म्हणून सर्वमान्य झाला. तिला आणि स्टॅनले कोहेनला १९८६ साली वैद्यकीय नोबेल पुरस्कार मिळाला.

या वेळी तिचे वय होते अवघे ७७. तिच्यातील काम करण्याची क्षमता अजूनही ओसरली नव्हती. अमेरिका आणि इटली अशा दोन्ही देशांमध्ये तिचे संशोधनात्मक काम चालू होते.

केवळ दहीभात आणि उकडलेल्या भाज्या असा आहार घेणारी रिटा लेव्ही, शाही मेजवान्या देण्यात प्रसिद्ध आहे. वेगवेगळ्या प्रकारचे इटालियन पदार्थ करणे हा तिचा छंद. तिच्या विद्यार्थ्यांना मनापासून मार्गदर्शन करणारी, इटलीतील खेड्यांमधील गरजू लोकांना प्रत्यक्ष तेथे जाऊन मदत करणारी आणि नर्मविनोदी संभाषण करणारी रिटा लेव्ही आज १०२ वर्षांची तरुण संशोधिका आहे. तिची जुळी बहीण पावला (आता तिचे निधन झाले आहे.) हिच्याबरोबर ती एका सदनिकेत राहत असे.

**दुसऱ्या महायुद्धाच्या वेळी धर्मवेडाने पछाडलेल्या मुसोलिनीच्या राजवटीत तिला लपूनछपून संशोधन करावे लागले. पुढे ज्या उग्रधर्मवादी हिटलरमुळे मुसोलिनी ज्यूंवर अत्याचारांचे धोरण राबवत होता; त्या हिटलरवर गुप्तपणे बंकरमध्ये आत्महत्या करण्याची वेळ आली आणि जीव वाचविण्यासाठी मारेकऱ्यांपासून पळणाऱ्या मुसोलिनीलाही त्यांच्या गोळ्यांना बळी पडावे लागले. कोणे एके काळच्या सर्वोच्च शासनकर्त्यांना असे भ्याडांचे मरण आले अन् त्यानंतर जवळजवळ अर्धशतकापेक्षा जास्त काळ जिवंत असणारी रिटा लेव्ही मात्र अजूनही लोकांच्या 'चेतनावाढीचा घटक' या स्वरूपात चिरशाश्वत आहे, वीरांगनेचे जीवन जगते आहे! क्रौर्य, हिंसा, सत्ता व संपत्तीची पिपासा ही मृत्युपाशाने अवगुंठित असते. या पाशाचा एक धागा जीवनलालसेचा असतो खरा, परंतु त्याला अतृप्तीच्या दशा असतात. याउलट मानवतेच्या भूमिकेतून केलेली प्रत्येक परोपकाराची कृती जीवनक्षणांना सदैव तृप्त ठेवते अन् दीर्घायुष्याचा मार्ग रेखते, हे या इतिहासावरून सिद्ध होत नसेल ना?**

*ब्यूटी विथ द ब्रेन्स*

# गर्ट्रुड बी. इलियन
# (Gertrude B. Elion)

देश – अमेरिका
जन्म – २३ जानेवारी, १९१८, मृत्यू – २१ फेब्रुवारी, १९९९
**नोबेल पुरस्कार – वैद्यकीय (१९८८)**

**''नोबेल पुरस्काराला मी कमी लेखत नाही. तो माझ्यासाठी बहुमूल्य आहे. परंतु तो मला मिळाला नसता, तरी तसा फार फरक पडला नसता... पण जेव्हा किडनी रोपणाच्या शस्त्रक्रियेनंतर तब्बल २५ वर्षे यशस्वी आयुष्य जगलेला माणूस मला हसतमुखाने सामोरा येऊन धन्यवाद देतो, तो क्षण मात्र मला कोणत्याही पुरस्कारापेक्षा अनमोल वाटतो.''**

जंतुसंसर्ग, मलेरिया, नागीण, श्वसन व मूत्रमार्गातील संसर्ग, जीवाणू/विषाणूंमुळे होणारे रोग, इतकेच काय कर्करोग आणि एड्ससारखे असाध्य महाभयंकर रोग काबूत ठेवण्यासाठी लागणाऱ्या औषधांची संशोधक 'गर्ट्रुड बी. इलियन' हिला १९८८ सालचा वैद्यकीय नोबेल पुरस्कार मिळाला.

६-मरकॅप्टोप्युरीन (६-एम.पी.) हे ल्युकेमिया बरा करण्यासाठी तिने शोधलेले औषध. लहान मुलांना होणारा रक्ताचा कर्करोग या औषधांमुळे आटोक्यात राहत असे. हजारो लहान मुले आणि त्यांचे पालक तिला रोज आभाराची पत्रे पाठवत. खरं तर ती वैद्यकीय पदवीधर नव्हती अन् तिने पीएच.डी. सुद्धा केलेली नव्हती. परंतु सर्वसामान्य जनता तिला 'डॉक्टर'च मानत असे. अर्थात डॉक्टरांच्या हातात औषधरूपी उपचारांचे शस्त्र पुरविणाऱ्या गर्टुडला डॉक्टरांची डॉक्टरच म्हणावयास हवे.

सर्वसामान्य लोकांची 'डियर डॉक्टर' असलेल्या इलियनचा जन्म 'न्यू यॉर्क' येथे २३ जानेवारी, १९१८ला झाला. इलियन कुटुंबीय हे ज्यू धर्मीय. तिचे वडील रॉबर्ट इलियन हे वयाच्या बाराव्या वर्षी लिथुआनिया येथून अमेरिकेत आले. एका औषधाच्या दुकानात नोकरी करत त्यांनी आपले दंतवैद्यकीय शिक्षण पूर्ण केले. पुढे 'ब्रॉंक्स' येथे घरबांधणी, स्टॉक एक्स्चेंज, दंतविषयक उपचाराची कार्यालये असे तीन-चार प्रकारचे व्यवसाय त्यांनी केले. संगीताची आणि भटकंतीची आवड असणारे वडील, रॉबर्ट यांचा गर्टुडवर खूप प्रभाव होता. पुढील आयुष्यात तिनेही खूप भटकंती केली, जवळजवळ जगप्रवास केला. तिची आई बार्था ही सुविद्य घराण्यातील स्त्री होती. 'शिक्षणाचे महत्त्व जाणणाऱ्या आईमुळे मला निर्वेधपणे शिक्षण घेता आले.' असे गर्टुड नेहमी कृतज्ञतेने म्हणत असे.

**गर्टुड आईसमवेत (१९२३)**

ब्रॉंक्स येथील 'ऑल गर्ल्स हायस्कूल' येथून तिने वयाच्या पंधराव्या वर्षीच शालेय शिक्षण पूर्ण केले. प्रखर बुद्धिमत्ता आणि सर्व विषयांची आवड यांमुळे तिने शेवटच्या एका वर्षात दोन वर्गांचे शिक्षण पूर्ण केले.

तिने उच्च शिक्षणासाठी महाविद्यालयात प्रवेश घ्यावा हे तिच्या कुटुंबीयांनी गृहीतच धरले होते. अनेक कलांची आवड असणारे ज्यू धर्मीय शिक्षणालाच प्रगतीचा मापदंड मानत. या धर्मातील पुरुष त्याचप्रमाणे स्त्रियांचेही शिक्षणाचे प्रमाण त्या काळी वाढत होते. भले हिटलर आणि मुसोलिनी त्यांना नीचवर्णीय मानून त्यांचा तिरस्कार करत, पण डॉ. गर्टी कोरी, नेली सॅक्स, डॉ. रोझालिन यॅलो, डॉ. रिटा लेव्ही मॉन्टॅलसिनी, डॉ. गर्टुड इलियन... या साऱ्या नोबेल विजेत्या स्त्रियांनी आपापल्या क्षेत्रात केलेल्या कर्तबगारीतून सर्वोच्च श्रेणी गाठली होती. जणू प्रखर सामाजिक, राजकीय विरोधाच्या ठिणग्यांमधून त्यांना ऊर्जा मिळाली आणि त्यांचे जीवन नक्षत्रमान झाले. विरोधाच्या विपत्तीतून चेतलेल्या या दीप्तींनी जातीधर्मभेदाचे सूत्र असत्य ठरविले!

गर्टुडला आता कॉलेजमध्ये प्रवेश घ्यायचा होता. तिने वैद्यकीय शिक्षण घ्यावे अशी तिच्या वडिलांची इच्छा, तर तिने कलाशाखेत प्रवेश घ्यावा अशी तिच्या शिक्षकांची इच्छा; कारण भाषा, समाजशास्त्रे आणि विज्ञान या सर्वच विषयांमध्ये ती निपुण होती. परंतु तिने स्वतःने मात्र ठरविले होते, रसायनशास्त्र या विज्ञान विषयाचे शिक्षण घ्यायचे! त्याला कारणही तसे घडले होते. लहानपणापासून तिच्या घरी राहणारे तिचे लाडके आजोबा (आईचे वडील) पोटाच्या कर्करोगाने निधन पावले. कोणत्याही प्रकारचा औषधोपचार त्या वेळी उपलब्ध नसल्यामुळे त्यांना

वेदना सहन कराव्या लागल्याच, शिवाय मृत्यूनेही त्यांच्यावर अकाली झडप घातली. हा प्रसंग गर्टुडच्या मनावर कायमचा कोरला गेला. असाध्य व्याधींवरील उपचारांसाठी लागणाऱ्या औषधांची निर्मिती आणि संशोधन याबाबत काही करता येईल का हा विचार तिच्या मनात आला. परंतु जीवशास्त्र या विषयातील प्राण्यांच्या विच्छेदनाची फारशी आवड नसल्यामुळे तिने 'रसायनशास्त्र' हा विषय निवडला अन् मग औषधनिर्मितीच्या प्रक्रियेचे बीज तिथेच रुजले.

दुर्दैवाने याच काळात स्टॉक मार्केटमध्ये मंदी आल्यामुळे तिच्या वडिलांना खूप तोटा सहन करावा लागला. परंतु 'हंटर कॉलेज' येथे मुलींसाठी मोफत शिक्षण उपलब्ध असल्यामुळे तिच्या फीचा प्रश्न सुटला. अर्थात या कॉलेजमध्ये प्रवेश मिळण्यासाठी तिची शालांत परीक्षेतील उत्तम कारकीर्द कामाला आली. प्रवेश परीक्षेतही तिला चांगले यश मिळाले. त्या काळी अमेरिकेतही विज्ञान हे पुरुषांचे क्षेत्र मानले जाई. भौतिक आणि रसायन या विषयांत शिक्षण घेणाऱ्या मुलींची संख्या नगण्य असे. १९३७ साली हंटर कॉलेजमधून तिने रसायनशास्त्राची पदवी मिळविली. तेव्हा तेथील दैनिकात ती बातमी छापून आली.

याच दरम्यान तिच्या मनीचा राजकुमार 'लिओनार्ड कँटर' तिला भेटला. अतिशय हुशार आणि प्रसन्न व्यक्तिमत्त्व असलेला कँटर 'सिटी कॉलेज'मधील 'स्टॅटिस्टिक्स'चा विद्यार्थी होता. पदव्युत्तर शिक्षणासाठी त्याला शिष्यवृत्ती मिळाली होती अन् त्यामुळे तो परदेशी जाणार होता. गर्टुड आणि कँटरची 'केमिस्ट्री' जुळली आणि त्यांनी शिक्षण पूर्ण केल्यानंतर विवाह करायचे ठरवले. परंतु दुर्दैवाने कँटरच्या हृदयात जंतुसंसर्ग झाल्यामुळे त्याचे तडकाफडकी निधन झाले. पुन्हा योग्य औषधोपचाराची अनुपलब्धता हेच त्याच्या अकाली मृत्यूचे कारण ठरले. गर्टुडला पुन्हा दुसरा मानसिक धक्का बसला. तिच्या हृदयात लिओनार्डचे स्थान अभंग असल्यामुळे तिने त्या स्मृतींच्या आधारावरच पुढील जीवन व्यतीत करायचे ठरवले. तिने इतर कोणाशीही विवाह केला नाही.

गर्टुडने पुढील शिक्षणाच्या सोयीसाठी नोकरी करायचे ठरवले. तिने सेक्रेटरीयल स्कूलचा एक सहा आठवड्यांचा अभ्यासक्रम पूर्ण केला. सहा-आठ महिने एका कंपनीत नोकरी केली. परंतु तिचे मन तेथे लागेना. कारण मूळची ती विज्ञानाची पदवीधर. मग तिने एका प्रयोगशाळेत काम करायचे ठरवले. तेथे एक दीड वर्षे काम केल्यानंतर एका शाळेत शिक्षिकेचे, त्याचप्रमाणे एका डॉक्टरच्या 'रिसेप्शनिस्ट'चे कामही तिने केले. पुरेसा पैसा जमल्यावर तिने न्यू यॉर्क विद्यापीठात प्रवेश घेतला. दिवसा नोकरी, संध्याकाळी कॉलेज आणि रात्री अभ्यास अशा तिहेरी जीवनक्रमातून तिने एम.एस्सी. पूर्ण केले. पुढे तिला पीएच.डी. करायचे तर होतेच. त्यासाठी जवळजवळ पंधरा विद्यापीठांत तिने प्रवेश अर्ज भरले. परंतु तिला कोठेही शिष्यवृत्ती

मंजूर झाली नाही. (विज्ञान शाखेत स्त्रियांना सहजासहजी शिष्यवृत्ती मिळत नसे. स्त्रियांच्या अंगीची संशोधनक्षमता अजून सिद्ध व्हायची होती!) शिवाय तो काळ दुसऱ्या महायुद्धाचा. सर्वच क्षेत्रांत मंदी आलेली आणि वातावरणही अस्थिर. परंतु थोड्याच दिवसांत दुसऱ्या महायुद्धाची ही घटना संशोधन क्षेत्रात काम करणाऱ्या स्त्रियांना 'इष्टापत्ती' वाटू लागली. कारण अनेक विज्ञान पदवीधर पुरुषांना सरकारच्या युद्धविषयक कार्यक्रमांसाठी जावे लागे. त्यामुळे निर्माण झालेल्या रिक्त जागा महिला संशोधकांनी भरल्या जाऊ लागल्या. याच काळात अनेक पाश्चात्त्य स्त्रियांनी आपली बौद्धिक क्षमता सिद्ध करून संशोधन क्षेत्रात महिलांसाठी एक आदर्श निर्माण केला.

नोकरीसाठी धडपडणाऱ्या गर्टुडला 'जॉन्सन अँड जॉन्सन'च्या प्रयोगशाळेत नोकरी मिळाली; पण सहा महिन्यांनी ती कंपनीच बंद झाली.

त्याच सुमारास 'बरोज वेलकम' या औषधाच्या कंपनीचे एक औषध तिच्या वडिलांकडे आले. तिच्या वडिलांनी गर्टुडला त्या कंपनीतील प्रयोगशाळेशी संपर्क करण्यास सांगितले.

आता तिच्या नवीन आयुष्यपर्वाला सुरुवात होणार होती. तिला पाहिजे होते तसेच संशोधनाचे क्षेत्र– 'औषधनिर्मिती' तिला मिळणार होते. या प्रयोगशाळेचे प्रमुख डॉ. जॉर्ज हिचिंग्ज यांनी तिची मुलाखत घेतली. तिचा उत्साह आणि हुशारी पाहून त्यांनी तिला लगेच रुजू व्हायला सांगितले.

**डॉ. हिचिंग्ज समवेत प्रयोगशाळेत (१९४८)**

'बरोज वेलकम' ही सुप्रसिद्ध औषध कंपनी. 'सिलॅस बरोज' आणि 'हेन्री वेलकम' या दोन अमेरिकन फार्मासिस्टनी तिची स्थापना १८८० साली इंग्लंडमध्ये केली. त्याचीच शाखा त्यांनी न्यू यॉर्कमध्ये सुरू केली. असाध्य आजारांवरील औषधोपचारांचे संशोधन हे या कंपनीचे मुख्य उद्दिष्ट. शास्त्रज्ञांना त्यांनी आव्हानच केले होते.

**'If you have an idea, we'll give you the freedom to develop it.'**

गर्टुड तेथे येण्यापूर्वी डॉ. हिचिंग्ज यांनी आणखी एका महिलेला– 'एल्विरा फॅल्को' हिला – तेथे संशोधन कामासाठी नेमले होते. प्रयोगशाळेत काम करणाऱ्या पूर्ण चमूत केवळ या दोनच स्त्रिया. मात्र डॉ. हिचिंग्ज यांची काम करण्याची पद्धत, त्याचप्रमाणे इतर पुरुष सहकाऱ्यांचे चांगले सहकार्य यांमुळे गर्टुड थोड्याच दिवसांत तेथे रममाण झाली.

गर्टुड प्रयोगशाळेत काम करताना

नवीन औषधनिर्मितीसाठी डॉ. हिचिंग्ज पारंपरिक 'प्रयत्न-त्रुटी' (trial and error) ही पद्धती न वापरता आधुनिक तर्काधारित, वैज्ञानिक पद्धत वापरत. शरीरांतर्गत पेशींची वाढ कशी होते हे समजून घेण्यावर त्यांचा भर होता. पेशींच्या वाढीसाठी 'डीएनए' या रसायनाची आवश्यकता असते. विशेषत: जीवाणू, ट्यूमरच्या पेशीवाढीसाठी त्याचे जास्त प्रमाण लागते. मग या रोग निर्माण करणाऱ्या पेशींना नष्ट कसे करता येईल यावर शोध घेण्याचा त्यांचा प्रयत्न असे.

डॉ. वॉटसन आणि डॉ. क्रिक्स यांनी डीएनएच्या डबल हेलिकल स्ट्रक्चरचा शोध एकोणीसशे एकोणपन्नासच्या दशकात लावला. परंतु त्याआधी पेशींच्या वाढीसाठी डीएनए हा घटक आवश्यक असतो, याची माहिती शास्त्रज्ञांना झालेली होती. ट्यूमरच्या किंवा जीवाणूंच्या पेशीवाढीसाठी त्यात असलेले डीएनएचे वाढते प्रमाण कारणीभूत ठरते. मग अशा व्याधी निर्माण करणाऱ्या पेशींच्या डीएनएवर कसा हल्ला करता येईल, कोणत्या प्रकारच्या औषधांनी हे साध्य होईल, या विचारातून 'बरोज वेलकम'मध्ये संशोधन सुरू झाले.

रासायनिक औषधांची निर्मिती झाली की त्याच्या अनेक चाचण्या घ्याव्या लागतात. या चाचण्या प्राण्यांवर घेतल्या जातात. औषधांचे प्रमाण, मात्रा, ती देण्याचा कालावधी, त्यातील रासायनिक घटकांचे प्रमाण इत्यादी बाबी ठरविल्या जातात. त्यांचे प्राण्यांवर होणारे परिणाम अभ्यासले जातात. अक्षरश: हजारो चाचण्या करून औषधांची सुरक्षितता ठरविली जाते आणि मगच ती औषधे मानवाच्या उपयोगासाठी बाजारात आणली जातात.

संशोधनाच्या या अविरत प्रक्रियेसाठी लागते सहनशीलता आणि प्रयत्नांची पराकाष्ठा. दिवस अन् तासांचे भान हरपून गर्टुड प्रयोगशाळेत अखंड काम करत असे. प्रत्येक प्रयोगानंतर मिळणारे आश्चर्यकारक निष्कर्ष तिच्या 'उत्साह रसायनाचे' निर्मिक ठरत. या काळात गर्टुडने एकूण २२५ शोधनिबंध सादर केले. यश मिळविण्यासाठी केवळ कष्ट हाच एक दीर्घ मार्ग आहे असे म्हटले जाते हे तर खरेच. परंतु एकदा का हा मार्ग पत्करला की त्यातील कष्टांचे खडतरत्व आपसूकच नरमते आणि मग त्या मृण्मयातून आनंदक्षणांची फुले लाभतात. लौकिकार्थाने यश हा या मार्गातील शेवटचा टप्पा असला, तरी हा सारा प्रवासच अनेक सौख्यक्षणांच्या मजल दरमजलीने प्रसन्न झालेला असतो.

'बरोज वेलकम'च्या प्रयोगशाळेत काम करत असताना गर्टुडची पीएच.डी. करण्याची इच्छा पुन्हा उफाळून आली. तिला न्यू यॉर्कच्या सुप्रसिद्ध 'ब्रुकलीन

पॉलिटेक्निक' कॉलेजमध्ये त्यासाठी प्रवेशही मिळाला. संपूर्ण दिवस प्रयोगशाळेत काम करून कॉलेजमधील संध्याकाळचे तास ती अटेंड करत असे. अनेक महिने तिने अशी दुहेरी कसरत केली. परंतु कॉलेजच्या डीनने तिला डॉक्टरेट किंवा प्रयोगशाळेतील काम या दोन्हींपैकी एकच काहीतरी कर अशी आज्ञा केली. पीएच.डी. साठी पूर्ण वेळ द्यावा लागेल, अशी त्यांनी अट घातली. गर्ट्रुडने अर्थातच ती मान्य केली नाही. कारण प्रयोगशाळेतील संशोधनाचे काम तिच्यासाठी सर्वांत जास्त महत्त्वाचे होते.

आता ती पूर्ण वेळ औषधसंशोधनावर व्यतीत करणार होती. ल्युकेमिया (रक्ताचा कॅन्सर) बरा करण्यासाठी लागणाऱ्या औषधांच्या संशोधनाचा प्रकल्प तिने हाती घेतला. १९५० हे वर्ष तिच्यासाठी सुवर्णवर्ष ठरणार होते. कर्करोगासाठी योग्य औषध उपलब्ध करून देणारे तिचे संशोधन लाखो कर्करुग्णांसाठी उपकारक ठरले. 'प्युरिन' नावाचे रासायनिक संयुग घेऊन त्यातील ऑक्सिजनच्या अणूला सल्फर अणूने विस्थापित करून तिने नवीन '६-मरकॅप्टो प्युरिन' (६-एम.पी.) हे औषध तयार केले.

कर्करोगाच्या उपचारपद्धतीचे एक नवे दालनच तिच्या या संशोधनामुळे खुले झाले. सहा वर्षांच्या खडतर परिश्रमांतून हे औषध तयार झाले. पुढे त्याचा वापर सुरू झाला, तेव्हासुद्धा अनेक वेळा त्याच्या परिणामांचे उलटसुलट निष्कर्ष आले. यातूनच तिने 'थायोग्वानाईन' नावाचे नवे औषध तयार केले. पुढे ६-एम.पी., थायोग्वानाईन आणि इतर काही औषधे अशी एकत्र करून ती औषधे कर्करुग्णांसाठी वापरली जाऊ लागली. ल्युकेमियाच्या जवळजवळ ८०% बालरुग्णांवर त्यांचा यशस्वी प्रयोग झाला. या रुग्णांच्या, त्यांच्या पालकांच्या पत्रांनी तिची टपालपेटी भरून जाई.

अनेक कर्करुग्णांना जीवनदान देणाऱ्या गर्ट्रुडला मात्र स्वतःच्या आईला वाचवता आले नाही. गर्भाशयाचा कर्करोग झाल्यामुळे तिच्या आईचे १९५६ साली निधन झाले. मध्य युरोपात जुन्या काळात वाढलेल्या तिच्या आईने डॉक्टरकडून आपल्या गर्भाशयाची, तपासणी कधी नीट करू दिली नसल्यामुळे तिच्या रोगाचे निदान लवकर होऊ शकले नाही.

६-एम.पी.च्या औषधनिर्मितीनंतर गर्ट्रुडने अवयवरोपणात साहाय्य करणाऱ्या औषधनिर्मितीचा प्रकल्प घेतला. किडनी रोपणाच्या शस्त्रक्रियांमध्ये रुग्णाच्या शरीराला न जुळणारा अवयव असेल, तर त्याचा थोड्याच दिवसांत मृत्यू होत असे. जुळ्या भावंडांमध्येच अवयवरोपणाची शस्त्रक्रिया थोडीफार यशस्वी ठरत असे. गर्ट्रुड आणि डॉ. हिचिंग्ज यांनी ॲझाथिओप्रिन (azathioprine), ज्याला सर्वसामान्यपणे इम्युरॅन (Imuran) म्हटले जाई, असे औषध ६-एम.पी.पासून तयार केले.

वॉशिंग्टन विद्यापीठातील पदवीदान समारंभानंतर डॉ. हिचिंग्जसमवेत इलियन गर्ट्रुड (१९६९)

सर्वप्रथम कुत्र्यांवर त्याचे प्रयोग केले गेले. मग माणसांवर त्याचे यशस्वी प्रयोग झाले. १९६२ पासून किडनी प्रत्यारोपणाच्या झालेल्या जवळजवळ १ लाख शस्त्रक्रियांमध्ये गर्ट्रुडच्या औषधांचा वापर केला गेला.

गुडघे आणि हाताच्या सांधेदुखीसाठी ॲलोप्यूरिनॉल (Zyloprim), मलेरियासाठी पायरिमेथॅमाईन (Daraprim), मूत्र व श्वसनमार्गातील जंतुसंसर्गासाठी ट्रायमेथोप्रिम (Septra) अशी अनेक औषधे तिने प्रयोगशाळेत तयार केली. विषाणू संसर्गातून होणाऱ्या नागिणीसाठी (herpes) तयार केलेले ॲसिलोवीर (Zovirax) हे अत्यंत गुणकारी औषध. या औषधाला ती 'फायनल ज्वेल' म्हणत असे.

**'Dear Dr. Elion,**

**After a very severe case of shingles, 'Zovirax' saved my eye sight. If you ever feel unappreciated for any reason, please take out this letter and reread it.'** - अशी भावपूर्ण पत्रे तिला लोकांकडून येत. नोबेल पुरस्काराइतकीच तिने ती जपून ठेवली.

रासायनिक प्रयोगशाळेत औषधनिर्मितीचे काम करणारी आद्य स्त्री म्हणून संपूर्ण अमेरिकाभर तिचा गौरव झाला. १९६२ साली तिला सुप्रसिद्ध गर्वन मेडल मिळाले. १९६७ साली 'एक्सपेरिमेंटल थेरपी'ची ती प्रमुख झाली. १९६९मध्ये तिला जॉर्ज वॉशिंग्टन विद्यापीठाने डॉक्टरेट प्रदान केली. १९९० साली तिला 'नॅशनल ॲकॅडमी ऑफ सायन्स' या संस्थेचे प्रमुखपद मिळाले. १९९१ साली नॅशनल इन्व्हेंटर्स हॉल ऑफ फेममध्ये तिचे नाव नोंदले गेले. १९८८ साली तिला वैद्यकीय नोबेल पुरस्कार मिळाला. हा पुरस्कार तिला डॉ. जॉर्ज हिचिंग्ज आणि सर जेम्स ब्लॅक यांच्याबरोबर विभागून मिळाला.

**'ब्यूटी विथ द ब्रेन्स' म्हणून ओळखली जाणारी गर्ट्रुड अत्यंत शांत, संयमित व्यक्तिमत्त्वाची अन् मृदुभाषी होती. परिसंवादातून तिच्याशी वितंडवाद घालणाऱ्यांपुढे ती आपले संशोधनाचे पेपर्स ठेवत असे. ते अचूक निष्कर्षांचे व अनुमानाचे पेपर्स बघून बोलणाऱ्याची वाचा बंद होत असे. तिने तयार केलेल्या औषधांमुळे जीवनदान मिळालेले लाखो रुग्ण हेच तिच्या कार्यकर्तृत्वाचे दंडक! ते अस्तित्वात असताना तिला अकारण गर्जण्याची गरजच काय?**

*श्वेतवर्णीय कृष्णवादी लेखिका*

# नॅडिन गॉरडिमेर
# (Nadine Gordimer)

देश – दक्षिण आफ्रिका
जन्म – २० नोव्हेंबर, १९२३
**नोबेल पुरस्कार – साहित्य (१९९१)**

**''मी लिहायला सुरुवात केली, तेव्हा मला आपण कुठेतरी कल्पनाविश्वाच्या, प्रतिभेच्या, सौंदर्यजगताच्या कडेला उभ्या आहोत असे वाटत असे. काव्य, कथा, कादंबऱ्या, नाटक... हे वेगवेगळे प्रांत होते, समुद्रापारचे. त्या जगात प्रवेश करण्याचे माझे स्वप्न होते. पण त्या जगात प्रवेश करायचा असेल, तर रंगभेद आणि वंशविद्वेषाच्या अडथळ्यांना पार करण्यावाचून आम्हाला दुसरा मार्ग नव्हता.''**

नॅडिन गॉरडिमेर दक्षिण आफ्रिकेतील पहिली आणि एकमेव (आजपर्यंतची) महिला, जिला साहित्यातील नोबेल पुरस्कार मिळाला. लहानपणापासून वर्णविद्वेषाच्या विखारी सामाजिक परिस्थितीत वाढलेली नॅडिन खरं तर स्वत: गौरवर्णीय होती. परंतु आसपासच्या काळ्या, निग्रो लोकांवरील दडपशाही व जुलूम-जबरदस्तीचे आघात तिच्या संवेदनशील मनावर होत. बालसाहित्यातील परिकथेत रमलेल्या नॅडिनचे तरुणपणानंतरचे सारे साहित्य हे काळ्या आणि गोऱ्या वर्णाच्या लोकांमधील तिरस्काराच्या संबंधावरच बेतलेले आहे. नॅडिनचा जन्म जोहान्सबर्गजवळील 'स्प्रिंग' या गावी झाला. तिची आई नान मायर्स व वडील इसिडोर हे स्थलांतरित ज्यू. लिथुआनिया येथून ते दक्षिण आफ्रिकेत स्थलांतरित झाले होते. त्या वेळी दक्षिण

आफ्रिकेत कायद्यानेच वर्णभेदाला, वंशभेदाला मान्यता होती. आशियाई, युरोपीय, आफ्रिकन, त्याचप्रमाणे काळे, गोरे, विविध धर्मांचे लोक तेथे राहत असले, तरी प्रत्येकासाठी स्वतंत्र कायदे असत आणि ते पाळणे बंधनकारक असे. सत्तर टक्क्यांच्या आसपासची प्रजा काळ्या लोकांची असली, तरी त्यांचा फारसा प्रभाव अस्तित्वात नव्हता. कायद्यानेच वर्णभेद, रंगभेदाला मान्यता दिल्यामुळे प्रत्येक गट-समूहात वैमनस्य आणि तेढ असे.

स्प्रिंग्ज या गावी स्थलांतरित झालेल्या इसिडोर गॉरडिमेर यांनी एक सराफीचे दुकान काढले. सोन्या, चांदीचे दागिने करण्याबरोबरच ते पदके व ट्रॉफीज तयार करत असत. या व्यवसायातून त्यांना भरपूर फायदा होत असे. हळूहळू त्यांची गणना उच्च मध्यमवर्गीय लोकांमध्ये होऊ लागली. समाजकारण, राजकारण, साहित्य यात त्यांना अजिबात रस नसला, तरी मुलींनी शिक्षण घ्यावे असे मात्र त्यांना वाटे. त्यांनी आपल्या मुलींना 'कॉन्व्हेंट ऑफ अवर लेडी ऑफ मर्सी' या शाळेत घातले. गॉरडिमेर कुटुंबीय ज्यू धर्मीय असले, तरी गौरवर्णीय होते. म्हणून मुलींना या शाळेत प्रवेश मिळाला. त्या शाळेतील मुलेमुली आणि तिच्या स्वभावात कमालीचा फरक होता. ती मितभाषी, शांत, विचार करणारी. तिचा बहुतेक सगळा वेळ ग्रंथालयात वाचन करण्यातच जात असे.

नॅडिन अकरा वर्षांची असताना तिच्या आईने तिची शाळा आजाराच्या कारणास्तव बंद केली. खरं तर तिला काहीतरी साधेसेच दुखणे झाले होते. परंतु तिला गंभीर स्वरूपाचा हृदयाचा काही आजार आहे अशी तिच्या आईची कल्पना झाली. त्यामुळे तिने तिचे शाळेत जाणे तर बंद केलेच, शिवाय ती तिला इतर मित्रमैत्रिणींमध्येही मिसळू देत नसे. कुठेही कार्यक्रमात, खेळात, सहलीला जाऊ देत नसे. मात्र तिचे शिक्षण बंद पडू नये म्हणून रोज तीन तास ती तिला एका शिक्षकाकडे पाठवत असे. तेथे ते शिक्षक तिचा शालेय अभ्यासक्रम पूर्ण करून घेत. त्या जोरावर तिने शालेय शिक्षण पूर्ण केले.

एकटेपणाच्या या कालावधीत नॅडिनच्या मूळ वाचनाच्या छंदाला खतपाणीच मिळाले. गावातील ग्रंथालयांमध्ये बसून तासन्‌तास वाचण्यात तिचा दिवस संपत असे. डोस्टोवस्की, प्राऊस्ट, चेकॉव हे तिचे आवडते लेखक. त्यांची पुस्तके ती एखाद्या अधाशासारखी वाचून काढत असे. इतर अनेक लेखकांची, विविध विषयांची पुस्तकेही ती वाचत असे. शिक्षकांच्या स्वरूपात लाभलेल्या या पुस्तकांनी तिची मनोभूमिका बनत गेली. प्रतिभाशक्ती आणि कल्पनाशक्तीचे देणे लाभलेल्या नॅडिनला लिहिण्याची प्रेरणा त्यातूनच मिळत गेली.

'कम अगेन टुमारो' ही तिची पहिली कथा तिने दक्षिण आफ्रिकेतील कोरम या नियतकालिकात प्रसिद्धीसाठी पाठवली आणि त्यांनी ती छापलीही. त्या वेळी तिचे

वय होते अवघे पंधरा. यानंतर तिने थेट 'व्हर्जिनिया क्वार्टर्ली रिव्ह्यू' आणि 'येल रिव्ह्यू' या थेट अमेरिकन नियतकालिकांमध्ये आपले साहित्य पाठविण्यास सुरुवात केली.

शालेय शिक्षण संपल्यानंतरच्या कालावधीत तिने केलेले हे लिखाण तिच्या वयानुसार तिला जीवन जसे जाणवले, त्याचा घेतलेला मुक्त आढावा या स्वरूपाचे होते. लघुकथा हा साहित्यातील बाज बऱ्यापैकी जमतो आणि नियतकालिकांमध्ये त्याला प्रसिद्धीही मिळते हे लक्षात आल्यानंतर तिने तारुण्यसुलभ उत्साहाने अनेक कथा लिहिल्या. 'फेस टू फेस' हा तिचा कथासंग्रह वयाच्या पंचविसाव्या वर्षीच प्रसिद्धही झाला. त्यानंतर तीन वर्षांतच 'द सॉफ्ट व्हॉईस ऑफ द सर्पंट' हा लघुकथांचा दुसरा संग्रहही प्रकाशित झाला.

**नॅडिनची 'द पिकअप' ही कादंबरी**

मधील काळात तिने जोहान्सबर्ग येथील 'विटवॉटरसँड' या विद्यापीठात उच्च शिक्षणासाठी प्रवेश घेतला. पण जेमतेम एक वर्षभरच ती कॉलेजमध्ये गेली. त्यानंतर केवळ लेखनावरच लक्ष केंद्रित करावे असे वाटल्यामुळे ती आता पूर्ण वेळ लेखिका या भूमिकेत राहू लागली.

वंशभेदाच्या आणि वर्णभेदाच्या केवळ वैयक्तिक आणि सामाजिक पातळीवर नव्हे, तर राजकीय पातळीवर होत असलेल्या अत्यंत अन्यायकारक परिस्थितीच्या वातावरणातून होणारे आघात हे तिच्या साहित्यातील प्रमुख कथाविषय बनू लागले. 'द लायिंग डेज' ही तिची पहिली कादंबरी या विषयावरच बेतलेली. ती तिने १९५३ साली लिहिली. 'द लायिंग डेज'ची नायिका ही एक दक्षिण आफ्रिकी तरुणी, जणू तिचेच रूप. या नायिकेचे आईवडील संकुचित दृष्टिकोनाचे, जातीभेद पाळणारे. परंतु नायिकेला मात्र हळूहळू आसपासच्या सामाजिक अन्यायाची, जुलूम-जबरदस्तीची भेदक जाणीव होते. या भानातून ती वंश, जाती, धर्म या साऱ्यांचा सखोल विचार करू लागते. मुळात मानवजात ही भेदातीत आहे. शरीरांतर्गत रचना, मन, भावना यांत भेद कुठे असतो हे ती वेगळ्या प्रकारे समाजाला, पालकांना समजावून देते. या कादंबरीतील नायिका अनेक गुंतागुंतीच्या घटनांनंतर विजयी होते. पुढे 'अ वर्ल्ड ऑफ स्ट्रेंजर्स' (१९५८) या कादंबरीतूनही तिने मानवतावादी आणि आशावादी दृष्टिकोनातून लिखाण केले. लेखनातील तिची सुरुवातीची भूमिका मृदू, मवाळ अन् उपदेशात्मक होती. परंतु जसजसे आसपासच्या विदारक परिस्थितीचे तिला भान येत गेले, तसतशी तिची लेखनशैलीही बदलत गेली.

दक्षिण आफ्रिकेत त्या वेळी ॲपरथिड (Aparthaid) नावाचा एक भीषण

कायदा लागू केलेला होता. जवळजवळ ४६ (१९४८-१९९४) वर्षे अस्तित्वात असलेला हा कायदा खरं तर १९१७-१८ सालापासूनच छुप्या पद्धतीने अस्तित्वात होता. काळ्या लोकांना व्यवसाय किंवा नोकरी करण्यास (गोऱ्यांच्या खास प्रदेशात) मनाई, त्यांना प्रवास करण्यासाठी वेगळी वाहने, त्यांच्यासाठीचे बसथांबेही वेगळे, रेल्वेमध्ये केवळ तिसऱ्या दर्जाने प्रवास करण्याची मुभा, आजारी पडल्यास निकृष्ट दर्जाची हॉस्पिटल्स, ते ज्या भागात वस्ती करून राहत, तेथे प्लंबिंग, इलेक्ट्रिसिटी यांची असुविधा, त्यांच्यासाठी दूरच्या भागातील समुद्रकिनारे– तेही अविकसित असलेले, इतकेच काय ग्रंथालये, टॅक्सी स्थानके, सार्वजनिक स्वच्छतागृहे, सिनेमागृहे, स्मशानभूमी सर्वत्र येण्यास त्यांना मनाई असे. अगदी मोठ्या गोष्टींपासून बारीकसारीक सर्वच गोष्टींमध्ये काळ्या लोकांच्या बाबतीत भेदभाव केला जाई. एखाद्या काळ्या वर्णाच्या माणसाला शहरात नोकरी मिळाली, तर केवळ त्यालाच तिथे येण्याची परवानगी मिळे. (त्यासाठी खास dumb pass घ्यावा लागे.) परंतु त्याच्या कुटुंबीयांना मात्र आणण्यास परवानगी नसे. या सर्व कायद्यांची अगदी कडक अंमलबजावणी केली जाई. जगात अनेक देशांमध्ये जातीभेदातून, वर्णभेदातून अन्याय अत्याचार झाले आहेत, होताहेत. परंतु दक्षिण आफ्रिकेसारख्या ठिकाणी ज्या प्रकारचे वर्णभेदाचे भीषण स्वरूप जवळजवळ ५० वर्षे राहिले, आजवरच्या इतिहासात इतरत्र कोठेही झाले नसेल.

मानसिक पातळीवरील सामाजिक विभेदन नैराश्याला जन्म देते. परंतु राजकीय पातळीवरील विभेदनातून क्रौर्य, हिंसा, घातपात अशी रक्तलांच्छित क्रांती जन्म घेते. सकारात्मक वाढीच्या संधीपासून समाज वंचित राहतो. भेदाची तेढ भिन्नवर्णीयांना संस्कृतीच्या विविध आदान-प्रदानतेच्या, संस्कारांच्या, परस्पर सहकार्याच्या भावनेपासून विलगित ठेवते हा एक त्याचा फार मोठा तोटा. पुढे समाजातील अनेक पिढ्यांना त्याची कटू फळे चाखावी लागतात.

अर्थात या भेदाशी सामना करायचा म्हणजे रणांगणातील तलवार कामाला येत नसते हेही इतिहासाने सिद्ध केलेले आहे. अत्याचार, अन्याय यांविरुद्ध लेखकाची लेखणी कागदावर जेव्हा फिरू लागते, तेव्हा भलेभलेही थरकापतात. कारण माणसाच्या मूळ मानसिकतेवरच अत्यंत प्रभावी परिणाम करून हजारो, लाखोंच्या समूहाला वळविण्याचे ती काम करते.

१९६०मध्ये घडलेल्या 'शार्पविल' हत्याकांडानंतर तर काळ्या लोकांविरुद्ध शासनांनी अनेक कडक कायदे केले. काळ्या लेखकांवर सेन्सॉरशिप लादली. त्याच सुमारास नॅडिनने 'ऑकेजन फॉर लिविंग' (१९६३) आणि 'द लेट बूर्ज्वा वर्ल्ड' (१९६६) या दोन कादंबऱ्या लिहिल्या. अन्यायाविरुद्ध लिहिताना कित्येक वेळा तिच्या कादंबऱ्यांवर बंदी आणली गेली. परंतु त्याचा प्रतिकार करत, सेन्सॉरशी

संघर्ष करत नॅडिनने आपले लेखनकार्य धैर्याने चालूच ठेवले.

काळ्या वर्णाच्या लोकांना आपला सक्रिय पाठिंबा व्यक्त करण्यासाठी तिने आफ्रिकन नॅशनल काँग्रेसमध्येही प्रवेश घेतला. वर्णभेदाविरुद्ध तिने आंदोलनात भाग घेतला. ठिकठिकाणी भाषणे दिली. आपल्या देशातच थांबून काळ्या लोकांच्या स्वातंत्र्यासाठी ती लढा देत राहिली.

नॅडिनचे जिराल्ड गॅव्हरॉन्सीशी लग्नही झाले होते. परंतु हे लग्न केवळ तीनच वर्षे टिकले. या दांपत्याला एक मुलगी झाली. घटस्फोट झाल्यानंतर ती मुलीसह वेगळी राहू लागली. पुढे १९५४मध्ये तिने 'रिनॉल्ड कॅसिरस' या जर्मनीतील निर्वासित, आर्ट गॅलरीचा मालक असणाऱ्या व्यक्तीशी विवाह केला. त्यानंतर तिने जोहान्सबर्गच्या उपनगरातच आपले आयुष्य व्यतीत केले.

हळूहळू दक्षिण आफ्रिकेतील राजकीय धोरणांना ती विरोध जाहीर करू लागली. तेथे अस्तित्वात असलेल्या काळ्यांविरुद्धच्या 'काळ्या' कायद्यांचे तिच्या लेखनातून ती वाभाडे काढू लागली. वर्णद्वेषामुळे मानवी नातेसंबंधांवर किती विनाशकारी परिणाम होतात याचे तिच्या लिखाणातून प्रत्ययकारी दर्शन होई. 'अ गेस्ट ऑफ ऑनर' (१९७०) त्याचप्रमाणे 'बर्जर्स डॉटर' (१९७९) आणि 'जुलायज पीपल' (१९८१) या कादंबऱ्यांमधून त्याची प्रचीती येते.

कल्पनारम्यता, अति-भावुकता त्याचप्रमाणे अति जड वैचारिकता किंवा शब्द बंबाळता यांच्यापासूनही दूर असलेले नॅडिनचे साहित्य तिच्या आसपासच्या सामाजिक परिस्थितीच्या यथायोग्य आलेखनामुळे थेट हृदयाला भिडते.

तिच्या 'द कॉन्झर्वेशनिस्ट' या कादंबरीला १९७४चे बुकर पारितोषिक मिळाले. दक्षिण आफ्रिकेतील झुलू जमातीच्या मिथकांचा वापर त्यात केलेला आहे. मेहरिंग हा या कादंबरीचा नायक. त्याची उजाड व नापीक जमीन, त्यातून चांगले पीक येण्याची आशा त्याला असते. दक्षिण आफ्रिकेत पुन्हा काळ्यांचे राज्य येईल अशी स्वप्ने तो पाहतो. या कादंबरीतील निसर्ग चित्रणांना त्या देशाच्या भूमीचा गंध लाभलेला आहे.

**नॅडिनचा 'लूट' हा कथासंग्रह**

नॅडिनने एकूण तेरा कादंबऱ्या, दोनशेहून अधिक लघुकथा आणि अनेक निबंधाचे संग्रह अशी साहित्यनिर्मिती केली आहे. तिच्या साहित्यावर समीक्षण करणारीच जवळजवळ दहा पुस्तके

**नॅडिन घरासमोर आपल्या आवडत्या श्वानासमवेत**

लिहिली गेली. तीसपेक्षा जास्त भाषांमध्ये तिच्या साहित्याची भाषांतरे झाली.

शालेय शिक्षणानंतर विद्यापीठात जेमतेम वर्षभर गेलेल्या नॅडिनने आयुष्याच्या उत्तरार्धात जगभरातल्या अनेक विद्यापीठांत अध्यापन केले. युनिव्हर्सिटी ऑफ ल्युवेन (१९८०), स्मिथ कॉलेज (१९८५), द सिटी कॉलेज ऑफ न्यू यॉर्क (१९८५), हार्वर्ड युनिव्हर्सिटी (१९८७), बेल युनिव्हर्सिटी (१९८७) यांसारख्या नामवंत विद्यापीठांनी तिला 'डॉक्टरेट' ही सन्मानाची पदवी दिली.

१९९१ साली तिला साहित्यातला नोबेल पुरस्कार मिळाला. तो साऱ्या दक्षिण आफ्रिकावासीयांसाठी अत्यंत अभिमानाचा क्षण! स्वत: गौरवर्णीय असूनही वर्णभेदाच्या लढ्यास सक्रिय पाठिंबा देऊन लेखणीची धार तळपती ठेवणाऱ्या नॅडिनने नोबेल पारितोषिकाची काही रक्कम काळ्या लोकांच्या 'काँग्रेस ऑफ साऊथ आफ्रिकन रायटर्स' आणि 'आफ्रिकन नॅशनल काँग्रेस' या संस्थांना ग्रंथालये उभारण्यासाठी व अभ्यासवृत्ती देण्यासाठी देणगी म्हणून दिली.

**जणू तिचा जन्मच लेखिका होण्यासाठी झाला असावा, या भावनेतून ती जगली. वर्णद्वेष हा तिच्या साहित्यकृतींचा आशयगर्भ असला, तरी त्याचा बाज प्रचारकी कधीच नव्हता. शब्दांना त्याचा अर्थ मिळवून देणे हे लेखकाचे प्रथम कार्य असते, असे मानणारी नॅडिन म्हणते की, ''कला ही नेहमी अन्याय, अत्याचार होणाऱ्यांच्या बाजूची असते.'' तिच्या साहित्याचा कलात्मक दर्जा उच्च आहे. कारण तिच्या स्वत:च्या जीवनाला भिडलेल्या अनुभवांचे सामर्थ्य त्याच्याशी निगडित आहे.**

*धैर्यशालिनी*

# आँग सॅन स्यू की
## (Aung San Suu Kyi)

देश – ब्रह्मदेश (म्यानमार)
जन्म – १९ जून, १९४५
**नोबेल पुरस्कार – शांतता (१९९१)**

**''इतरांच्या गरजा जाणून घेणं, त्या पूर्ण करण्याचा प्रयत्न करणं म्हणजेच आपलं आयुष्य सर्वार्थानं, पूर्णपणानं जगणं. प्रत्येक माणसामध्ये अशा प्रकारच्या पूर्ण जीवन जगण्याच्या क्षमता असतात, असं बौद्ध तत्त्वज्ञान मानतं. याच तत्त्वज्ञानाच्या परिप्रेक्ष्यात वाढलेली आमची ब्रह्मदेशीय संस्कृती आम्हाला न्याय, समता, बंधुता या त्रिसूत्रीच्या मार्गानं लोकशाही राज्यव्यवस्था प्रस्थापित करण्याचं भान देते.''**

ब्रह्मकन्या 'आँग सॅन स्यू की'चे हे उद्‌गार. तिला मिळालेल्या शांततेचा नोबेल पुरस्कार तिच्यातर्फे स्वीकारताना, तिचा मुलगा अलेक्झांडर एरीस याने त्याचा उल्लेख केला. लोकशाहीचा आयुष्यभर पुरस्कार करणारी 'स्यू की' नोबेल पारितोषिक वितरणाच्या दिवशी ब्रह्मदेशातील तुरुंगात कैद असल्यामुळे पुरस्कार स्वीकारण्यास हजर राहू शकली नव्हती हा एक दैवदुर्विलास!

स्यू कीचा जन्म १९ जून, १९४५ रोजी ब्रह्मदेशात रंगून येथे झाला. तिचे वडील आँग सॅन हे लोकशाहीचे खंदे पुरस्कर्ते. ब्रह्मदेशात असलेल्या जुलमी ब्रिटिश राजवटीविरुद्ध त्यांनी फार मोठी स्वातंत्र्य चळवळ उभी केली. परंतु स्वातंत्र्य मिळून लोकशाहीचे राज्य प्रस्थापित होण्यापूर्वीच त्यांची १९ जुलै, १९४७ रोजी

हत्या झाली. स्यू की तेव्हा जेमतेम दोन वर्षांची होती.

प्राचीन परंपरा आणि संस्कृतीचा वारसा लाभलेला ब्रह्मदेश हा भारताचा शेजारी देश. सुमारे हजार, दीड हजार वर्षांचा तेथील इतिहास ज्ञात आहे. दहाव्या शतकापर्यंत (सुमारे १०४० पासून) तेथे बर्मन घराण्याची राजवट होती. या राजवटीत ब्रह्मदेशाची खूप भरभराट झाली. याच काळात तेथील लोकांनी बौद्ध धर्माची तत्त्वे स्वीकारली. देशात समृद्धी व भरभराट असेल, तर संस्कृतीच्या वर्धनालाही उठाव मिळतो. भव्य बौद्ध मंदिरे, पॅगोडा, स्तूप यांची बांधकामे तेथे याच काळात झाली. इरॅवॅडी नदीच्या परिसरातील या भूभागात त्या वेळी सुवर्णयुग नांदत होते. पुढे १२८७च्या सुमारास तेथे मोगल राजांची आक्रमणे सुरू झाली. तेथे धनसंपत्ती लुटण्याच्या उद्देशाने आलेल्या मोगलांमुळे त्या देशाला उतरती कळा लागली. सुमारे अठराव्या शतकापर्यंत तेथे मोगली सत्ता होती. सुमारे १८२५च्या सुमारास तेथे ब्रिटिश लोकांचा शिरकाव झाला. तेथील भूभागावर ताबा मिळवताना त्यांनी अक्षरश: युद्धे केली. अखेर १८८५च्या सुमारास तेथे ब्रिटिशांनी पूर्ण ताबा मिळवून सत्ता हस्तगत केली.

ब्रिटिशांच्या अमलाखाली तेथे थोड्याफार आर्थिक, सामाजिक सुधारणा झाल्या खऱ्या; परंतु अखेर ती परकीय सत्ता! जुलूम, जबरदस्ती, अन्याय यांच्या बळावर त्यांनी प्रस्थापित केलेल्या एकछत्री साम्राज्याचा परिणाम ब्रह्मदेशीय जनतेला भोगावा लागत होता. भारतीय स्वातंत्र्यलढ्यापासून प्रेरणा घेऊन तेथील लोकांनीसुद्धा ब्रिटिशांविरुद्ध सत्तासंघर्ष चालू ठेवला.

स्यू कीचे वडील जनरल 'आँग सॅन' हे तेथील स्वातंत्र्यलढ्याचे प्रमुख नेते. त्यांनी २९ कॉम्रेड्सना हाती घेऊन जपानशी हातमिळवणी करण्याचा प्रयत्न केला. कारण दुसऱ्या महायुद्धाच्या वेळी जपान ब्रिटिशांचा शत्रू होता. त्यांच्या या बंडाला अर्थातच ब्रिटिशांनी विरोध केला. या विरोधतही त्यांनी आपला लढा चालूच ठेवला. जनतेत जागरुकता निर्माण करून अहिंसक मार्गांनीच त्यांनी स्वातंत्र्य (जानेवारी, १९४८) मिळविले. परंतु तेथे लोकशाही पद्धतीची ब्रह्मदेशीय राजवट स्थापन होण्यापूर्वीच आँग सॅन ह्यांची दुर्दैवाने हत्या झाली. त्या वेळी स्यू की जेमतेम दोन वर्षांची होती. मात्र स्यू की आणि तिच्या दोन्ही भावांच्या

**आँग सॅन स्यू की आणि तिच्या वडिलांचे छायाचित्र असलेली ब्रह्मदेशातील नोट**

शिक्षणात, संगोपनात त्यांच्या आईने कधीच खंड पडू दिला नाही.

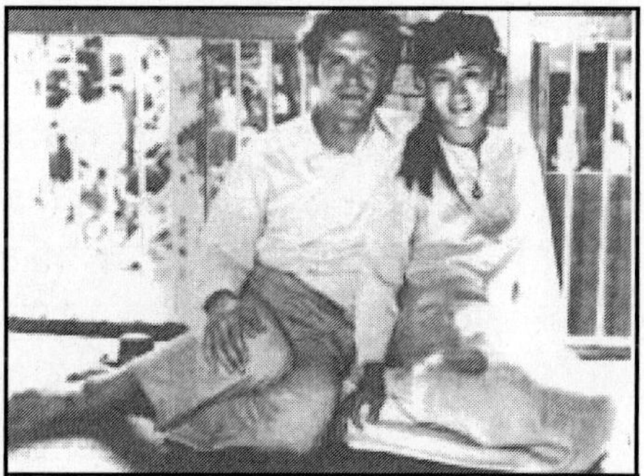

पती मायकेल ॲरिससमवेत
आँग सॅन स्यू की (१९७२)

१९६० साली तिच्या आईची भारतात ब्रह्मदेशाची राजदूत म्हणून नेमणूक झाली. त्यामुळे तिचे महाविद्यालयीन शिक्षण भारतात झाले. १९६०-६४च्या काळात दिल्ली येथील लेडी श्रीराम कॉलेजमध्ये शिकणाऱ्या स्यू कीला पुढे सुप्रसिद्ध ऑक्सफर्ड विद्यापीठात प्रवेश मिळाला. अर्थशास्त्र, राज्यशास्त्र आणि तत्त्वज्ञान हे विषय घेऊन ती सेंट ह्यूजेस कॉलेजमधून पदवीधर झाली. तेथेच तिची तिच्या भावी पतीशी (मायकल ॲरीस) भेट झाली. १९६९-७१ या काळात तिने न्यू यॉर्कमध्ये यू.एन.चे काम बघितले. पुढे १९७२ साली तिचे लग्न झाल्यावर ते दांपत्य इंग्लंडमध्ये स्थायिक झाले. त्यांचा मुलगा अलेक्झांडरच्या जन्मानंतर तिच्या पतीला ऑक्सफर्ड येथे 'तिबेटियन आणि हिमालयीन' अभ्यासविषयात (१९७४) संशोधनात्मक नोकरी मिळाली. याच नोकरीच्या दरम्यान त्यांचे वास्तव्य काही काळ भारतातील सिमला येथेही होते. पतीला त्याच्या नोकरीत मदत करण्याबरोबरच ती अर्थप्राप्तीसाठी लेखनाचे काम करत असे. वडिलांचे आत्मचरित्र, आधुनिक बर्मा, ब्रह्मी लोकांची ब्रिटिश वसाहतवादावरील प्रतिक्रिया हे तिच्या अभ्यासपूर्ण लेखनाचे विषय होते. भूतान विदेश मंत्रालयातही तिने संशोधक म्हणून काम केले.

लोकशाहीवादाचा पुरस्कार करणाऱ्या वडिलांचा वारसा जपणाऱ्या स्यू कीची मानसिक आणि वैचारिक जडणघडण भारत व इंग्लंड यांसारख्या लोकशाहीप्रधान देशांमध्ये झाल्यामुळे ती कट्टर लोकशाहीवादी बनली.

मॉन, खमेर, तिबेटी, बर्मीज, थाई व चिनी वंशाचे लोक असणारा आणि जवळपास शंभर भाषा अस्तित्वात असणारा ब्रह्मदेश स्वातंत्र्य मिळाल्यापासून सतत राजकीय दडपणाखाली वावरत होता. जेव्हा जेव्हा ती तिच्या देशात येई, तेव्हा तेव्हा तेथील कमालीचे दारिद्र्य, अस्थिरता, अराजकता पाहून तिचे मन विषण्ण होई. तेथील राजकीय दडपशाहीविरुद्ध तेथे हळूहळू वातावरण तयार होत होते. आँग सॅनची मुलगी स्यू कीच्या रूपाने त्यांना पुन्हा एकवार चांगला नेता हवा होता. एकीकडे परदेशात स्थायिक झालेले तिचे कुटुंबीय आणि दुसरीकडे मायभूमीने

तिला दिलेली हाक, अशा द्विधा मन:स्थितीत असलेल्या स्यूने काही काळाने निर्णय घेतला की आता याच देशात राहून येथील परिस्थिती सुधारायची.

तिने तेथे काम करण्याचा निर्णय घेताच तिला समाजातील सर्वच थरांमधून पाठिंबा मिळाला. मार्च, १९८८मध्ये एक विद्यार्थी मोर्चा निघाला. या मोर्चावर गोळीबार करण्यात आला. त्यात जवळजवळ हजार मुले मारली गेली. आता लोकांच्या संतापात आणखी भर पडली. स्यू कीच्या नेतृत्वाखाली राजकीय विरोधाची धार वाढू लागली. अहिंसक मार्गाने लोकशाही स्थापन करण्याच्या स्यू कीच्या धोरणांचा सर्वत्र गौरव होऊ लागला. गौतम बुद्ध, महात्मा गांधी यांच्या तत्त्वज्ञानाचा तिच्यावर प्रभाव होता. चिकाटीने आणि शांततेने लढत राहणे, अन्यायाविरुद्ध अहिंसक पद्धतीने संघर्ष करणे, लोकशाहीचे महत्त्व, हक्क यांविषयी ब्रह्मदेशीयांमध्ये जागरूकता निर्माण करणे या तिच्या दिशादर्शक चळवळींमुळे संपूर्ण देशभर चैतन्याचे वातावरण निर्माण झाले.

तेथील लष्करी सत्ताधीश मात्र मनापासून हादरले होते. तिची लोकप्रियता हळूहळू वाढून आता शिगेला पोचली होती. लष्कराने तिला तिच्या घरीच स्थानबद्ध केले (१९९०). या सुमारास निवडणुका झाल्या आणि तिच्या 'नॅशनल लीग फॉर डेमॉक्रसी' या पक्षाला ऐंशी टक्क्यांहून जास्त जागा मिळाल्या. लष्करी सत्ताधीश मात्र तिला व तिच्या पक्षाला सत्ता द्यायला तयार झाले नाहीत. त्यांनी तिला तुरुंगात स्थानबद्ध केले. १९९१ साली तिला जेव्हा शांततेचा नोबेल पुरस्कार मिळाला, तेव्हा ती तुरुंगात कैद होती.

**मुले अलेक्झांडर आणि किम समवेत आँग सॅन स्यू की**

तिच्या सुटकेसाठी अक्षरश: जगभरातील मान्यवर नेत्यांनी प्रयत्न केले. तिच्याशी संपर्क करणे, तिची मुलाखत घेणे, तिच्याविषयी काही लिखाण करणे या सर्वांवर त्या देशाने बंदी घातली होती. तिचे कुटुंबीय परदेशात स्थायिक होते. त्यांनाही तिच्याशी संपर्क करण्यास मनाईच होती. तिचे पती मायकेल ॲरिस प्रोस्टेट कॅन्सरने आजारी होते. त्यांची व तिची भेटही नाकारण्यात आली. अखेर २७ मार्च, १९९९ रोजी त्यांचे निधन झाले. तिची व त्यांची १९९५ मधील भेट अखेरची ठरली. तिला परदेशात जाण्याची परवानगी होती; परंतु तिला हे पक्के ठाऊक होते

की, एकदा तिने देश सोडला, तर पुन्हा प्रवेश मिळणे दुरापास्त होणार आहे.

**आँग सॅन स्यू की**
**रॅलीमध्ये मार्गदर्शन करताना**

म्यानमार देशात लोकशाही स्थापन करण्यासाठी तिने घेतलेल्या या व्रताला तेथील सामान्य जनतेने पूर्ण पाठिंबा दिला. तिच्या शांततापूर्ण कार्याला, असहकाराला नैतिक बळ मिळावे म्हणून तिला नोबेल पुरस्कार दिला गेला. त्या पुरस्कारातील १.३ दशलक्ष डॉलर्सची रक्कम तिने ब्रह्मदेशीय जनतेच्या आरोग्य आणि शिक्षणासाठी काम करणाऱ्या संस्थेस दिली.

तिच्या सुटकेसाठी जगभरातून प्रयत्न झाले. त्यावेळचे अमेरिकेचे राष्ट्रपती बिल क्लिंटन यांनी तिला 'प्रेसिडेन्शियल मेडल ऑफ फ्रीडम' हा पुरस्कार दिला. तिची कैदेतून सुटका व्हावी म्हणून त्यांनी ब्रह्मदेशीय सरकारला अनेक विनंतीपत्रे लिहिली. त्यांनी ब्रह्मदेशाच्या सरकारवर अनेक निर्बंध घातले. त्यांच्या अमेरिकेतील उद्योगधंद्यांवर बंदी आणली गेली. त्याचप्रमाणे त्या देशाशी असलेले आर्थिक संबंधही गोठवले गेले.

अखेर मे, २००२मध्ये तिला स्थानबद्धतेतून मुक्त करण्यात आले.

**आपल्या देशातील लष्करशाहीविरुद्ध कडवी झुंज देणाऱ्या स्यू कीला आशियातील 'पोलादी महिला' अशा उपाधीने संबोधले जाते ते उगाच नव्हे! गौतम बुद्धांच्या अहिंसावादाचे तत्त्वज्ञान शेकडो वर्षांच्या काळाच्या कसोटीवर खरे उतरलेले आहे. आज आधुनिक जगात, एकविसाव्या शतकाच्या सुरुवातीस स्यू कीच्या रूपात त्याच तत्त्वाचे चिरंजीवित्व पुन्हा एकवार सिद्ध झालेले आहे.**

*तडफदार आणि धाडसी*

# रिगोबर्टा मेंच तुम

## (Rigoberta Menchu Tum)

देश – ग्वाटेमाला
जन्म – ९ जानेवारी, १९५९
**नोबेल पुरस्कार – शांतता (१९९२)**

**''शांततेच्या या नोबेल पुरस्कारामुळे ग्वाटेमालासारख्या देशाकडे सर्व जगाचे लक्ष वेधले गेले आहे. मानवी हक्कांची पायमल्ली करणे, मानवाधिकार नाकारणे यांसारख्या गोष्टींची दखल आता आंतरराष्ट्रीय पातळीवर घेतली जाते ही समाधानाची बाब आहे. समता, बंधुता आणि सामाजिक न्याय यांच्यासाठी लढताना मृत्युमुखी पडलेल्या माझ्या देशबांधवांचाही गौरव या पुरस्काराने झाला आहे, असे मला वाटते.''**

नोबेल पुरस्कार स्वीकारताना ग्वाटेमालाच्या रिगोबर्टाने केलेल्या प्रदीर्घ भाषणात हे उद्‌गार काढले. तिला पुरस्कार मिळाला तेव्हा तिचे वय होते अवघे ३३. हा पुरस्कार स्वीकारणारी ती नोबेल विजेत्या महिलांमधील सर्वांत तरुण स्त्री! संस्कृती-संस्कृतीत समेट घडवून आणणारी स्त्री म्हणून तिला तेव्हा गौरविण्यात आले.

आपल्या स्वत:च्याच देशात स्वदेशी लोकांच्या न्याय्य हक्कांसाठी लढणाऱ्या रिगोबर्टाला ग्वाटेमालाच्या शेजारी असलेल्या 'मेक्सिको' या देशात कित्येक दिवस आश्रित म्हणून राहावे लागले. तिला नोबेल पुरस्कार मिळाला, तेव्हाही तिच्या देशातील शासनकर्त्यांना त्याचे फारसे महत्त्व वाटत नव्हते. परंतु ग्वाटेमालाची सर्वसामान्य जनता मात्र तिच्या या गौरवाने खूप आनंदित झाली. रिगोबर्टाचा जन्म

९ जानेवारी, १९५९ साली ग्वाटेमालामधील 'शिमेल' (Chimel) या लहानशा गावात झाला. मेंच तुम कुटुंबीय गरीब शेतकरी होते. आपल्या वाडवडिलांपासून पूर्वापार चालत आलेला शेतीचा व्यवसाय करणारे रिगोबर्टाचे वडील अत्यंत कष्टाळू होते. अगदी छोट्याशा जमिनीत कॉफीचे उत्पन्न काढून ते कशीबशी गुजराण करीत. परंतु त्याही परिस्थितीत त्यांनी आपल्या दोन्ही अपत्यांना (रिगोबर्टा आणि तिचा भाऊ यांना) शालेय शिक्षण दिले. शिक्षण चालू असतानाच ते दोघेही आपल्या आईवडिलांना शेतीच्या कामात मदत करीत असत.

'ग्वाटेमाला' हा दक्षिण मध्य अमेरिकेतील आकाराने सर्वांत मोठा आणि सर्वांत जास्त लोकसंख्या असलेला देश. विसाव्या शतकाच्या सुरुवातीपासून या देशात अनेक 'हुकूमशहा' राज्यकर्त्यांनी सत्ता चालविली. अवैध मार्गांनी संपत्ती गोळा करणे, लोकांवर अन्याय, अत्याचार करणे, बळाचा वापर करणे, जुलूम, जबरदस्ती करणे अशा एकाधिकार पद्धतीने तेथील शासनकर्ते राज्य करीत. उत्तर अमेरिकेजवळ असूनही आधुनिक वैज्ञानिक प्रगतीपासून हा देश दूरच राहिला. त्याचे कारण तेथील शासनकर्त्यांनी केलेली सामान्य लोकांची मुस्कटदाबी. शिक्षणापासून अनेक दशके वंचित राहिलेला तेथील समाज दारिद्र्य, अवनती अन् पुन्हा निरक्षरता या वर्तुळात फिरत राहिला.

खरे तर या देशाला अत्यंत प्राचीन संस्कृतीचा इतिहास आहे. त्याची तुलना ग्रीक, रोमन संस्कृतीशी करता येईल. इ.स. पूर्व दहा हजार वर्षांपासून तेथे मानवी वसाहती असल्याचा पुरावा आढळतो. फार पूर्वीपासून तेथे 'माया' संस्कृती अस्तित्वात होती. घनदाट जंगले, डोंगर, सुपीक जमीन, नद्या अशी भरपूर नैसर्गिक साधनसंपत्ती उपलब्ध असलेला हा देश एकेकाळी उन्नत अवस्थेत होता. 'ग्वाटेमाला' हे नाव 'Kichemayan' (Places of many trees किंवा forest) या शब्दापासून तयार झाले. अनेक प्रकारची धान्ये, कॉफी, ऊस, केळी, नारळ अशा पिकांची तेथे शेती केली जाते. इ.स. पूर्व ३५०० वर्षांपूर्वी तेथे मक्याची लागवड केली जात असल्याचे पुरावे आढळतात. तेथे आज अस्तित्वात असलेल्या अनेक इमारतींच्या, वास्तूंच्या, मंदिरांच्या रचनांवरून त्या काळच्या शिल्पकलेची, वास्तुरचनेची अन् प्रगत नागरी संस्कृतीची कल्पना येते. माया वंशाचे लोक खगोलशास्त्र, गणित, अभियांत्रिकी, वास्तुरचना त्याचप्रमाणे वैद्यक अशा विविध क्षेत्रांत प्रगत होते. मोठमोठ्या इमारती, एकमेकांना जोडलेले अनेकपदरी रस्ते, पाणीपुरवठा आणि सांडपाण्याच्या निचऱ्याची उत्तम व्यवस्था, पिरॅमिड्स, मंदिरे, भव्य सभागृहे, कार्यालये, बाजारहाट, बागा असलेली अत्याधुनिक रचना असणारी राज्ये त्या वेळी तेथे होती. त्या बांधकामातील नमुने आजही शाबूत आहेत. मात्र एके काळी अत्यंत समृद्ध असलेला हा मेसोअमेरिकन देश सुमारे आठव्या, नवव्या शतकापासून

अवनत होऊ लागला. वाढती लोकसंख्या, नैसर्गिक आपत्ती, शासनकर्त्यांचे दुर्लक्ष अशा अनेक बाबी त्याच्या ऱ्हासाला कारणीभूत ठरल्या.

कोलंबसाने अमेरिकेचा शोध लावल्यानंतर (पंधरावे शतक) युरोपियन लोकांना या देशाची माहिती समजली. तेथे असलेली अमाप जंगल संपत्ती, नैसर्गिक साधनांची विपुलता यामुळे स्पेनसारख्या देशातील लोक या देशाकडे आकर्षिले गेले. सतराव्या शतकाच्या सुमारास तेथे काही स्पॅनिश अधिकारी येऊ लागले. त्याआधी तेथे नुकतीच 'देवी' या महाभयंकर रोगाची साथ येऊन गेली होती. लाखो लोक या साथीत मरण पावले होते. त्या वेळी तेथे स्थैर्य, सुबत्ता आणण्याच्या मिषाने स्पॅनिश लोकांनी शिरकाव केला. (इ. स. १५१८) हळूहळू छोटी राज्ये हस्तगत करून त्यांनी शतकभरात संपूर्ण 'ग्वाटेमालाचा' ताबा घेतला. पुढे स्वातंत्र्य मिळविण्यासाठी तेथील जनतेला शंभर-सव्वाशे वर्षे निकराचा लढा द्यावा लागला. अखेर १५ सप्टेंबर, १८२१ रोजी ग्वाटेमालामध्ये स्वतंत्र स्वदेशी शासन अस्तित्वात आले.

स्वातंत्र्यानंतर काही दशके तेथे शांतता नांदत असली, तरी तेथील राज्यकर्त्यांना पूर्वीचे वैभव आणता येणे कधीच शक्य झाले नाही. तेथे हुकूमशाही पद्धत अस्तित्वात असल्यामुळे सर्व थरातील लोकांची एकसामायिक प्रगती होऊ शकली नाही. स्वदेशी मायन लोक, स्पॅनिश, इंग्रज, अमेरिकन वंशाचे लोक तिथे राहतात. विविध संस्कृतीच्या लोकांमध्ये तेढ निर्माण करून तेथील शासनकर्ते सत्ता ताब्यात ठेवण्याचा प्रयत्न करीत. आधीच्या सत्ताधीशांची बंदुकीच्या बळावर हकालपट्टी करून नवे सत्ताधीश सत्ता हस्तगत करीत. निवडणुकांचा फार्स नावाला होत असे, पण राज्यकर्त्यांमधील बदल नेहमी सैन्याच्या बळावरच होत असे. चाळिशीच्या दशकात राष्ट्राध्यक्ष असलेल्या 'जॉर्ज कॅस्टेनेडा'ची हकालपट्टी (४ जुलै, १९४४) करून जनरल जुऑन फ्रेडरिको यांनी सत्ता ताब्यात घेतली. थोड्याच वर्षांत 'जॉर्ज गॅरिडो' या दुसऱ्या अधिकाऱ्याने सत्ता बळकावली. त्याने त्याच्या काळात कशाबशा निवडणुका जाहीर केल्या अन् त्या निवडणुकीत 'जुऑन जो ऑर्वेलो' या लेखक, शिक्षकाला बहुमताने (८५ टक्के) राष्ट्राध्यक्ष म्हणून संमती मिळाली. ग्वाटेमालामध्ये सत्ता असणाऱ्या अनेक शासनकर्त्यांपैकी 'जुऑन ऑर्वेलो' हा एकमेव शासनकर्ता ज्याने ग्वाटेमालाला समाजवादी चेहरा देण्याची धडपड केली. (१५ मार्च, १९४५-१५ मार्च, १९५१). पण पुन्हा पुढील दशकांमधील राष्ट्राध्यक्षांनी पूर्वीचेच धोरण राबवायला सुरुवात केली. त्यातच ४ फेब्रुवारी, १९७६ रोजी तेथे प्रचंड भूकंप झाला. हजारो माणसे मारली गेली. राष्ट्रीय संपत्तीचे अतोनात नुकसान झाले. लोकांच्या हालात अजून भर पडली. अनेक वेळा अमेरिकेने तेथे हस्तक्षेप करण्याचा प्रयत्न केला, पण हलाखीच्या परिस्थितीत काहीच सुधारणा झाली नाही.

ग्वाटेमालातील लोकांचा अंतर्गत विरोध वाढू लागला. शेतकरी, कामगार, शिक्षक, विद्यार्थी, सरकारी कर्मचारी सर्वच थरांतील लोक शासनकर्त्यांच्या विरोधात जाऊ लागले. अनेक संघटना स्थापन होऊ लागल्या. लोक मोर्चे काढू लागले. क्रांतीचा वणवा सर्वत्र पेटू लागला. शासनकर्तेही या चळवळींना सैन्याच्या मदतीने नेस्तनाबूत करू लागले. लोकांचा आवाज दडपण्यासाठी धरपकड, गोळीबार, मोर्चेबंदी असे उपाय योजण्यात येऊ लागले.

रिगोबर्टाच्या वडिलांनी शेतकरी संघटना स्थापन केली. शेतकऱ्यांच्या न्याय्य हक्कासाठी लढणाऱ्या रिगोबर्टाच्या वडिलांना सैन्याने पकडून नेले आणि एक दिवस त्यांची हत्या केली. तिच्या भावाचीही अमानुष हत्या करण्यात आली. तिच्या आईवर बलात्कार करण्यात आला आणि नंतर काही दिवसांनी तिचीही हत्या करण्यात आली. ऐन तारुण्यात असताना रिगोबर्टाला एकापेक्षा एक जवळच्या नात्यातील लोकांच्या निधनाचे दु:ख भोगावे लागले. स्वदेशी मायन लोकांच्या हक्कांसाठी तिने आता चळवळीत सक्रिय भाग घेण्याचे ठरविले. कॉफीच्या मळ्यावर काम करीत असताना तिने महिला शेतकरी संघटना स्थापन केली होती. आता ती 'कमिटी ऑफ पिसंट युनियन' या शेतकऱ्यांच्या संस्थेशी संलग्न झाली. संघटनेचे काम करता यावे म्हणून ती स्पॅनिश, इंग्रजी भाषा शिकली. १९८०च्या सुमारास तिने शेतकऱ्यांचा एक मोठा संप घडवून आणला. १ मे, १९८१ रोजी तिच्या पुढाकाराने काढलेला राजधानीतील शेतकऱ्यांचा मोर्चा हा ग्वाटेमालातील आजवरचा सर्वांत मोठा शांतता मोर्चा ठरला. तिची वाढती लोकप्रियता पाहून ग्वाटेमालातील शासनकर्ते हादरले होते. तिच्या धरपकडीसाठी अनेक योजना आखण्यात आल्या. तिला जीवे मारण्याच्या धमक्या मिळू लागल्या. शेवटी तिच्या संघटनेतील लोकांच्या आग्रहास्तव तिला 'मेक्सिको'मध्ये लपून राहावे लागले. तेथून ती अनेक वेळा आपल्या देशात येई आणि तेथील चळवळींना गुप्तपणे पाठिंबा देई.

पुढे १९८२च्या सुमारास तेथे 'The United representation of the Guatemalan opposition' (RUOG) या सर्वांत मोठ्या विरोधी पक्षाची स्थापना झाली. लोकशाहीवादी शासन अस्तित्वात आणणे, सामाजिक न्यायाची स्थापना करणे आणि सर्व थरांतील लोकांना शिक्षण व कामाच्या संधी प्राप्त करून देणे या सूत्रांवर ही संघटना बांधली गेली होती. रिगोबर्टाने या संघटनेच्या स्थापनेपासूनच पुढाकार घेऊन त्या दृष्टीने कामाला सुरुवात केली.

सामान्यातल्या सामान्य लोकांपर्यंत जाऊन ती या साऱ्या गोष्टी त्यांना पटवून देत असे. शासनकर्त्यांचा प्रखर विरोध असताना हे काम करणे किती अवघड असते!

तिच्या स्वत:च्या देशातच तिला त्याच देशाच्या मूळ रहिवासी असलेल्या

रिगोबर्टाचे आत्मचरित्र

मायन लोकांच्या हक्कांसाठी लढा द्यावा लागला. १९८३ साली तिने तिच्या झगड्याची कथा 'I, Regoberta Menchu Tum' या पुस्तकरूपात प्रकाशित केली. या पुस्तकामुळे तिचे नाव मेक्सिको, एल सॅल्वाडोर, उत्तर अमेरिकन देश त्याचप्रमाणे युरोपातही प्रसिद्ध झाले. ग्वाटेमालातील अत्याचारी शासन-कर्त्यांकडे मग साऱ्या जगाचे लक्ष वेधले गेले. मायन संस्कृतीच्या लोकांच्या लढ्यावर पुढे 'When the mountains tremble' हा चित्रपट निघाला. त्यात रिगोबर्टाने निवेदनाचे काम केले आहे.

स्वदेशी लोकांसाठी लढणाऱ्या 'गुरिला' संघटनेशी ती संलग्न होती. बंदुकीच्या बळावर सत्तेचा गैरवापर करणाऱ्या शासनाच्या विरोधात ही संघटना जवळजवळ ३६ वर्षे कडवी झुंज देत होती. ग्वाटेमालातील गरिबातल्या गरीब जनतेचा उत्कर्ष व्हावा; शिक्षण, विकासाच्या संधी सर्वांना प्राप्त व्हाव्यात आणि सामाजिक अन्यायाचे निवारण व्हावे या हेतूने ही संघटना कार्य करीत होती. (पुढे १९९६च्या सुमारास त्यांनी शस्त्रत्याग केला आणि शासनाबरोबर शांतता तह केला.)

रिगोबर्टाला १९९२ साली शांततेचा नोबेल पुरस्कार मिळाला. त्यानंतर तिच्या देशातील कडव्या सत्ताधारी लोकांच्या धोरणात बदल होऊ लागले. आपल्या देशवासीयांसाठी काहीतरी भरीव कार्य करण्याच्या उद्देशाने रिगोबर्टाने 'रिगोबर्टा मेंच तुम फाउंडेशन'ची स्थापना केली. तिच्या फाउंडेशनला जर्मनी, ऑस्ट्रेलिया, अमेरिका, फ्रान्स, इंग्लंड, इटली, कॅनडा, नॉर्वे, स्पेन, बेल्जियम, स्वीडन अशा अनेक देशांनी तांत्रिक तसेच आर्थिक पाठिंबा दिला आहे.

**नोबेल पुरस्कारामुळे मला सामाजिक, आर्थिक, सांस्कृतिक आणि राजकीय समतेसाठी लढण्याचे बळ मिळाले, असे म्हणणारी रिगोबर्टा आता ग्वाटेमालाच्या निवडणुकीत राष्ट्राध्यक्षपदाची उमेदवार म्हणून उभी राहणार आहे. सप्टेंबर, २००७मध्ये होणाऱ्या या निवडणुकीत ती जर विजयी झाली, तर ग्वाटेमाला देशाची ती पहिली महिला राष्ट्राध्यक्ष ठरेल!**

*कसदार लेखिका*

# टॉनी मॉरिसन
# (Tony Morrison)

देश – अमेरिका
जन्म – १८ फेब्रुवारी, १९३१
**नोबेल पुरस्कार – साहित्य (१९९३)**

**"टॉनी मॉरिसनचे साहित्य असंतुष्टपणाच्या, असमाधानाच्या किंवा निराशेच्या भावनेतून आले नसून संतोषाच्या अन् सकारात्मक दृष्टिकोनाच्या विचारधारेतूनच आलेले आहे. मानवी जीवनातील मूलभूत तत्त्वांची मांडणी करताना ते वास्तवदर्शी होत जाते. परंतु त्या लिखाणाला नर्मविनोदाचा स्पर्श असल्यामुळे ते क्लिष्ट होत नाही. तिच्या भाषेचा पोत इतका उत्तम आहे की, काही वेळा तिच्या गद्य लिखाणालासुद्धा काव्यमयता अन् संगीतात्मक लय लाभलेली दिसते."**

साहित्याचा नोबेल पुरस्कार देताना स्वीडिश ॲकॅडमीचे सदस्य 'टॉनी'च्या साहित्याचे विश्लेषण करताना म्हणाले. साहित्यातील नोबेल पुरस्कार मिळविणारी ती पहिली कृष्णवर्णीय स्त्री! १९९३ साली हा पुरस्कार तिला मिळाला, तेव्हा तो साऱ्या जगभरातील कृष्णवर्णीय स्त्रियांच्या दृष्टीने अत्यंत अभिमानाचा क्षण होता.

"डियर सिस्टर टॉनी, तुला पुरस्कार मिळाला, तेव्हा आम्हालाच पुरस्कार मिळाल्यासारखे वाटले. हा सर्वोच्च सन्मान अगदी योग्य व्यक्तीकडे गेला आहे, असे आम्हा सर्वांच्या वतीने मी नमूद करू इच्छिते." तिच्या आन्सरिंग मशिनवर एका स्त्रीने केलेले हे निवेदन तिने तसेच जपून ठेवले आहे. त्या स्त्रीच्या कौतुकाच्या

प्रोत्साहनात्मक शब्दांना आनंददायी सुखद थरार असल्याचे जाणवते, असे ती म्हणते. अशी भावमय दाद तिला कृतकृतार्थ ठेवते.

१८ फेब्रुवारी, १९३१ रोजी जन्म झालेली टॉनी ही वोफॉर्ड दांपत्याच्या चार अपत्यांपैकी दुसरी मुलगी. खरे तर तिचे नाव श्लॉ होते. त्याचा उच्चार करणे अवघड असल्यामुळे तिने स्वत:चे नामकरण पुढे 'टॉनी' असे केले. ते दक्षिणेकडे असताना वंशद्वेष आणि वर्णद्वेषाचा विखारी सामना त्यांना करावा लागला होता. त्या वातावरणाला कंटाळून त्यांनी ओहायोत यायचे ठरविले. तिचा जन्म झाला, तेव्हा तिचे आईवडील ओहायोला होते. अर्थात ३०-४०च्या दशकांत अमेरिकेत वर्णद्वेष अस्तित्वात होता. परंतु टॉनीचे वडील जॉर्ज वोफॉर्ड हे अत्यंत कार्यकुशल म्हणून प्रसिद्ध होते. जहाजबांधणीचे काम ते अत्यंत कुशलतेने करीत. त्यांच्या कामातील सफाईमुळे ते सर्व लोकांमध्ये प्रतिष्ठित गृहस्थ म्हणून ओळखले जात. टॉनीची आईसुद्धा धार्मिक, सुसंस्कृत आणि कष्टाळू स्त्री होती. आपल्या चार अपत्यांसह ते ओहायो राज्यातील लॉरेन या शहरात राहत असत.

खरे तर लॉरेन हे शहर स्थलांतरित लोकांचे शहर म्हणून प्रसिद्ध होते. युरोपियन, मेक्सिकन त्याचप्रमाणे इतरही काही देशांतील लोक या गावात एकत्र वस्ती करून राहत. अनेक गोऱ्या लोकांचीही तेथे वस्ती होती. मात्र टॉनीच्या वडिलांना लहानपणापासून वर्णविद्वेषाचे चटके बसले होते; म्हणून गोऱ्या लोकांविषयी त्यांच्या मनात कायमची अढी होती. हे गोरे लोक आपल्याशी कधीच चांगले वागणार नाहीत, आपली कायम छळवणूक आणि पिळवणूकच करणार, असे त्यांना कायम वाटत असे. मात्र टॉनीची आई कृष्णवर्णीयांच्या परिस्थितीबाबत आशावादी धोरण ठेवून असे. एक ना एक दिवस कृष्णवर्णीयांचे आयुष्य पालटेल अन् समता नांदेल असा तिला विश्वास वाटत असे. दक्षिणी काळ्या लोकसाहित्याची माहिती ती मुलांना गोष्टी व गाण्यांच्या द्वारे देत असे. प्राचीन लोककथा, दंतकथांचे संस्कार टॉनीवर तिच्या लहानपणापासून रुजले ते असे. वर्णभेदाच्या समस्येला सतत तोंड देत आयुष्यभर अवमान सहन कराव्या लागणाऱ्या टॉनीच्या वडिलांची मानसिकताच अशी बनली की, ते गोऱ्या लोकांचा तिरस्कार करू लागले होते. या गोष्टीचाही टॉनीच्या बालमनावर सखोल परिणाम झाला.

वाचन, लिखाण, कथाकथन, संगीत, नृत्य या कलांची आवड जोपासणारे वोफॉर्ड कुटुंबीय. टॉनीला ते भरपूर पुस्तके आणून देत. टॉलस्टॉय, डोस्टोव्हस्की, जेन ऑस्टिन, फ्लॉबेर हे तिचे आवडते साहित्यिक. इंग्रजी साहित्याप्रमाणेच रशियन, फ्रेंच, जर्मन अशा इतर भाषिक साहित्याचीही ती आस्वादक होती. जेव्हा लॉरेन हायस्कूलमधून तिने आपले शालेय शिक्षण पूर्ण केले, तेव्हा अर्थातच 'साहित्य' या विषयात पुढील उच्च शिक्षण घेण्याचा तिने निर्णय घेतला. अत्यंत

प्रतिष्ठित आणि सुप्रसिद्ध हार्वर्ड युनिव्हर्सिटीत तिला प्रवेशही मिळाला. इंग्लिश विषय घेऊन ती बी.ए. झाली (१९५३) आणि त्यानंतर कॉर्नेल विद्यापीठातून तिने एम.ए. ची पदवी मिळविली. विल्यम फॉकनर आणि व्हर्जिनिया वुल्फ हे तिचे अत्यंत आवडते साहित्यिक. त्यांच्या साहित्यकृतींवर आधारित असलेला प्रबंध तिने पदव्युत्तर परीक्षेत सादर केला. सुरुवातीचा काही काळ टेक्सास येथील (ह्यूस्टन) विद्यापीठात तिने अध्यापकाची नोकरी केली आणि त्यानंतर ती १९५७ साली हार्वर्ड विद्यापीठात रुजू झाली.

जमैका येथे वास्तुविशारद असलेल्या हेरॉल्ड मॉरिसनशी तिचा परिचय झाला आणि १९५८ साली त्यांचा विवाह झाला. पाठोपाठ तीनच वर्षांत तिला मुलगा झाला. या सुमारास तिचे अध्यापनाचे कामही चालूच होते.

संसार, अध्यापन, लिखाण हे सर्व सुरळीत चालू आहे; असे वाटत असतानाच तिच्या वैवाहिक आयुष्यात असमाधानाचे वारे वाहू लागले. तिची आणि तिच्या नवऱ्याची कामाची क्षेत्रे परस्पर भिन्न होती. या ना त्या कारणाने त्यांच्यातल्या कुरबुरी वाढत गेल्या अन् एक दिवस त्यांनी विलग होण्याचा निर्णय घेतला. त्या वेळी ती गर्भवती होती. आपल्या मुलाला घेऊन ती युरोप प्रवासाला निघून गेली आणि दुसऱ्या अपत्याचा जन्म झाल्यानंतर काही काळ लॉरेनमध्ये आपल्या आईवडिलांसमवेत राहिली. या वेळी तिच्याकडे ना नोकरी होती, ना तिचा संसार धड राहिला होता. अत्यंत निराश आणि विमनस्क अवस्थेत असलेल्या टॉनीला आपल्याजवळ फक्त कल्पनाशक्तीचा एक धागा अस्तित्वात असल्याचे माहिती होते. त्या बळावर ती अर्थार्जन करू शकणार होती आणि मुलांचे संगोपनही. पुढे १९६४ साली 'रॅण्डम हाउस' या पुस्तक प्रकाशन संस्थेच्या न्यू यॉर्कमधील सिरॅक्यूझ या शाखेत तिला सहयोगी संपादक म्हणून नोकरी मिळाली. १९६७मध्ये ती तेथेच ज्येष्ठ संपादकही बनली.

संसारातील एकटेपणाच्या या काळात तिच्यातील लिखाणाच्या ऊर्मी जागृत झाल्या. भरपूर वाचन आणि भाषेचा उत्तम अभ्यास ही तिची पूर्वायुष्यातील कमाई. आता त्याच्या आधारे लिखाणाची कला विकसित करण्याचे तिने ठरविले. ती संपादक पदी काम करीत असताना अनेक आफ्रिकन, अमेरिकन लेखकांची पुस्तके, लिखाण संपादित करीत असे. त्यातल्यात्यात कृष्णवर्णीय साहित्यिकांच्या लिखाणात तिला विशेष रुची असे. हे करीत असतानाच तिने स्वत: पूर्वी लिहून ठेवलेल्या एका कथेला कादंबरीचे रूप द्यायचे ठरविले. 'पिकालो ब्रीडलव्ह' ही कृष्णवर्णीय तरुणी या कादंबरीची नायिका. गोऱ्या मुलींसारखे निळे डोळे आपल्याला लाभावेत हे तिचे स्वप्न. केवळ गोरी त्वचा आणि निळे डोळे हे शारीरिक सौंदर्याचे निकष अस्तित्वात असताना या कृष्णवर्णीय निरागस तरुणीला समाजात अवहेलनाच

**टॉनी मॉरिसनची 'द ब्लूएस्ट आय' ही कादंबरी**

स्वीकारावी लागते. तिची हुशारी, कष्टाळूपणा, निष्पापपणा यांना बाहेरील जगात कवडीमोल किंमत असते. तिच्या विनाशाची आणि एकूणच कृष्णवर्णीय समाजाची ससेहोलपट अत्यंत समर्थपणे चित्रित करणारी ही कादंबरी 'द ब्लूएस्ट आय' तिने १९७० साली लिहिली. सुरुवातीला अनेक प्रकाशकांनी तिचे हस्तलिखित नाकारले. अखेर 'होल्ट, राइनहार्ट अँड विन्स्टन' यांनी ती प्रकाशित करण्यास होकार दिला. या तिच्या पहिल्याच कादंबरीला फारसे व्यावसायिक यश मिळाले नसले, तरी समीक्षकांनी मात्र तिचा खूप गौरव केला. 'ही कादंबरी केवळ इतिहास सांगणारी नाही, तर लोकसाहित्याच्या आधारावर बेतलेली काव्यमय संगीतिका आहे.' असे न्यू यॉर्क टाईम्ससारख्या सुप्रसिद्ध दैनिकात तिच्या कादंबरीविषयी लिहून आले.

रॅण्डम हाउससाठी संपादनाचे काम करीत असतानाच ती न्यू यॉर्क विद्यापीठात अध्यापनाचे कामही करू लागली. आता तिने दुसरी कादंबरी लिहिण्याचा प्रकल्प हाती घेतला. अगदी कर्मठ, सनातनी, पारंपरिक मूल्ये जोपासणारी 'नेल' आणि मुक्त विचारांची, आकर्षक, मोहक शरीर सौंदर्याला जपणारी 'सुला' अशा दोन अगदी परस्पर टोकाच्या स्त्रियांच्या मैत्रीवरील बेतलेली 'सुला' ही कादंबरी. यातील व्यक्तिरेखा परस्परविरोधी असल्या, तरी मैत्रीच्या आणि साहचर्याच्या पातळीवर त्यांच्यात निर्माण होणारा अनुबंध मानवाच्या मूलभावाचे परस्परसख्य दर्शविते. समाजात अस्तित्वात असलेल्या धारणा आणि त्याच्या अनुषंगाने होत असलेले मानवी वर्तनव्यवहार हे मूळ नैसर्गिक मानवी भावनांच्या कधी विपरीत असतात. त्यामुळे विरोधी वर्तनातही मैत्रीची लय सांभाळता येऊ शकते, याचा प्रत्यय ही कादंबरी देते. व्यक्तिरेखांचे अत्यंत दर्जेदार चित्रण करणारी ही कादंबरी बऱ्यापैकी गाजली. 'रेडबुक' या सुप्रसिद्ध मासिकाने त्यातील काही उतारे प्रकाशित केले. तिला १९७५ साली 'नॅशनल बुक अ‍ॅवॉर्ड'चे नामांकनही प्राप्त झाले.

एखाद्या निवेदकाने कथा सांगत व्यक्तिरेखा साकार करणारी 'साँग ऑफ सॉलोमन' (१९७७) ही तिची पुढची कादंबरी. या कादंबरीत अनेक पुरुष व्यक्तिरेखांचा वापर तिने केला आहे. स्त्री असून पूर्णपणे पुरुषांच्या पातळीवर जाऊन विचार करणे अन् समर्थपणे तो लिखाणात उतरविणे अशी दुहेरी किमया तिने या कादंबरीत

साधली आहे. या पुस्तकाला 'द नॅशनल बुक क्रिटिक्स सर्कल अ‍ॅवॉर्ड' आणि सुप्रसिद्ध 'अमेरिकन अ‍ॅकॅडमी अँड इन्स्टिट्यूट ऑफ आर्टस् अँड लेटर्स अ‍ॅवॉर्ड' असे पुरस्कार मिळाले. साँग ऑफ सॉलोमनला भरपूर व्यावसायिक यश मिळाले. या कादंबरीमुळे तिची श्रेष्ठ साहित्यिकांत गणना होऊ लागली. 'नॅशनल कौन्सिल ऑफ आर्ट्स' या अमेरिकेतील साहित्यविषयक प्रतिष्ठित संस्थेवर तिची नेमणूक झाली. आता ती न्यू यॉर्कमध्ये मोठे घर घेऊन राहू लागली. कृष्णवर्णीय स्त्री जदिन आणि गौरवर्णीय फ्रेंच कलेचा इतिहासतज्ज्ञ यांच्या प्रेमावर आधारलेली 'टार बेबी' ही तिची पुढची कादंबरीही खूप गाजली. खऱ्या प्रेमात वंश, जाती, वर्ग यांचा अडसर राहत नाही. या कादंबरीतील दोन व्यक्तिरेखांचे परस्पर संबंध दर्शविताना 'कृष्णवर्णीय' असण्याचाच अर्थ तिने शोधला आहे.

कादंबरी लिखाणाबरोबरच तिचे रॅण्डम हाउसमधील संपादनाचे काम, त्याचप्रमाणे अध्यापनाचेही काम चालूच होते. जवळजवळ वीस वर्षे तिने संपादक पदाची खुर्ची सांभाळली. आता पूर्ण वेळ लिखाणाला देता यावा, म्हणून १९८३ साली तिने संपादक पदाचा राजीनामा दिला.

**टॉनीची सुप्रसिद्ध कादंबरी बिलव्हेड**

'कृष्णवर्णीय लोकांचे जीवन' हाच तिच्या लिखाणाचा प्रमुख गाभा असे. कृष्णवर्णीय गुलाम स्त्रीच्या आयुष्यावर बेतलेली 'बिलव्हेड' (१९८७) ही तिची पुढची कादंबरी अतिशय लोकप्रिय ठरली. त्या कादंबरीला पुलित्झर पुरस्कार मिळाला. 'मार्गारेट गार्नर' नावाच्या गुलाम स्त्रीचे कष्टमय जीवन चितारणाऱ्या एका कथेवर ही कादंबरी बेतलेली आहे. कादंबरीची नायिका सेठी आपल्या मुलांना जीवे मारण्याचा प्रयत्न करते. आपल्या वाट्याला जे जीवन येते, ते मुलांनी भोगायला नको अशी तिची भावना. या प्रयत्नात ती फक्त एका मुलीला – 'बिलव्हेड'ला – मारू शकते. पुढे ती तिच्या एका मुलीबरोबर राहते, त्या घरात या अर्भकाचे भूत येते. कालांतराने हे भूत सेठी आपल्या परिचिताच्या साहाय्याने बाहेर काढते. त्यामुळे ते अधिक उग्र, हिंसक होते अन् बाहेर काढणाऱ्यालाच ते झपाटते. काही वर्षांनी नग्न अन् गरोदर असलेल्या बिलव्हेडचा मृतदेह एका शेतात सापडतो. अर्भकाच्या रूपातल्या भुताने गरोदर स्त्रीचे रूप घेतलेले असते. माणसाने माणसावर केलेले अत्याचार त्याला मनोरुग्ण बनवितात. स्वत:च्याच निरागस अपत्याची हत्या करणाऱ्या कृष्णवर्णीय स्त्रीच्या मनावर इतका

खोल परिणाम होतो, की तिला मेलेल्या अर्भकाच्या भुताने झपाटल्याची भावना निर्माण होते. 'बिलव्हेड' कादंबरीतील कथेचा हा मुख्य आशय. या कादंबरीने सारा अमेरिकन समाज झपाटला गेला. कृष्णवर्णीयांना दिल्या जाणाऱ्या वागणुकीचे असे भीषण परिणाम दर्शविणाऱ्या या कादंबरीने मानवी नीतिमूल्यांचे अनेक प्रश्न उपस्थित केले. सर्वच समाजाला अंतर्मुख करणाऱ्या या कादंबरीवर पुढे चित्रपटही निघाला.

फिरता विक्रेता, त्याची बायको आणि प्रेयसी अशा तीन पात्रांच्या जीवनावर रंगविलेली 'जाझ' ही तिची आणखी एक कादंबरी. त्यातील खुनाच्या घटनांमुळे ती रहस्यमय झाली आहे. त्या तिघांचे परस्परसंबंध, त्यांच्या नात्यातील गुंतागुंत तिने अत्यंत प्रभावीपणे रंगविली आहे.

द डान्सिंग माइंड (१९९२), पॅराडाइज (१९९८) आणि लव (२००३) या तिच्या कादंबऱ्याही खूप गाजल्या. द बिग बॉक्स, द बुक ऑफ मीन पीपल, द लायन ऑर द माइस, द अँट ऑर द ग्रासहॉपर, द पॉपी ऑर द स्नेल या लहान मुलांसाठी लिहिलेल्या पुस्तकांमुळे तिची बालसाहित्यिकांतही गणना झाली.

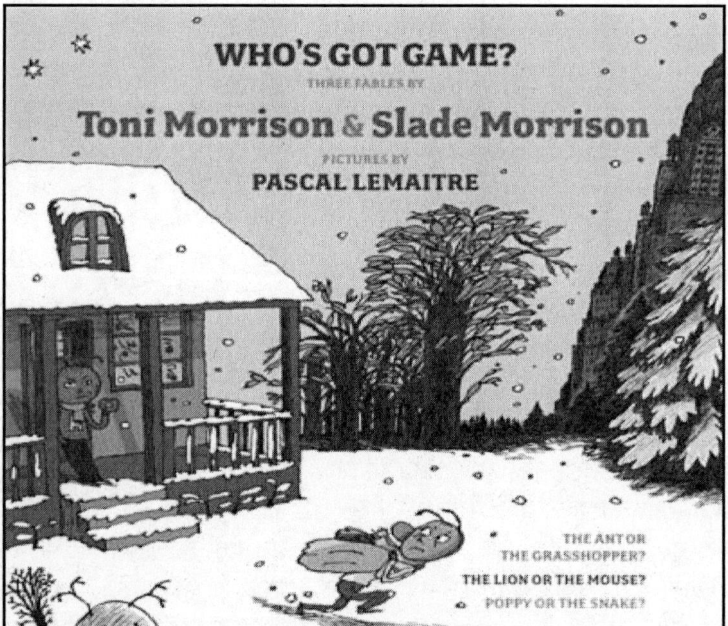


**टॉनी आणि तिचा मुलगा स्लेड यांनी लिहिलेले मुलांसाठीचे पुस्तक**

गंभीरपणे लिखाण करणाऱ्या, त्याचप्रमाणे गंभीरपणे अध्यापन करणाऱ्या टॉनीची नेमणूक, 'प्रोफेसर इन द कौन्सिल ऑफ ह्यूमॅनिटीज' या पदी झाली (१९८७). या पदावर विराजमान होणारी मॉरिसन ही पहिली कृष्णवर्णीय स्त्री.

१९९३ साली तिला साहित्याचा नोबेल पुरस्कार मिळाला. असा पुरस्कार मिळविणारी ती पहिली कृष्णवर्णीय स्त्री असल्यामुळे तिच्या भाषणाविषयी सर्वांमध्ये अत्यंत उत्सुकता होती. भाषणात एका वृद्ध आंधळ्या पण हुशार स्त्रीची कथा तिने उद्धृत केली. काही तरुण टवाळ मुले एका वृद्ध स्त्रीची चेष्टा करण्याच्या हेतूने तिच्याकडे जातात. एक तरुण मुलगा तिला सामोरे जाऊन विचारतो, "माझ्या हातात एक पक्षी आहे. तो जिवंत आहे का मेलेला आहे?" या प्रश्नानंतर ती स्त्री बराच वेळ मौन धारण करते. त्या दरम्यान ते तरुण त्यांचे हसू दाबून ठेवत असतात. त्या स्त्रीला त्यांचे उद्दिष्ट कळलेले असते. थोड्या वेळाने ती उत्तरते, "तू हातात धरलेला पक्षी जिवंत आहे का मेलेला आहे ते माहीत नाही. पण तो तुझ्या हातात आहे हे नक्की! याचा अर्थ तो मृत असेल, तर तो मारून पकडला आहे आणि जिवंत असेल, तर त्याला विडंबनासाठी पकडलेले आहे. दोन्हीही कृतींत तुम्ही बळाचा वापर केला आहे. त्या बळाची जबाबदारी तुमच्यावरच आहे." ती तरुण मुले वृद्धेच्या या उत्तराने गंभीर होतात. तिला ते जाणवते अन् मग ती म्हणते, "माझा तुमच्यावर विश्वास आहे. तो पक्षी तुमच्या हातात नाही. तरी पण तुम्ही खरोखरच तो पकडला आहे. पाहा किती सुंदर आहे तो! आणि ही गोष्ट आपण सर्वांनी मिळून केली आहे!"

**तिचे भाषण संपताच सर्वांनी उठून टाळ्यांचा कडकडाट केला. 'तो पक्षी जिवंत आहे का मृत आहे?' या त्या तरुणाने विचारलेल्या प्रश्नाने जीवन-मृत्यूच्या रहस्याविषयीचेच मूलभूत प्रश्न उपस्थित केले. माणसाच्या हतबलतेची, असमर्थतेची अन् परवशतेची सीमा दर्शविणाऱ्या जीवन-मृत्यू या दोन परस्परविरोधी टोकांच्या क्रिया. त्याच्या अलीकडील आणि पलीकडील जगाची फक्त कल्पनाच केली जाऊ शकते. परंतु या दोन क्रियांच्या दरम्यान असलेले आयुष्यरूपी क्षण कशाप्रकारे व्यतीत करावेत हे मात्र सर्वस्वी त्याच्याच हातात असते. मानवी जीवाच्या पृथ्वीवरील अस्तित्वाचे प्रयोजन आणि कार्यकारणत्वाचे सार सांगणारे त्या वृद्धेचे हे तत्त्वदर्शी उत्तर! या तिने सांगितलेल्या गोष्टीत मानवाच्या सीमित जीवनातील असीमित आनंदाचा, समृद्धीचा, सुखाचा आशावादच व्यक्त होतो. टॉनीचे सारे साहित्य याच आशागर्भातून अंकुरित झाले आहे.**

*जैवरसायनतज्ज्ञ*

# क्रिस्टिन नसलीन व्होलार्ड

## (Chirstiane Nusslein Volhard)

देश – जर्मनी
जन्म – २० ऑक्टोबर, १९४२
**नोबेल पुरस्कार – वैद्यकीय (१९९५)**

**'सर्व विषयांचे अध्ययन करण्याची क्षमता या मुलीमध्ये असली, तरी सर्वच विषयांत तिला एकसारखे यश मिळत नाही. काही विषयांत तिला उत्तम श्रेणी मिळते तर काही विषयांत तिला किमान सामान्य दर्जाइतकेही यश मिळत नाही. मात्र तिला ज्या विषयात अधिक रुची आहे, त्या विषयात ती सर्वोच्च ज्ञान प्राप्त करू शकते. विशेषतः एखाद्या वैज्ञानिक विषयात ती भविष्यात स्वतंत्रपणे काम करू शकेल, असे निश्चितच वाटते.'**

पुढे खरोखरच विज्ञान क्षेत्रात देदीप्यमान कामगिरी करून नोबेल पुरस्कार मिळविणाऱ्या 'क्रिस्टिन' विषयी तिच्या शाळेतील अहवालात तिच्या शिक्षिकेने तिच्याविषयी व्यक्त केलेले हे मत.

क्रिस्टिनचा जन्म दुसऱ्या महायुद्धाच्या काळात २० ऑक्टोबर, १९४२ रोजी मॅगडेंबर्ग जर्मनी येथे झाला. तिचे वडील रोल्फ व्होलार्ड हे वास्तुविशारद, तर आई संगीततज्ज्ञ आणि चित्रकार. त्यांना झालेल्या एकूण पाच अपत्यांपैकी ही दुसरी. तिचे आई-वडील दोघेही भल्या मोठ्या कुटुंबाचे सदस्य. त्यांचे जवळपास सर्व नातेवाईक फ्रँकफर्ट येथे एकमेकांजवळ राहत. लहानपणापासून जिवलग माणसांचा सहवास लाभलेली क्रिस्टिन चुलत-मावस भावंडांबरोबर रमत असे. कलेची आवड

असणारे व्होलार्ड दांपत्य आपल्या मुलांना प्रोत्साहन देत असे. सर्वसाधारणपणे सर्वांनाच संगीताची आवड असल्यामुळे फ्लूट, पियानो, गिटार अशी वाद्ये असलेली एक स्वतंत्र संगीत खोलीच त्यांच्या घरात त्यांनी करून घेतली होती. तिच्या काही भावंडांना चित्रकलेचीही आवड होती.

क्रिस्टिनच्या व्यक्तिमत्त्वावर डॉक्टर आणि प्राध्यापक असलेल्या तिच्या आजोबांचा (वडिलांचे वडील) प्रभाव होता. त्यांच्या सहवासात तिला प्राण्यांची शरीररचना, आजार, औषधे यांविषयीची माहिती मिळे. शालेय विषयांपेक्षा कितीतरी वेगळे विषय ती कुतूहलाने जाणून घेत असे. मात्र जर्मन भाषा, गणित, जीवशास्त्र अशा अगदी परस्पर भिन्न विषयांमध्ये रुची असणारी क्रिस्टिन गृहपाठ न करणारी आळशी मुलगी म्हणून शाळेत परिचित होती. तरीसुद्धा काही ठरावीक विषयांमध्ये एखाद्या तज्ज्ञासारखे ज्ञान प्राप्त करून घेणाऱ्या क्रिस्टिनला तिच्या वर्गशिक्षिका प्रकल्पाचे, निबंध लेखनाचे किंवा भाषण देण्याचे काम सोपवित असत. जनुकशास्त्र, उत्क्रांतीवाद, प्राण्यांची वर्तणूक याविषयी तिने शाळेत असतानाच अफाट माहिती गोळा केली होती. त्या वेळचे जर्मनीचे सुप्रसिद्ध जीवशास्त्रज्ञ 'कोनार्ड लॉरेन्स' यांची पुस्तके तिला तिचे वडील आणून देत. 'प्राण्यांची भाषा' या विषयावर तिने शाळेत दिलेले भाषण अत्यंत गाजले होते. अनेक जीवशास्त्रीय सूत्रांचा आणि तोपर्यंत ज्ञात असलेल्या माहितीचा त्यात तिने वापर केला होता.

दुर्दैवाने तिच्या शालांत परीक्षेच्या वेळी (२६ फेब्रुवारी, १९६२) तिच्या वडिलांचे निधन झाले. शालेय शिक्षण पूर्ण केल्यानंतर तिने एक वर्षाचा प्री मेडिकल (नर्सिंग) कोर्स केला. तिने डॉक्टर व्हावे, अशी तिच्या आजोबांची इच्छा. परंतु तो कोर्स करताना तिच्या लक्षात आले की 'ये उसके बस की बात नही!'- मग तिने तिच्या आवडीच्या विज्ञान विषयाचा अभ्यास करण्याचे ठरविले. फ्रँकफर्ट विद्यापीठात तिने जीवशास्त्र, भौतिकशास्त्र या विषयांचे काही अभ्यासक्रम पूर्ण केले, तर काही तिला खास रुची असलेल्या गणिताचे.

दुसऱ्या महायुद्धात नेस्तनाबूत झालेल्या जर्मनीत हळूहळू विज्ञान आणि तंत्रज्ञान क्षेत्रात उभार येऊ लागला होता. त्याआधी अनेक जर्मन संशोधकांनी मूलभूत वैज्ञानिक संशोधनात बहुमोल कामगिरी तर केली होतीच. बुद्धिमत्ता आणि अविश्रांत काम यांच्या साहाय्याने जर्मनांनी अनेक आश्चर्यकारक शोध लावले होते. युद्धानंतर आता शास्त्रज्ञ पुन्हा जोमाने कामास लागले. 'ट्युबिनजेन' येथे 'जैवरसायनशास्त्र' (Biochemistry) या नव्या विज्ञान शाखेची स्थापना त्या प्रयत्नातूनच झाली. तेथे १९६४ साली सुरू झालेल्या या शाखेकडे क्रिस्टिन आकर्षित झाली. या विद्यापीठात प्रवेश घेऊन पुढील उच्च शिक्षण घेण्याचा तिने स्वतंत्रपणे निर्णय घेतला. त्या गावाला जाऊन स्वतंत्रपणे राहणे, स्वत:चा खर्च भागविणे आणि शिक्षण पूर्ण करणे

अशी तिहेरी जबाबदारी पत्करून तिने अध्ययनाला सुरुवात केली. आजच्या आधुनिक काळात मुली स्वतंत्रपणे, कुटुंबीयांपासून वेगळे राहून शिक्षण घेतात. पण त्या काळी अगदी युरोपातसुद्धा अशा पद्धतीने शिक्षण घेणे फारसे प्रचलित नव्हते.

भौतिकी रसायन, थर्मोडायनॅमिक्स, स्टिरिओ केमिस्ट्री याचप्रमाणे सूक्ष्म जीवशास्त्र आणि जनुकशास्त्र या विषयांत तिला गती होतीच. त्याच शहरात असलेल्या सुप्रसिद्ध मॅक्स-प्लँक इन्स्टिट्यूटमध्ये तिला गेहार्ड चार्म, अल्फ्रेड गियरर, फ्रेडरिक बॉनोफर यांच्यासारख्या विद्वान जीवरसायनतज्ज्ञांची व्याख्याने ऐकायला मिळत. जनुकशास्त्र हा त्या वेळचा अगदी प्रसिद्ध जीवशास्त्रीय विषय ठरत होता. नुकताच डॉ. वॅटसन आणि डॉ. क्रिक्स यांनी डीएनएच्या रचनासूत्रासंबंधी शोध लावला होता. डीएनएचे रिप्लीकेशन (प्रतिरूप) तयार होणे, प्रथिनांचे विश्लेषण, पेशी विभाजनाच्या वेळी त्यात घडून येणारे अनेक बदल अभ्यासणे हे त्या वेळच्या तरुण संशोधकांचे अत्यंत कुतूहलाचे विषय होते. केवळ एखाद्या जनुकाचा किंवा प्रथिनाचा प्रभाव अभ्यासणारे जीवशास्त्र आता या जनुकशास्त्रातील प्रगतीमुळे 'बिग सायन्स'मध्ये मोडले जाऊ लागले. मानवी शरीर, त्याची जडणघडण, तो जन्माला येत असताना त्यात निर्माण होणारे दोष किंवा प्रौढ वयात त्याला होणारे आजार आणि जनुके यांच्या परस्परसंबंधाविषयी सर्वच थरांतील संशोधकांमध्ये औत्सुक्य होते. वैद्यकीय क्षेत्रात या जीवशास्त्रीय संशोधनामुळे खूप मोलाची भर पडत होती.

**क्रिस्टिनचे सहकारी**
**डॉ. एरिक वॉयशस**

मॅक्स प्लँक इन्स्टिट्यूटमध्ये क्रिस्टिनला 'हेन्झ शॉलर' नावाचे प्रयोगशाळातज्ज्ञ भेटले. रसायनतज्ज्ञ असलेल्या या प्राध्यापकांनी क्रिस्टिनला अचूकपणे शास्त्रीय प्रयोग करण्याचे तंत्र शिकविले. पुढे डीएनएच्या प्रथिन संश्लेषणाच्या संबंधाने तिने एक सोपे तंत्र शोधून काढले. त्याविषयीची माहिती 'नेचर' या सुप्रसिद्ध वैज्ञानिक मासिकात प्रकाशित झाली. तेथे जैवरसायन या विषयात पदवी संपादन केल्यानंतर १९६८ साली तिने तिचा खास आवडीचा विषय 'जनुकशास्त्र' यात पुढील संशोधन करायचे ठरविले.

जनुकांचा आणि जनुकातील फेरबदलांचा माणसांच्या (किंवा सजीवांच्या) जीवनावर होणारा परिणाम या क्षेत्रात आज जवळजवळ पन्नास वर्षे संशोधन चालू आहे. प्राण्यांचे अवयव पेशींनी बनलेले असतात अन् प्रत्येक पेशीला केंद्र असते. या केंद्रकात गुणसूत्रे असतात. त्यांची संख्या प्रत्येक सजीवांमध्ये ठरावीकच असते. प्रत्येक गुणसूत्रांवर असतात असंख्य जनुके. लाखमोलाचा हा जीवरासायनिक घटक ठरवित असतो प्राण्यांचे रंग-रूप-आकार-बुद्धिमत्ता-अवयवांची ठेवण-स्वभाव-वर्तन- आरोग्यविषयक स्थिती! त्या जनुकांची धाटणी आणि मांडणी ठरविणे किंवा निर्मिती करणे हे मनुष्याच्या आवाक्याबाहेरील काम आहे. केवळ ही जनुकेच प्रत्येक माणसाला (सजीवाला) स्वतंत्र रूप देतात. माणसामाणसात भिन्नता असते; पण ही अशी जैवरासायनिक तत्त्वावर आधारित. संशोधन क्षेत्रात काम करणारा जवळजवळ प्रत्येक शास्त्रज्ञ जाती-धर्म-प्रांत भेदातीत असा विश्वात्मक विचार करू लागतो, ते केवळ अशी जैवशास्त्रीय सत्ये गवसल्यामुळे तर नसेल ना?

सजीवांच्या मूलभूत गुणांची दिशा ठरविणाऱ्या या जनुकांचा अभ्यास आणि त्याविषयीचे संशोधन करायचे ठरल्यानंतर क्रिस्टिनने त्याच क्षेत्रातील सुप्रसिद्ध शास्त्रज्ञ डॉ. वॉल्टर गेहरिंग यांची भेट घेतली. बॅसेल (स्वित्झर्लंड) येथे असलेल्या त्यांच्या प्रयोगशाळेत तिने काम करण्याची इच्छा व्यक्त केली. (१९७५)

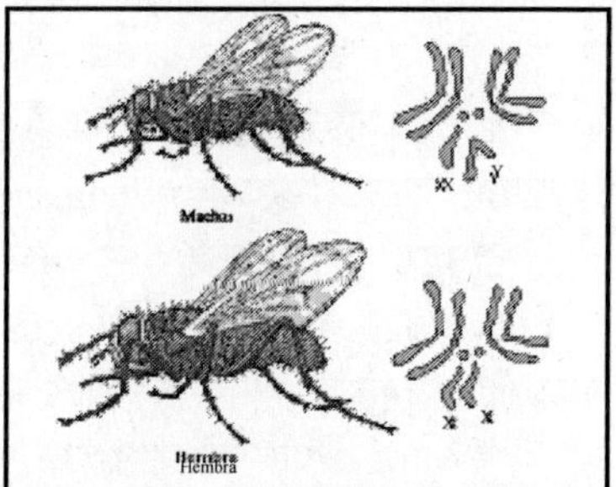


**संशोधनकार्यासाठी वापरला जाणारा 'ड्रॉसोफिला मेलॅनोगॅस्टर' कीटक**

'ड्रॉसोफिला मेलॅनोगॅस्टर' (Drosophila melanogaster) हा सुप्रसिद्ध कीटक. वैद्यकशास्त्र, पशुवैद्यकशास्त्र, जीवशास्त्र, जनुकशास्त्र... या साऱ्या विज्ञान शाखांतील संशोधन कार्यासाठी सर्वांत जास्त वापरला जाणारा कीटक म्हणून याची ख्याती! गुणसूत्र व जनुकविषयक संशोधन करण्यासाठी अर्थातच क्रिस्टिनने त्याचीच निवड केली. आकाराने अगदी छोटा आणि प्रयोगशाळेमध्ये सुलभपणे वाढविता येणारा हा कीटक संशोधनासाठी नेहमी वापरला जातो, त्याची अनेक संयुक्तिक कारणे आहेत. त्याची मादी जवळजवळ ८०० अंडी देते. अगदी दोन आठवड्यांच्या काळातच अंड्यापासून त्याची पूर्ण वाढ होते. त्याच्या लाळग्रंथीमध्ये असलेली गुणसूत्रे मोठ्या आकाराची असतात. त्यात फक्त चार गुणसूत्रांच्या जोड्या असतात. त्यांतील तीन अलैंगिक तर एक लैंगिक. मुख्य म्हणजे माणसाला होणाऱ्या अनेक आजारांशी संबंधित (उदा. मधुमेह, कर्करोग, विस्मरण, वंध्यत्व) असलेली जनुके

आणि या कीटकांमधील जनुके यात कमालीचे साम्य आढळते. त्यामुळे अर्थातच क्रिस्टिननेही याच कीटकाची निवड केली.

या कीटकांचा अभ्यास करताना ती रमून जात असे. **''I loved working with flies. They fascinated me and followed me around in my dreams.''** असे ती म्हणत असे.

डॉ. वॉल्टर गेहरिंग यांच्या स्वित्झर्लंडमधील प्रयोगशाळेत काम करताना तिची अमेरिकेतील जीवशास्त्रज्ञ डॉ. एरिक वॉयशस यांच्याशी भेट झाली. तेही जनुकशास्त्र अभ्यासक होते. त्या दोघांनी मिळून अनेक प्रयोग केले. भ्रूणावस्थेत असताना जनुकांमध्ये होणारे फेरबदल हा त्यांचा संशोधनाचा विषय होता. त्या काळी जनुकशास्त्र अजून बाल्यावस्थेत होते. ड्रॉसोफिलाची अंडी गोळा करणे, त्यांच्या भ्रूणावस्थेचा तपशीलवार अभ्यास करणे हे फार जिकिरीचे काम असे. विशेषत: सूक्ष्म पेशींचे अवलोकन करणे, परिवर्तक जनुकांचे स्थान ओळखणे आणि नेमक्या कोणत्या काळात हे परिवर्तन घडून येते ते पाहणे; हे फार अवघड काम असे. त्याच प्रयोगशाळेत जेनेट होल्डन आणि डेव्हिड हॉरोविझ हे अजून दोन तज्ज्ञ काम करीत असत. या दोन सहकाऱ्यांच्या मदतीने क्रिस्टिन व डॉ. एरिक यांनी परिवर्तक जनुके वेगळे करण्याच्या अनेक पद्धती शोधल्या. बायकॉडल आणि डॉर्सल ही परिवर्तक जनुके शोधण्यात त्यांना यश आले. त्यासाठी त्यांनी शंभरच्यावर गुणसूत्रांचा अभ्यास केला.

त्यानंतर वर्षभरासाठी तिने फ्रेबर्ग येथील प्रयोगशाळेत सुप्रसिद्ध भ्रूणतज्ज्ञ (embryologist) क्लॉस सँडेर यांच्याबरोबर काम केले. ड्रॉसोफिला कीटकाच्या अळीतील जनुकांचे मॅपिंग करण्याचे काम ती तेथे शिकली. जनुकशास्त्रातील तिचे संशोधन आता वेगाने पुढे जात होते. युरोपियन मोलॅक्युलर बायॉलॉजी लॅबोरेटरी (EMBL) ची नुकतीच हायडेलबर्ग, जर्मनी येथे स्थापना झाली होती. या प्रयोगशाळेत तिला व डॉ. एरिक या दोघांनाही संचालकपदी नेमण्यात (१९७८) आले. या प्रयोगशाळेत काम करीत असताना तिने जवळजवळ ४२०० गुणसूत्रांचा तीन महिन्यांत अभ्यास केला. तिने काढलेले निष्कर्ष सुप्रसिद्ध वैज्ञानिक मासिक 'नेचर'मध्ये १९८०च्या सुमारास प्रसिद्ध झाले. पुढे तिने जनुकशास्त्रावर आधारित 'कमिंग टु लाईफ' हे पुस्तकही लिहिले.

पुढे मॅक्स प्लँक इन्स्टिट्यूटच्या (Tubingen) फ्रेडरिक मिशेल लॅबोरेटरी (FML)मध्ये तिला सन्मानाने बोलाविण्यात आले. येथे संशोधनाचे काम करणाऱ्या शास्त्रज्ञांना शिकविण्याची किंवा अध्यापनाची अट घातलेली नसे. शिवाय संशोधनावर सढळ हस्ते खर्च करण्याची मुभा होती. भरपूर मोठी जागा आणि प्रयोगशाळेत अनेक सहकारी तंत्रज्ञ असलेल्या या संस्थेत क्रिस्टिनने कितीतरी संशोधन प्रकल्प पूर्ण केले. पुढे ती याच प्रयोगशाळेची संचालिका झाली.

मानवी जनुकांशी साधर्म्य असलेल्या ड्रॉसोफिला कीटकातील गुणसूत्रांवरील जनुकांचा अभ्यास करून तिने शोधलेल्या जनुक परिवर्तनाच्या (Genetic Mutation) सिद्धांताबद्दल तिला १९९५ साली वैद्यकीय नोबेल पुरस्कार मिळाला. हा पुरस्कार तिचे सहकारी डॉ. एरिक वॉयशस आणि डॉ. एडवर्ड लेविस यांना विभागून देण्यात आला. त्याआधी तिला येल विद्यापीठाचा (१९८९), न्यू जर्सी येथील रोशे इन्स्टिट्यूटचा पुरस्कार (१९९०), त्याचप्रमाणे अल्बर्ट लास्कर मेडिकल संस्थेचा (न्यू यॉर्क) सुप्रसिद्ध लास्कर पुरस्कार (१९९१) असे विविध मानाचे पुरस्कार मिळाले होते.

**क्रिस्टिनने लिहिलेले 'कमिंग टु लाईफ' पुस्तक**

तरुण स्त्री संशोधकांना प्रोत्साहन मिळावे यासाठी तिने 'क्रिस्टिन नसलीन व्होलार्ड फाउंडेशन' स्थापन केले आहे. त्याद्वारे संशोधन क्षेत्रात काम करणाऱ्या तरुणींना दरमहा सहाशे डॉलर्सची शिष्यवृत्ती दिली जाते. वैज्ञानिक क्षेत्रात काम करणाऱ्यांना, विशेषत: स्त्रियांना असा भरघोस पाठिंबा मिळणे अत्यंत आवश्यक आहे, असे ती म्हणते. कारण संशोधनाचे काम करताना पूर्ण वेळ आणि ऊर्जा द्यावी लागते. याच काळात मुलांच्या संगोपनाची आणि घरकामाची जबाबदारीही त्यांच्यावर असते म्हणून तिने ही त्यांच्यासाठी अशी खास सोय केली आहे.

**सुप्रसिद्ध हार्वर्ड विद्यापीठाचे अध्यक्ष डॉ. लॉरेन्स समर्स यांनी असे विधान केले होते की, स्त्रिया गणित, भौतिकशास्त्र आणि अभियांत्रिकी ज्ञानात अकार्यक्षम असतात. या विषयी क्रिस्टिनला एका मुलाखतीत एकदा प्रश्न विचारला असता ती उत्तरली, ''स्त्रिया बुद्धिमत्ता आणि हुशारी याबाबतीत पुरुषांपेक्षा कमी गुणवत्तेच्या असतात असे मानणे चुकीचे आहे. त्या वेगळ्या पद्धतीने विचार करतात, त्यांच्या इच्छा वेगळ्या असतात, त्यांच्यात भावनिक आणि मानसिक फरकही असू शकतो. पण याचा अर्थ त्या बुद्धिमत्तेत कमी असतात किंवा गणितासारख्या विषयात त्यांना गती नसते, असे म्हणणे बरोबर नाही.'' भ्रूणाची वाढ होत असताना त्याच्यावर होणारा जनुकांचा परिणाम अभ्यासणाऱ्या आद्य संशोधिकेचे मत सर्वच स्त्री-पुरुषांनी ग्राह्य धरण्यास काहीच हरकत नसावी!**

*काव्यकुलीना*

# विस्लावा झिंबॉरस्का
## (Wislava Szimborska)

देश – पोलंड
जन्म – २ जुलै, १९२३, मृत्यू – १ फेब्रुवारी, २०१२
**नोबेल पुरस्कार – साहित्य (१९९६)**

**'जेव्हा मी 'भविष्य' हा शब्द उद्‌गारते**
**तेव्हा त्यातील पहिले अक्षर भूतकाळात गेलेले असते**
**जेव्हा मी 'शांतता' हा शब्द उच्चारते**
**तेव्हा मी शांततेचा भंग करीत असते**
**जेव्हा मी 'काहीच नाही' असं म्हणते**
**तेव्हा काही ना काही अस्तित्वात असल्याची साक्षच देत असते!'**

भविष्य, शांतता, काहीच नाही या शब्दांच्या आघातात आणि अर्थात असलेला विरोध आपल्या 'तीन विषमानुघाती शब्द' (Three oddest words) या कवितेत मांडणारी 'विस्लावा झिंबॉरस्का' ही पोलंडमधील विसाव्या शतकातील सर्वोत्कृष्ट कवयित्री मानली जाते. तिच्या सकस काव्यलेखनाबद्दल तिला १९९६ साली साहित्याचा नोबेल पुरस्कार मिळाला. 'ऐतिहासिक आणि जैविक संदर्भात मानवी अस्तित्वावर उपरोधिक टिप्पणी करणारे काव्य निर्मिणारी विस्लावा ही एक असाधारण कवयित्री आहे', या शब्दांत तिचा गौरव करण्यात आला. नोबेल पुरस्कार मिळविणाऱ्या पोलंडमधील महिलांपैकी ती दुसरी महिला. पहिली मेरी क्यूरी. (भौतिकशास्त्र - १९०३, रसायनशास्त्र – १९११) आणि साहित्याचा नोबेल पुरस्कार मिळविणाऱ्या

एकूण महिलांमधील तिसरी कवयित्री. (पहिली– गॅब्रिएला मिस्त्राल, चिली – १९४५; दुसरी नेली सॅक्स, जर्मनी – १९६६.)

गॅब्रिएला मिस्त्राल आणि नेली सॅक्स या दोघींची कविता दुःखाचा स्वीकार आणि सत्कार यातून साकारलेली आहे. गॅब्रिएलाला वैयक्तिक आयुष्यात अनेक संकटे व दुःखांना सामोरे जावे लागले, तर नेलीला दुसऱ्या महायुद्धाच्या काळात जर्मनीतील अन्यायकारक सामाजिक, राजकीय परिस्थितीमुळे विफलतेच्या वर्तुळात फिरावे लागले. तरीही त्या दोघींची कविता 'उत्कट भावनांचा उत्स्फूर्त उद्रेक' अशी उसळी घेणाऱ्या विचारांतून आलेली नाही. दुःख म्हणजे काय आणि शोकमग्नता म्हणजे तरी नक्की काय? मानवी मनातील या मूळ भावनांचा शोध घेताना केलेल्या चिंतनातून त्यांची सगळी कविता निर्मिली गेली आहे. मानवी जीवनातील दुःख-भोगांची अपरिहार्यता आपल्या काव्यात मांडताना त्यांनी रचलेला काव्यानुबंध इतका सशक्त झालेला आहे की, वाचक आपल्याही दुःख भावनांचा हसत स्वीकार करतो. मानवी जीवनाच्या सखोल चिंतनातून आलेली विस्लावाची कवितासुद्धा त्याच्या अस्तित्वाच्या संदर्भातील अनेक वास्तवांचा पट मांडताना अशीच स्वीकारार्ह ठरते.

विस्लावा झिंबॉरस्काचा जन्म २ जुलै, १९२३ रोजी ब्निन (पोलंड) येथे झाला. झिंबॉरस्का दांपत्याची ही दुसरी मुलगी. तिचे आई-वडिल (ॲना आणि विन्सेण्टी) तिच्या जन्मानंतर काही वर्षांनी 'क्रॅकोव' या पोलंडमधील प्राचीन, ऐतिहासिक शहरात राहण्यास गेले. कला आणि संस्कृतीचे केंद्र असलेले हे शहर कोणे एके काळी पोलंडच्या राजधानीचे शहर होते. 'वावेल' पर्वताच्या सान्निध्यात आणि 'विस्ला' नदीच्या काठावर असलेले हे गाव फार पूर्वीपासून शिक्षणाचे केंद्र म्हणूनही नावाजलेले होते. विस्लावा शालेय शिक्षण पूर्ण करीत असताना दुसऱ्या महायुद्धाचे वारे वाहू लागले होते. उत्तर पूर्व युरोपियन राष्ट्रांमध्ये त्याची झळ पोचायला सुरुवात झाली होती. जर्मनी आणि रशिया या दोन्ही राष्ट्रांतील सैन्यांनी पोलंडला युद्धतळाचे केंद्र केले होते. हिटलरने तर ज्यू लोकांच्या छळ छावण्यांचे मुख्य केंद्र पोलंडलाच ठेवले होते. पोलंडमधील सर्वसामान्य जनतेला हाताशी धरून अनेक दहशतवादी कामे केली जात. तेथील ज्यू धर्मीय लोकांचा छळ तर होतच असे, शिवाय इतर धर्मीय जनतेलाही युद्धाच्या कामांसाठी वेठीस धरले जाई.

विस्लावाची जन्मभूमी आणि कर्मभूमी

पूर्वेकडून रशियन सैन्यही पोलंडचा एकेक भूभाग ताब्यात घेऊ लागले होते. युद्धाची मानसिक तयारी नसतानाही पोलंडवासीयांना नाईलाजाने अनेक युद्धविषयक कार्यक्रमांत भाग घ्यावा लागे.

दहशतीच्या या वातावरणात विस्लावा आणि तिच्या बहिणीने अक्षरश: भूमिगत राहून शालेय शिक्षण पूर्ण केले. इंग्रजी, फ्रेंच, जर्मन आणि पोलिश भाषा या विषयांची आवड असणाऱ्या विस्लावाने शालेय शिक्षण १९४३ साली यशस्वीपणे पूर्ण केले. त्यानंतर सुमारे दोन वर्षे तिने रेल्वे खात्यात नोकरी केली. उच्च शिक्षण घ्यायची तिची इच्छा होतीच. त्यासाठी तिने क्रॅकोवमधील सुप्रसिद्ध 'जॅगीलोनियन' विद्यापीठात १९४५ साली प्रवेश घेतला. साहित्य आणि समाजशास्त्र हे विषय तिने निवडले. 'सूर्य स्थिर असून पृथ्वी त्याच्याभोवती परिभ्रमण करते' हा खगोलशास्त्रीय शोध लावणाऱ्या 'निकोलस कोपर्निकस'चे 'जॅगीलोनियन' विद्यापीठ. मध्य युरोपातील सर्वांत उच्च श्रेणीच्या मानल्या गेलेल्या या विद्यापीठाची स्थापना १३६४ साली झाली. अनेक पोलिश शास्त्रज्ञ, विचारवंत, तत्त्वज्ञ, साहित्यिक यांनी या विद्यापीठातून शिक्षण घेतलेले आहे. साहित्याची विशेष आवड असणाऱ्या विस्लावाने उच्च पदवीधर होण्याच्या इच्छेने तेथे प्रवेश घेतला खरा, पण पुढे तेथील फी परवडत नसल्यामुळे तिला दुर्दैवाने शिक्षण सोडावे लागले. अर्थात तिची विद्यापीठीय पदवी घेण्याची इच्छा अपूर्ण राहिली; तरी पुढे १९९५ मधे तिला पोझनॅन येथील ॲडम पिकविझ विद्यापीठाने सन्मान्य डॉक्टरेट दिली.

आर्थिक कारणामुळे तिला शिक्षण सोडावे लागले. दरम्यानच्या काळात तिचा पोलंडमधील अनेक साहित्यिकांशी संबंध आला होता. सुप्रसिद्ध साहित्यिक 'झेस्लॉ मिलॉझ' यांच्या संपर्कात ती आली. (१९८० साली त्यांना साहित्याचा नोबेल पुरस्कार मिळाला.) त्यांच्या विचारसरणीचा तिच्यावर खूप प्रभाव पडला. स्फुट लिखाण, निबंधलेखन, परीक्षणात्मक, परिचयात्मक लेख यांद्वारे ती तेथील स्थानिक साहित्य क्षेत्रात प्रवेश करती झाली. १९४५ साली तेथील दैनिकात तिची 'आय सीक द वर्ड' ही कविता प्रसिद्ध झाली. यानंतरही तिच्या काही कविता विविध दैनिकांत, मासिकांत प्रसिद्ध झाल्या. १९५२ साली तिने या सगळ्या कवितांचा संग्रह – 'दॅट्स व्हॉट वी लिव्ह' प्रकाशित केला. मुख्यत: राजकीय विषयांवर आधारलेल्या कविता असलेल्या या संग्रहात प्रेम, निसर्ग या विषयांवरही काही थोड्या कविता होत्या. पोलंडमधील साहित्यिक वर्तुळात या कवितासंग्रहाची फारशी दखल घेतली गेली नाही. समीक्षकांनी त्यावर 'राजकीय आंदोलनाचे प्रचारगीत' अशी टीका केली. याआधी एका दैनिकात प्रसिद्ध झालेली 'संडे ॲट स्कूल' ही तिची कविता तर तिला कुप्रसिद्धीच देऊन गेली. त्यात शासनविरोधी सूर असल्यामुळे तिचा अनेकांकडून निषेध झाला. अगदी शालेय विद्यार्थ्यांनाही त्यात

सहभागी करून घेतले गेले. कम्युनिस्ट राज्य पद्धतीवर टीका करणाऱ्या तिच्या या कवितेने तिला स्वत:लाही एका वेगळ्या टप्प्यावर आणून सोडले.

**'पिपल ऑन ए ब्रीज' हा विस्लावाचा कवितासंग्रह**

दुसऱ्या महायुद्धानंतरचा तो पोलंडमधील काळ. बुद्धिवंतांनी, विचारवंतांनी, लेखक-साहित्यिकांनी शासनाशी निष्ठावंत असले पाहिजे, त्यांचे स्तुतीगान करणे हे तर त्यांनी आपले आद्यकर्तव्य मानले पाहिजे अशा दबावपूर्ण परिस्थितीत अभिव्यक्तीचे अपसरणच होणार. मानवी मनाचा मुक्ताविष्कार म्हणजे कला. आविष्काराला एका विशिष्ट ध्येय-धोरणाच्या धाग्यात अडकवले की त्याची शक्ती संकुचित होणारच. विस्ताराची मर्यादा एकाच विषयापुरती असल्यागुळे या धाग्याने विणलेले वस्त्र विसविशीतच होणार. परंतु जेव्हा जेव्हा कलाकारांवर राजकीय, सामाजिक बंदी आली, तेव्हा तेव्हा त्यांच्या प्रतिभेने संकोच नाकारला. उलट विरोधाच्या दबावातूनच अनेक वेळा उत्कट कलानिर्मिती झाली असल्याचे आजवरचा मानवी इतिहास सांगतो. साम्यवादावर आधारलेल्या कविता असलेला 'दॅट्स व्हॉट वी लिव्ह' हा तिचा कवितासंग्रह प्रकाशित झाला खरा; पण त्याला राज्यसत्तेच्या स्तुतीस्तोत्राचे स्वरूप असल्यामुळे त्याच्या साहित्यिक मूल्यांची फारशी चर्चाच झाली नाही. अर्थात यातील कविता 'कलेसाठी कला' या तत्त्वातून जन्माला आल्या नव्हत्याच, याची विस्लावालाही जाणीव होती.

१९५४च्या सुमारास तिने जेव्हा 'क्वेश्चन्स टू पुट मायसेल्फ' हा कवितासंग्रह प्रसिद्ध केला, तेव्हा मात्र त्याची सर्वत्र दखल घेतली गेली. प्रेमकविता, राजकीय विषयांवरील कविता, भावकविता, निसर्ग आणि मानव यांच्या परस्परसंबंधांवरील कविता अशा वेगवेगळ्या विषयांवरील त्यातील कविता स्वतंत्र अभिव्यक्ती, विनोदी-खेळकर शैली, सुघटित रचनातंत्र या गुणांमुळे दर्जेदार झाल्या. या कविता संग्रहाला पारितोषिकही मिळाले. एकाच विषयाला वाहून एकाच पद्धतीची रचना न करता अनेक विषयांना हाताळून अनेक पद्धतींनी कविता करण्याची तिची शैली या कवितासंग्रहातूनच रुजली.

दुसऱ्या महायुद्धानंतर पोलंडमधील राजकीय गणिते बदलू लागली होती. युद्धपूर्व काळात रशियाच्या साथीने जर्मनांविरुद्ध लढल्यामुळे रशियाचे पोलंडवर अधिकृतपणे वर्चस्व निर्माण होऊ लागले.

रशियाच्या राजकीय अधिपत्याखाली राहणाऱ्या पोलंडवासीयांवर अनेक प्रकारचे

निर्बंध घातले गेले. विशेषत: बुद्धिजीवी वर्गाला त्याची जास्त झळ पोचली. राजनिष्ठ साहित्यिक अन् सत्तेच्या वर्चस्वाला नाकारणारे साहित्यिक, विचारवंत असे सरळ सरळ दोन तट पडले तरीसुद्धा आचार, विचार, उच्चार यांच्या स्वातंत्र्यावर बंदी असल्यामुळे सर्वच बुद्धिवंतांना शासनशरण होणे भाग पडले. उलट काही वेळा सरकारी धोरणांच्या प्रचारासाठी त्यांना राबवले जाऊ लागले. या अशा नापीक काळात कवितेचे सृजन कसे होणार? विषयांची बीजेच मर्यादित. मग त्यात कल्पनाशक्तीचं कितीही खत घातलं तरी रोपांना बहर येणार तरी कसा?

या काळात विस्लावा पक्ष, राजकारण यांपासून दूर गेली. फ्रेंच भाषातज्ज्ञ असलेली झिंबॉरस्का 'कल्चरा' या नियतकालिकामध्ये लिखाण करू लागली. १९५३च्या सुमारास 'Lycie Literacia' या मासिकात तिला नोकरी लागली. या मासिकात 'नॉनकंपल्सरी रीडिंग' नावाचे सदर तिने चालवले. 'पुस्तकांचे परीक्षण' या स्वरूपाचे हे सदर होते. तत्त्वज्ञान, संगीत, मानसशास्त्रीय, वैज्ञानिक, चित्रकलाविषयक, विनोदी, शब्दकोश, ऐतिहासिक अशा विविध प्रकारच्या पुस्तकांचे समर्पक आणि आटोपशीर परीक्षण करताना तिचे लेखनकौशल्य बहरास आले.

या विविधांगी वाचनातून तिच्या कवितांचा बाज बदलत जाऊ लागला. 'कॉलिंग आऊट टू येती' (१९५७) या तिच्या कवितासंग्रहातील कविता मुख्यत्वे मानव, समाज, प्रेम या विषयांवर केलेल्या आहेत. त्याआधी १९५३मध्ये स्टॅलिनचा मृत्यू झाल्यानंतर पोलंडमधील जाचक वातावरण निवळू लागले होते. नव्या-जुन्या कवींना आता अभिव्यक्ती स्वातंत्र्याचे मोकळे अवकाश मिळू लागले. लय, ताल अन् सघन आशयाच्या, त्याचप्रमाणे वास्तववादी मुक्त कविता, वेगवेगळ्या प्रकारच्या विषयांना स्पर्श करणाऱ्या, विविध आकृतीबंधाच्या रचना असणाऱ्या अशा विपुल, समृद्ध कविता या काळात लिहिल्या जाऊ लागल्या. आपल्या मासिकातील 'लिटररी मेलरूम' या सदरातून विस्लावा अनेक नव्या उगवत्या कवींना सल्ला देत असे. अर्थात हा सल्ला देताना ती विनोदी, खेळकर, खुसखुशीत भाषेचा वापर करीत असे. अनेक दर्जेदार कविता आपल्या मासिकातून छापण्याचा तिचा आग्रह तिला स्वत:लाही समृद्ध करीत गेला. या साऱ्यातून तिची स्वत:ची काव्यकक्षा रुंदावण्यास खूप मदत झाली.

**'मोनोलॉग ऑफ ए डॉग' हे विस्लावाचे पुस्तक**

१९६२ साली तिचा 'सॉल्ट' हा कवितासंग्रह प्रकाशित झाला. माणसात असलेल्या गुणदोषांची वैशिष्ट्ये, त्याचे आप्त आणि समाजाशी असलेले परस्पर संबंध, नित्य व्यवहारात घडणाऱ्या अपरिहार्य घटना, त्या घटनांकडे बघण्याचा त्याचा दृष्टिकोन या विषयांवरील तिच्या वास्तववादी कविता स्थलकालातीत असल्यामुळे चिरंतन ठरतात. 'द्वेष' हा माणसाच्या मनात सदैव नांदत असलेला मित्र. तो कधी सुप्त असतो तर कधी मुक्त होतो. अर्थात दोन्हीही अवस्थेत त्याचं उच्चाटन होत नाहीच -

**'किती अविचल असतो हा द्वेष**
**अन् तरी किती चपल**
**अगदी घट्ट धरून बसतो तुम्हाला तो सबल**
**लवचीकही असतो तो अडथळे पार करताना**
**अन् होतो पुन्हा कणखर झडप घालून ताबा घेताना**
**पुनःपुन्हा उसळी मारण्यास बघा कसा आतुर**
**कष्टाळू तर आहेच अन् वर किती चतुर**
**कितीतरी रचली असतील त्याने कवने**
**आणि इतिहासाची लिहिली असतील अनेक मौलिक पाने**
**भव्यदिव्य वास्तूंमधून, घरांमधून तर**
**त्याने दूर केली आहेत अगणित मानवी आच्छादने!!'**

कधीच न जाणाऱ्या मानवी 'द्वेष' या दोषाने मनात जणू मित्रत्वाचे स्थान मिळविले आहे. त्याच्या चिरकालीन अस्तित्वावर विस्लावाने लिहिलेली ही उपरोधपूर्ण कविता. आसपासच्या करुण रसाला शोषून, त्याला हलके करून कवितेच्या रूपात सादर करण्याची तिची कला माणसाला त्याच्या गुण-दोषांचे भान देते अन् भावनांचा निवाडा करण्याचे ज्ञानही देते. थेट उपदेशाचा बाज धारण न करता केलेली ही व्याजोक्ती नकळत दोष परिमार्जनाचे कार्य करून जाते हे या कवितेचे सामर्थ्य. तिने सुरुवातीच्या काळात लिहिलेल्या थोड्याफार राजकीय आणि प्रचारकी थाटाच्या कविता सोडल्यास इतर सर्वच कविता त्यातील अर्थगर्भतेमुळे सघन झाल्या आहेत. मानवी जीवनाच्या अस्तित्वाशी निगडित असलेल्या तिच्या वास्तववादी कविता विनोदी आणि खेळकर शैलीच्या आकृतीबंधातून सादर केल्यामुळे परिणामकारक ठरतात. सामान्य वाचकांना खिळवून ठेवण्याचे सामर्थ्य त्यात आहेच. शिवाय विचारांच्या सौंदर्यपूर्ण अभिव्यक्तीमुळे त्या अभिजाततेच्या कसोटीवरही पूर्णपणे उतरतात.

**'कसं अचानक झालं ना!'**
**'हो ना, मला आज सकाळी कळलं!'**
**'ताण आणि सिगरेट्स, मी सांगितलं होतं त्याला.'**
**'या फुलांवरचं आच्छादन काढा.'**
**'या दाढीमुळे मी तुला ओळखू शकले नसते.'**
**'ही त्याचीच चूक आहे. तो काहीना काहीतरी करत असायचा.'**
**'हा जो बोलतोय तो नवा माणूस कोण आहे?'**
**'कॅझेक वॉर्सीला गेला आहे, ताडेक परदेशी.'**
**'तू छत्री आणणारा एकमेव हुशार माणूस आहेस.'**
**'त्याच्या विधवा बायकोचं आता काय होणार?'**
**'चला, मला चार वाजता मीटिंगला जायचं आहे.'**
**'त्याचा भाऊ खचल्यासारखा वाटतो आहे.'**
**'तुला माहिती आहे का? मारियाला नोकरी मिळाली?'**

प्रेतयात्रा या तिच्या कवितेतून अगदी सरळ सोप्या वाक्यांमधून तिने उभे केलेले हे शब्दचित्र माणसाच्या मृत्यूकडे बघण्याच्या दृष्टिकोनाकडे मार्मिकपणे लक्ष वेधते. मृत्यूच्या अंत्यबिंदूतूनच जीवनाच्या चलमानतेचा आरंभ होतो. या वेगवान जीवनपटात सुखाइतकेच दुःखही अल्पजीवी असते; याचा प्रत्यय देणारी ही कविता अत्यंत तत्त्वदर्शी झाली आहे.

१९६४ साली प्रकाशित झालेल्या 'अ मिलियन लाफ्स', 'अ ब्राईट होप' या कवितासंग्रहांमधून अशाच प्रकारच्या प्रगल्भ रचना तिने केल्या. सार्त्र, कांट, पास्कल, पोप, हायडेगर आणि युंग यांसारख्या तत्त्वज्ञ कवींच्या मालिकेत तिला स्थान मिळाले आहे. कारण सामान्य ते असामान्य विषय हाताळणारी तिची प्रत्येक कविता जीवनातील मूलभूत तत्त्वांचे अधोरेखन करते. तिची एकूण काव्यसंख्या केवळ अडीचशेच्या आसपास असेल. पण या सगळ्या कवितांमधून तिने जीवनविषयक मूल्यांचा विशाल पट उभारलेला आहे.

पुढे 'अ लार्ज नंबर' (१९७६) आणि 'पीपल ऑन द ब्रीज' (१९८६) हे तिचे दोन कवितासंग्रह प्रसिद्ध झाले. त्यांच्या प्रकाशनकाळात जवळजवळ दहा वर्षांचे अंतर आहे. 'पीपल ऑन द ब्रीज'मधील कविता इतिहासावर नजर टाकून वर्तमान आणि भावी मानवी अवस्थांतरांचा वेध घेणाऱ्या झाल्या आहेत. या संग्रहाला शासनाने पारितोषिक देऊ केले पण तिने ते नाकारले. शासनाविरुद्ध लढणाऱ्या 'सॉलिडॅरिटी' या संस्थेने केलेला गौरव मात्र तिने स्वीकारला. निर्बंध नाकारताना तिची कविता अधिक धाडसी, अधिक मुक्त होत होती. काव्य सृजनाने तिच्या

व्यक्तिमत्त्वातही बदल होत होता याचेच हे निदर्शक. १९६७ साली तिने कम्युनिस्ट पक्षाच्या सदस्यत्वाचा राजीनामा दिला, त्यामुळे तिला 'लिटररी लाईफ'च्या संपादक पदाचाही राजीनामा द्यावा लागला. पुढे १९८० साली 'पिझमो' या नियतकालिकाच्या संपादक पदावर तिची नियुक्ती झाली. तेथे कॉर्नेल फिलिपॉवेज हा तिचा सहकारी, मित्रही होता.

विस्लावाचे चरित्र

१९४८च्या सुमारास ॲडम वॉडिक या कवीशी तिचे लग्न झाले होते. परंतु १९५४च्या सुमारास तिने त्याच्यापासून घटस्फोट घेतला. तिने दुसरे लग्नही केले पण त्याविषयी तिने गुप्तता पाळली. स्वतःचे खाजगीपण जपणारी विस्लावा अतिशय नम्र आणि अंतर्मुख आहे. ''वाचकांनी माझे काव्य वाचून त्याबद्दलच्या दर्जाचा निवाडा करावा. माझ्या वैयक्तिक आयुष्याचा त्याच्याशी संबंध नाही.'' असे ती म्हणते. इंग्रजी, हंगेरियन, हिब्रू, डॅनिश, बल्गेरियन, स्वीडिश, जर्मन, इटालियन... अशा कितीतरी भाषांमध्ये तिच्या कविता अनुवादित झाल्या आहेत. अर्थात तिच्या आशयघन कवितांची भाषांतरे करणे हे तसे सोपे काम नव्हते. कारण त्यात वापरलेल्या पोलिश वाक्प्रचार, म्हणी किंवा संस्कृतीच्या संदर्भांना चपखल शब्द मिळणे तसे अवघडच होते.

१९९१ साली तिला प्रतिष्ठित 'गटे' पुरस्कार मिळाला, तर १९९५ साली हर्डर पुरस्कार. पोलिश पेन क्लब लिटररी ॲवॉर्ड तिला दोन वेळा मिळाले. (१९८०, १९९६).

विस्लावाच्या कवितेने स्त्रीवादी सूर कधीच काढला नाही. विश्वातील जैविक शक्तीचा माणूस एक भाग आहे आणि त्या माणसाची वर्गवारी स्त्री-पुरुष अशी होते. जीवनात घडणाऱ्या बऱ्यावाईट घटनांना सामोरे जाताना स्थळ-काळाच्या भानानुसार आपल्या भावना व ज्ञान यांच्या मर्यादेतच प्रत्येकाला निर्णय घ्यावा लागतो; असे मानणाऱ्या विस्लावाची कविता या अर्थाने मानववादी म्हणायला हवी.

१९९६ साली तिला जेव्हा नोबेल पुरस्कार मिळाला, तेव्हा ती म्हणाली, 'मी आनंदी, आश्चर्यचकीत अन् भयचकीत झाले आहे. कदाचित मला आता शांत आयुष्य जगता येणार नाही. कदाचित कोणाचा विश्वास बसणार नाही; पण मी या पुरस्काराची कधीच अपेक्षा केली नव्हती!'

पुरस्कार वितरणाच्या सोहळ्यात भाषण करताना ती म्हणाली, ''हुकूमशहांना,

सत्ताधाऱ्यांना किंवा धनवंतांना प्रत्येक गोष्टीचे उत्तर ठाऊक असते. याउलट कवींना मात्र सर्व गोष्टीत 'मला माहीत नाही' असेच वाटत असते. 'माहीत नाही' हा उद्गारच कवीला वेगळ्या विश्वात नेतो, जाणिवांच्या शारीर संवेदना देतो, शोधक नजर देतो. त्याला पडणाऱ्या अनेक कूट प्रश्नांची उत्तरे तो कवितेद्वारे सोडवू लागतो. त्याला त्याचा कोणताच शब्द अंतिम वाटत नाही. या असमाधानातून पूर्णत्वाकडे जायची त्याची धडपड म्हणजेच त्याने लिहिलेले टाचण, ज्याला इतरेजन कविता म्हणतात.''

**'असमाधानाचे निर्णय' अशी कवितेची व्याख्या करणाऱ्या विस्लावाची समग्र कविता वैचारिक आहे पण क्लिष्ट नाही, गंभीर आहे पण उदास नाही आणि प्रगल्भ असली तरी तिचा रूपबंध प्रहसनात्मक असल्यामुळे रसिकांच्या हृदयांतून मेंदूकडे ती प्रसन्नपणे प्रवास करते!**

*लँडमाईन्स बंदी करणारी*

# जॉडी विल्यम्स
**(Jody Williams)**

देश – अमेरिका
जन्म – ९ ऑक्टोबर, १९५०
**नोबेल पुरस्कार – शांतता (१९९७)**

**''जमिनीखाली पेरलेले सुरुंग स्त्री-पुरुष, मुले-मुली, योद्धा-नागरिक, शहरी-ग्रामीण असा कोणताच फरक जाणत नाहीत. युद्ध चालू असो वा संपलेले असो अथवा भविष्यकालीन शांततेच्या प्रयत्नात जग बुडून गेलेले असो, भूतकाळात पेरलेले सुरुंग त्यांचे काम करीत राहतात. दुर्दैवाने त्यांना थांबविण्याचे सामर्थ्य कोणातच नसते. हा सुरुंगाचा एक सर्वांत मोठा धोकादायक घटक लक्षात घेतला, तर जमिनीखाली सुरुंग लावणाऱ्या खाणकामगारांच्या कुटुंबीयांच्या भवितव्याची, त्यांच्या आरोग्याची आणि त्यांना भोगाव्या लागणाऱ्या हालअपेष्टांची निरर्थकता लक्षात येईल!''**

सुरुंगबंदीसाठी (Landmine) आणि त्या खाणींमध्ये काम करणाऱ्या लोकांसाठी आंतरराष्ट्रीय पातळीवर अखंड प्रयत्न करणाऱ्या नोबेल विजेत्या 'जॉडी विल्यम्सने' पुरस्कार स्वीकारताना हे उद्‌गार काढले. तिच्या लँडमाईन बंदीच्या या कार्यासाठी तिला १९९७ साली शांततेचा नोबेल पुरस्कार मिळाला.

९ ऑक्टोबर, १९५० रोजी अमेरिकेत जन्म झालेल्या जॉडी विल्यम्सला लँडमाईनबंदीच्या कार्याची सुरुवात तिच्या स्वत:च्या देशातच करावी लागली. लहानपणापासून शिक्षणाची, भाषा विषयांची आवड असलेल्या जॉडीला शिक्षिका

व्हायचे होते. शालेय शिक्षण यशस्वीपणे पूर्ण केल्यानंतर तिने १९७२ साली व्हरमाँट विद्यापीठातून भाषा विषयाची पदवी संपादन केली. पुढे १९७६ साली मास्टर्स डिग्री इन टीचिंग स्पॅनिश अँड इंग्लिश अॅज सेकंड लँग्वेज ही पदव्युत्तर पदवीही तिने घेतली. नंतर १९८४ साली वॉशिंग्टन डी.सी. येथील सुप्रसिद्ध 'जॉन हॉपकिन्स स्कूल ऑफ अॅडव्हान्स्ड इंटरनॅशनल स्टडीज' या विद्यापीठातून तिने आणखी एक पदव्युत्तर पदवी घेतली. पुढे दोन वर्षे तिने निकारागवा होंडुरा या शिक्षण प्रकल्पात काम केले. मेक्सिको, वॉशिंग्टन डी.सी. आणि यु.के. येथे जाऊन तिने प्राध्यापकपदाचे कामही सांभाळले. एल सॅल्वॅडोर या दक्षिणमध्य अमेरिकेतील लोकांसाठी असलेल्या एका वैद्यकीय प्रकल्पाची आखणी केली आणि त्याद्वारे तिने मानवतावादी चळवळींचे कार्य केले. १९८६ ते १९९२ या काळात ती प्रकल्पाधिकारी होती.

हे काम करीत असताना लँडमाईनमध्ये काम करणाऱ्या कामगारांचे प्रश्न आणि समस्या तिच्या लक्षात आल्या. 'डायनामाइट' या स्फोटकाचा शोध एकोणिसाव्या शतकाच्या शेवटी लागला. नोबेल पुरस्कारांचे जनक सर आल्फ्रेड नोबेल यांनीच तो लावला होता. सुरुवातीला रस्तेबांधणी, डोंगर खणणे, खाणकाम, धातूकाम, कारखानदारी यांसाठी त्याचा वापर होत असे.

विज्ञाननिष्ठ शास्त्रज्ञ अनेक शोधांना जन्म देत असतात. या शोध प्रवासात त्यांना अनेक वेळा हालअपेष्टा सहन कराव्या लागतात. रासायनिक प्रयोगशाळेत काम करणाऱ्या संशोधकांना कित्येक वेळा असाध्य व्याधी जडतात. वैयक्तिक सुखाचा त्याग, कुटुंबीयांकडे दुर्लक्ष अन् प्रत्यक्ष शोध लागेपर्यंत येणाऱ्या यशापयशातून निर्माण होणारा आशा-निराशेचा जीवघेणा खेळ यातून त्यांचे सारे आयुष्यच पणाला लागलेले असते. पण तरीसुद्धा निसर्गातील गूढ गुपिते उलगडताना त्यांना या कोणत्याच गोष्टींचा अडसर जाणवत नाही. संशोधनाचा ध्यास आणि त्यासाठी अविरत प्रयत्न या त्यांच्या मार्गावरील सर्वच टप्प्यांचा प्रवास त्यांना सुखदायी वाटतो. मानवाचे वैयक्तिक, त्याचप्रमाणे सामूहिक जीवन ऐहिकदृष्ट्या अधिकाधिक समृद्ध व्हावे; हा प्रत्येक संशोधकाचा अंतर्यामी हेतूच त्यांच्या जीवनात एखाद्या प्रकाशदीपासमान कार्य करतो.

पण काही विघातक वृत्तीचे लोक संशोधन शास्त्रातून निर्माण झालेल्या शस्त्रांचा उपयोग विनाशासाठी करतात. सर आल्फ्रेड नोबेल यांनी तयार केलेल्या डायनामाइटचा वापर लोक युद्धाच्या वेळी संहारक अस्त्र म्हणून करू लागले. हजारो निरपराधी लोक त्यामुळे मरण पावू लागले, अपंग होऊ लागले. सर्वसामान्यांच्या लाभासाठी लावलेल्या या शोधाच्या जनकालाच लोक 'मर्चंट ऑफ डेथ' या नावाने संबोधू लागले. समाजात शांतता, सहकार्य, सद्भाव आणि सामोपचाराचे वातावरण

नसेल, तर विज्ञानरूपी वरदानाचे भीषण शापात रूपांतर व्हायला कितीसा वेळ लागणार? मानव आपल्या कुशाग्र बुद्धीचा वापर जटिल समस्या सोडवायला करतो, त्याचप्रमाणे कुटिल कारवाया करण्यासाठीही तिचा वापर करतो. त्यामुळे नीतिमत्ता, विवेकबुद्धी आणि विधायकता यांचे महत्त्व सार्वकालीन आहे. या गुणांचा प्रचार करणाऱ्या तत्त्वज्ञांची गरजही सार्वत्रिक आहे. या भावनेतून सर आल्फ्रेड नोबेल यांनी शांततेसाठी नोबेल पुरस्कार असावा अशी योजना आखली. त्यांच्याशी मित्रत्वाचे नाते असलेल्या ऑस्ट्रियाच्या 'बार्था व्हॉन सुत्नेर' या मैत्रिणीच्या आग्रहास्तव त्यांनी ही योजना प्रत्यक्षात आणली.

एकोणिसाव्या शतकाच्या अखेरीस 'डायनामाइट'वर बंदी घालण्याचे किंवा त्याची मर्यादित निर्मिती करण्याचे प्रयत्न झाले. परंतु अशा प्रकारच्या अस्त्रांची छुपी व उघड निर्मिती पुढे होतच राहिली. पहिल्या आणि दुसऱ्या महायुद्धानंतर तर अशा प्रकारच्या स्फोटकांच्या निर्मितीचे प्रमाण वाढीस लागले. सुरुवातीच्या काळात केवळ मोठ्या देशांमध्येच त्यांची निर्मिती होत असे. पण पुढे काही दशकांतच कंबोडिया, टांझानिया, मोझांबिक, अंगोला, अफगाणिस्तान, सोमालिया यांसारखे अविकसित देशही त्यांची निर्मिती करू लागले. एकट्या कंबोडिया देशात चाळीस ते साठ लाख लँडमाईन्स आहेत. देशाच्या भूमीचा जवळजवळ पन्नास टक्के भाग

**लँडमाईन्स असलेले देश**

त्यांनी व्यापलेला आहे. अफगाणिस्तानात नव्वद लाख लँडमाईन्स होत्या. रशिया-अमेरिका कोल्ड वॉरच्या काळात त्यांची संख्या जवळजवळ तीन कोटी झाली. युगोस्लाव्हियासारख्या छोट्या देशातही साठ लाख लँडमाईन्स आहेत. तर अंगोलामध्ये नव्वद लाख. मोझांबिक आणि सोमालियासारख्या गरीब, दुष्काळी आफ्रिकन देशांमध्येही त्यांनी दहा-दहा लाखांचा आकडा पार केला आहे! जगातील जवळजवळ ७० देशांमध्ये अशा प्रकारच्या लँडमाईन्स पसरल्या आहेत.

लँडमाईन्सची ही अफाट वाढलेली संख्या जैविक, भौगोलिक, पर्यावरणविषयक समस्या फार मोठ्या प्रमाणावर निर्माण करतेच, शिवाय या लँडमाईन्समध्ये काम करणाऱ्या कामगारांच्या संदर्भातही अनेक धोकादायक प्रश्न उपस्थित करते. विशेषत: अविकसित आणि अप्रगत देशांमध्ये त्यांचे वाढलेले प्रमाण सर्वच बाबींसाठी अतिशय विघातक ठरत आहे. त्या देशांमध्ये या कामगारांसाठी कोणतेही वेगळे कायदे, योजना अस्तित्वात नाहीत. या देशांमध्ये गरिबी, बेकारी, लोकसंख्यावाढ हे प्रश्नच अजून सुटलेले नाहीत, तिथे खाणकामगारांच्या प्रश्नांची काय अवस्था असणार?

खाणींमध्ये आणि खाणींच्या आसपास पसरणाऱ्या रासायनिक कचऱ्याचे निर्मूलन करणे शक्य नसल्यामुळे तेथे आरोग्यविषयक प्रश्न निर्माण होतात. दिवसातील जवळजवळ सोळा, सतरा तास कामगारांना कोंदट वातावरणात काम करावे लागते. स्वच्छतेची अपुरी साधने, मोकळ्या शुद्ध हवेची अनुपलब्धता, उच्च तापमान आणि कमी दाबाच्या हवेच्या पट्ट्यातील वावर अशा या वातावरणात त्यांना भरपूर शारीरिक श्रमांचे काम करावे लागते. अल्पवयातच त्यांना अनेक रोग जडतात. त्यांचे आयुष्यमानही कमी होऊन जाते. महिनोन्‌महिने आपल्या जवळच्या कुटुंबीयांपासून त्यांना लांब राहावे लागते. लँडमाईन्समध्ये काम करणाऱ्या लाखो कामगारांची अवस्था अशी भयावह झालेली असते. केवळ थोडेफार वेतन मिळते आणि वर्षभराचा अन्नपुरवठा मिळतो, म्हणून नाईलाजास्तव तेथे हे कामगार काम करीत असतात.

जगभर शस्त्रास्त्रबंदी आणि अण्वस्त्रबंदीसाठी देशादेशांमध्ये बोलणी, करार चालू असताना अनेक देशांमध्ये छुप्या पद्धतीने लँडमाईन्सचे काम चालू असते. या भीषण वास्तवाकडे जगाचे लक्ष वेधण्याची गरज होती.

१९७० सालापासून 'रेड क्रॉस सोसायटी' शस्त्रास्त्रबंदीसाठी प्रयत्न करीत होती. ज्या शस्त्रास्त्रांचा वापर घातक आहे, अशी शस्त्रे तयार करणाऱ्या कारखान्यांमधील कामगारांना अनेक वेळा अपघाताला तोंड द्यावे लागते.

त्यासाठी रेड क्रॉस सोसायटी आंतरराष्ट्रीय स्तरावर प्रयत्न करीत होती. लँडमाईन्सवरील बंदी हा त्या पूर्ण कार्यक्रमांतर्गत एक भाग होता. त्यांच्या प्रयत्नाला

यश यायला तब्बल दहा वर्षे लागली. सुमारे १९८०च्या सुमारास 'Convention on conventional weapons' (CCW) हा करार करण्यात आला. या करारान्वये लँडमाईन्सवर नियंत्रण ठेवण्यात आले. अर्थात संख्येवर नियंत्रण आले, तरी त्यांचे काम चालूच होते. तेथे काम करणाऱ्या कामगारांचे प्रश्नही सुटले नव्हते.

८०च्या दशकानंतर काही बिगर शासकीय संस्थांच्या मदतीने जॉडीने एक कमिटी स्थापन केली. मुलांसाठी विकासाचे काम करणाऱ्या, मानवाधिकाराचे रक्षण करणाऱ्या, निर्वासितांसाठी काम करणाऱ्या अशा अनेक संस्थांनी तिला या कामी पाठिंबा दिला. सुरुवातीला अगदी मूठभर असणाऱ्या संस्थांच्या मदतीने तिने लँडमाईन्सबंदीसाठी एक कमिटी स्थापन केली. तिच्या कार्याचे महत्त्व जाणून नंतर अनेक राष्ट्रीय संस्थांनी या कमिटीला स्वत:शी संलग्न केले. १९९२च्या सुमारास जवळजवळ ६० देशांतील १००० बिगर शासकीय संस्था लँडमाईन्सबंदीच्या कमिटीशी संलग्न झाल्या. जॉडी अनेक राष्ट्रांमध्ये प्रत्यक्ष स्वत: जाऊन तेथील संस्थांना लँडमाईन्सबंदीचे महत्त्व पटवून देत असे.

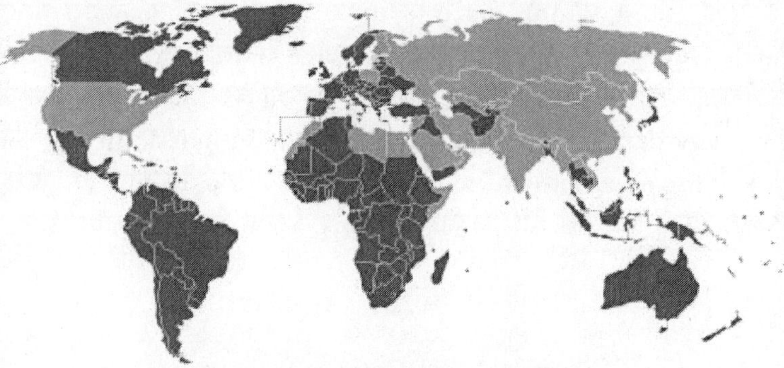

**ओटावा येथील तहात सामील झालेले देश**

हॅंडिकॅप इंटरनॅशनल ह्यूमन राईट्स वॉच, मेडिको इंटरनॅशनल, माईन्स ॲडव्हायझरी ग्रुप, फिजिशियन फॉर ह्यूमन राईट्स, व्हिएटनाम व्हेटेरन्स ऑफ अमेरिका फाउंडेशन यांसारख्या मोठ्या, विविध क्षेत्रांत समाजकार्य करणाऱ्या संस्थांनी मिळून संयुक्तपणे लँडमाईन्सबंदीच्या कामाला सुरुवात केली.

जॉडीने अफगाणिस्तान, कंबोडिया, केनिया, साऊथ आफ्रिका यांसारख्या देशांमध्ये खूप मोठ्या प्रमाणावर लोकशिक्षणाच्या माध्यमातून प्रयत्न केले. केवळ बिगरशासकीय संस्थांचा समावेश असलेली तिची संस्था आता आंतरराष्ट्रीय स्तरावरील प्रयत्नांमुळे राजकीय पातळीवर कार्यरत झाली. जवळजवळ ८९ देशांमधील शासकीय

तसेच बिगर शासकीय संस्थांनी आता एकत्र येऊन खूप मोठ्या प्रमाणावर लँडमाईन्स बंदीचे प्रयत्न सुरू केले. कॅनडा येथे या कमिटीद्वारे अनेक राष्ट्रांच्या प्रतिनिधींना बोलावण्यात आले. जवळजवळ १२१ देशातील राजकीय प्रतिनिधी या वेळी उपस्थित राहिले आणि त्यांनी लँडमाईन्स बंदीच्या करारावर सह्या केल्या.

१९९२च्या सुमारास अमेरिकेने लँडमाईन्सवर कायद्याने बंदी घातली हे जॉडीच्या प्रचारकार्याचे मुख्य फलित. पुढे बेल्जियम, ऑस्ट्रिया, नॉर्वे, स्वीडन या देशांनीही लँडमाईन्सच्या बंदीसाठी कायदा अस्तित्वात आणला.

अनेक राष्ट्रांमध्ये हे कायदे हळूहळू येऊ लागले असले, तरी आधी अस्तित्वात असलेल्या लँडमाईन्स, तेथील कामगारांच्या आरोग्याचे, कुटुंबीयांचे, आर्थिक प्रश्न, तेथील घातक कचऱ्याच्या विल्हेवाटीचे प्रश्न, कामगारांच्या पुनर्वसनाचे प्रश्न, तेथील वयोवृद्ध कामगारांच्या समस्या असे सर्व प्रश्न सोडविण्याचे अफाट कार्य जॉडी आपल्या आंतरराष्ट्रीय कमिटीद्वारे करीत असते.

**तिला नोबेल पुरस्कार मिळाल्यानंतर अनेक लोकांनी, संस्थांनी तिच्या कार्याला सक्रिय पाठिंबा जाहीर केला; म्हणून ती कृतज्ञता व्यक्त करते. तिच्या आंतरराष्ट्रीय संस्थेत काम करणाऱ्यांना धन्यवाद देताना ती म्हणते, ''लँडमाईन्सची संख्या शून्यावर आणणे हे आपले ब्रीद असले पाहिजे. For together we have given the world the possibility of one day living on a truly mine-free planet.'' लँडमाईन्सबंदी ही केवळ कविकल्पना न ठेवता ती प्रत्यक्षात साकार करणे हे तिचे स्वप्न आहे.**

# संदर्भसूची


| | Name of the Book | Author | Publisher |
|---|---|---|---|
| 1 | Nobel prize women in science : Their lives, struggles & momentous discoveries. | Sharon Bertsch Mcgrayne | Carol publishing group |
| 2 | Jane Addams, Nobel Prize winner & founder of Hull house | Bonnie C Harvey | Enslow Publishers |
| 3 | Marie Curie : A Life | Susan Quinn | A Merloyd Lawrence Book |
| 4 | Madam Curie : A Biography | Eve Curie | Da Capo Press |
| 5 | Grazia Deledda : A Legendary Life | Martha King | Troubador |
| 6 | Elias Portolu | Grazia Deledda | Autrement |
| 7 | The wonderful Adventures of Nils | Selma Lagerlof | Biblio Bazaar |
| 8 | Gosta Berling's Saga | Selma Lagerlof | Dover Publications |
| 9 | Kristin Lavransdatter | Sigrid Undset | Knopf |
| 10 | 100 most important women of the 20th century | Kevin Markey | Meredith Books |
| 11 | A Feeling for the organism : The life & work of Barbara McClintock | Evelyn Fox Keller | W. H. Freeman |
| 12 | Gertrude Elion : Master Chemist | Stephaine Pierre | Rourke Publishing |

| Name of the Book | Author | Publisher |
|---|---|---|
| 13 History of women in science for young people | Vivian Sheldon Epstein | V. S. E. Publisher |
| 14 Histology | Arthur. W. Ham | Pitman Medical |
| 15 Letters from Burma | Aung san suu kyi | Penguin |
| 16 Clearing the fields : solutions to the global landmines crisis | Kevin M Cahill | Basic Books |
| 17 Beloved | Tony Morrison | Plume |
| 18 I, Rigoberta Menchu - An Indian Woman in Guatemala | Rigoberta Menchu | Verso |

**Urls –**

1. wikipedia, the free encyclopedia
2. nobelprize.org
3. britannica encyclopedia

**Nobel Internet archive ; interview video clips of –**

1.Chirstiane Nusslein Volhard
2.Elfried Jelinek
3.Joddy Williams

# गार्डिअन

*कथा नव्हे; विज्ञानकथा*

## सुधा रिसबूड

'गना कल्पना कल्पिता कल्प कोटी' मनाची शक्ती अगाध असते. सृष्टीच्या रहस्याचे कुतूहल प्रथमत: मन असलेल्या मानवातच निर्माण झाले आणि ते जाणून घेण्याचे यत्न त्याने सुरू केले. त्या अनवरत प्रयत्नांमधूनच, त्याला सृष्टीचे गूढ उकलू लागले आणि तो विज्ञानाचा अभ्यासाचा पाया होता. काळाच्या ओघात त्याने विज्ञानाचे शिल्प उभारायला सुरुवात केली. अनेक वैज्ञानिक विचार, पद्धती, कल्पना यातून भविष्याचा वेध घेण्यास त्याने सुरुवात केली.

अशाच काही अथांग वैज्ञानिक कल्पनांमधूनच ज्या कथा स्फुरल्या त्या ह्या पुस्तकात दिल्या आहेत. त्यामधून केवळ वैज्ञानिक कल्पनांचा आनंद घ्यावा. शास्त्रीय ज्ञान ग्रहण करण्यासाठी शास्त्रीय संशोधनात्मक साहित्य असतेच.

विज्ञान कथांचे हे विश्व पुष्कळसे भविष्यातील गूढ अनाकलनीय आणि विस्मयकारी वैज्ञानिक कल्पनांचे जाळे निर्माण करते आणि त्यांचे खरे स्वरूप मात्र 'कळे आकळे रुप ते ज्ञान होता' अशी अवस्था आली की समजते.

गगनाला गवसणी घालण्याची साहित्यिक ऊर्मी ही वैज्ञानिक कथांमधून अंशत: पूर्ण होते. वाचकांनाही त्याच भूमिकेतून ह्या विज्ञान कथांचा निखळ आनंद मिळावा, एवढीच अपेक्षा!

# असे शास्त्रज्ञ, असे संशोधन

## निरंजन घाटे

*विज्ञान आणि तंत्रज्ञान क्षेत्रातील व्यक्तींबद्दल*
*सामान्य माणसांच्या मनात नेहमीच कुतुहल असतं.*
*शास्त्रज्ञांचा विक्षिप्तपणा, त्यांची एककल्ली वृत्ती संशोधकांची धडपड,*
*पेटंट मिळाल्यानंतर एकाच पेटंटवर*
*अमाप श्रीमंत बनलेल्या संशोधकांची कहाणी,*
*ह्या गोष्टी सत्य हे कल्पनेपेक्षा अद्भुत असतं, हे पटवून देतात.*
*त्यामुळं अशा व्यक्ती घडल्या कशा?*
*हे जाणून घ्यायचीही आपल्या मनात इच्छा असते.*

*ह्या पुस्तकामध्ये अशा मान्यवर शास्त्रज्ञ आणि संशोधकांच्या*
*बाबतीतलं कुतुहल शमविण्याची क्षमता आहे.*
*त्याच बरोबर ह्यामुळं तरुण वाचकांना आपणही;*
*असं काहीतरी करायला काय हरकत आहे, असं वाटावं,*
*ही अपेक्षाही लेखकाला वाटते.*
*त्याच दृष्टीनं हे पुस्तक वाचावं, असं मात्र नाही.*
*ह्या शास्त्रज्ञांची धडपड वाचून वाचकाची करमणूकही होईल.*
*त्यामुळंही वाचकानं हे पुस्तक वाचायला हरकत नाही.*